മുപ്പത്തൊമ്പത് പടവുകൾ

Muppathonpathu Padavukal
Novel

Original Title
The Thirty Nine Steps

John Buchan

Translation
Radhakrishnan Cheruvally

CHINTHA PUBLISHERS
Thiruvananthapuram

First Edition
October 2022

Typesetting
Sreebhadra, Thiruvananthapuram

Published
Chintha Publishers, Thiruvananthapuram

Printed at
Romanson Print house, Thiruvananthapuram

Cover Design
Vinod Mangoes

ISBN : 978-93-94753-37-2

CO - 3181 / 6188

Email: chinthapublishers@gmail.com
Website: www.chinthapublishers.com

A version is available at National Libraries
Kolkata, Mumbai, Chennai and Delhi

Distribution
DESHABHIMANI BOOKHOUSE
H O Thiruvananthapuram 695035

Branch
Head Office Kunnukuzhi • Statue Thiruvananthapuram
KSRTC Bus Terminal Thampanoor • Saphalyam Complex Thiruvananthapuram
KSRTC Bus Station Alappuzha • KSRTC Bus Station Ernakulam
Machingal Lane Thrissur • IG Road Kozhikode
Mavoor Road Kozhikode • NGO Union Building Kannur
Central Bus Terminal Complex Thavakkara Kannur

മുപ്പത്തൊമ്പത് പടവുകൾ

ജോൺ ബ്യൂക്കൻ

പരിഭാഷ
രാധാകൃഷ്ണൻ ചെറുവല്ലി

ചിന്ത പബ്ലിഷേഴ്സ്
തിരുവനന്തപുരം-695 035
വില : ₹ 180

ജോൺ ബ്യൂക്കൻ (26.8.1875 – 11.2.1940)

സ്കോട്ടിഷ് നോവലിസ്റ്റും ചരിത്രകാരനും. ചുരുങ്ങിയ കാലയളവിലെ അഭിഭാഷക ജീവിതത്തിനുശേഷം, ബ്യൂക്കൻ തന്റെ എഴുത്തുജീവിതം ആരംഭിച്ചു. രാഷ്ട്രീയത്തിലും നയതന്ത്രകാര്യങ്ങളിലും തല്പരൻ, ദക്ഷിണാഫ്രിക്കയിലെ വിവിധ കോളനികളുടെ അഡ്മിനിസ്ട്രേറ്ററുടെ പ്രൈവറ്റ് സെക്രട്ടറിയായി സേവനമനുഷ്ഠിച്ചു. 1927 ൽ അദ്ദേഹം സ്കോട്ടിഷ് സർവ്വകലാശാലകളെ പ്രതിനിധീകരിച്ച് പാർലമെന്റ് അംഗമായി തെരഞ്ഞെടുക്കപ്പെട്ടു. ഈ കാലയളവിൽ അദ്ദേഹം കൂടുതൽ സമയവും സാഹിത്യരചനകൾക്കായി ചെലവഴിച്ചു. വിഖ്യാത നോവലായ *മുപ്പത്തിയൊമ്പത് പടവുകൾ* 1915 ൽ പ്രസിദ്ധീകരിച്ചു. അത്ഭുതകരമായ കഴിവുകളുള്ള ആക്ഷൻ ഹീറോ റിച്ചാർഡ് ഹാനിയെ അവതരിപ്പിക്കുന്ന അഞ്ച് നോവലുകളിൽ ആദ്യത്തേതാണ് ഇത്. ഇരുപത്തൊൻപത് നോവലുകളും നാല് കവിതാ സമാഹാരങ്ങളും നാല്പത്തിരണ്ട് നോൺ ഫിക്ഷൻ കൃതികളും പത്ത് ജീവചരിത്രഗ്രന്ഥങ്ങളും ഉൾപ്പെടെ നിരവധി പുസ്തകങ്ങളുടെ രചയിതാവാണ് ജോൺ ബ്യൂക്കൻ.

രാധാകൃഷ്ണൻ ചെറുവല്ലി

നോവലിസ്റ്റ്, പരിഭാഷകൻ, യാത്രയെഴുത്തുകാരൻ, ചലച്ചിത്ര നിരൂപകൻ. ഇപ്പോൾ ചിന്ത പബ്ലിഷേഴ്സിൽ സബ് എഡിറ്റർ.

പ്രസിദ്ധീകരിച്ച പുസ്തകങ്ങൾ : *ഒരേ വഞ്ചിയിലെ യാത്രക്കാർ, മദ്ധ്യദേശത്തെ ചരിത്രപഥങ്ങൾ, കടലിലും കാട്ടിലും മണലാരണ്യത്തിലും* (യാത്രാവിവരണം), *ആണധികാരത്തിന്റെ ബലപ്രയോഗങ്ങൾ*-രാഷ്ട്രീയ സാമൂഹിക പഠനങ്ങൾ-(എഡിറ്റർ), *നവ സിനിമ- അധീശത്വം, പ്രതിനിധാനം പ്രത്യയശാസ്ത്രം* (സിനിമാപഠനങ്ങൾ), *മലബാർ കലാപം: ചരിത്രം, രാഷ്ട്രീയം പ്രത്യയശാസ്ത്രം* (സമാഹരണം) ഉൾപ്പെടെ നിരവധി കൃതികൾ.

ഫോൺ : 9447010396, 0471-2597376
E-mail : radhakrishnancheruvally@gmail.com

ഉള്ളടക്കം

പ്രസാധകക്കുറിപ്പ്

ഒന്നാം ലോകമഹായുദ്ധത്തിന്റെ പശ്ചാത്തലത്തിൽ എഴുതപ്പെട്ട വിഖ്യാത കൃതിയാണ് ജോൺ ബ്യൂക്കന്റെ *The Thirty Nine Steps.* നാസികളാൽ വേട്ടയാടപ്പെടുന്ന റിച്ചാർഡ് ഹാനി എന്ന കഥാനായകൻ സ്കോട്ട്ലാന്റിലെ വശ്യസുന്ദരവും ഭീതിജനകവുമായ പർവ്വതപ്രദേശങ്ങളിലൂടെ നടത്തുന്ന പലായനം സൃഷ്ടിക്കുന്ന ഉദ്വേഗവും അത്യന്തം നിഗൂഢതകൾ ഒളിപ്പിച്ചുവച്ച ആഖ്യാനവും മുപ്പത്തൊമ്പതു പടവുകളെ സവിശേഷമാക്കുന്നു. ആൽഫ്രഡ് ഹിച്ച്കോക്ക് എന്ന വിഖ്യാത ചലച്ചിത്രകാരൻ 1935 ൽ സംവിധാനം ചെയ്ത ഇതേപേരിലുള്ള സിനിമ ഒരു ക്ലാസിക്കാണ്. 1959 ലും 1978 ലും 2008 ലും ഈ നോവൽ വ്യത്യസ്ത സംവിധായകർ ചലച്ചിത്രമാക്കുകയുണ്ടായി. മുപ്പത്തൊമ്പത് പടവുകൾ എന്ന് ആവർത്തിച്ച് വരുന്ന രഹസ്യഭാഷ കഥാന്ത്യം വരെ വായനക്കാരെ മുൾമുനയിൽ നിർത്തും. മനുഷ്യസ്വഭാവത്തിൽ അന്തർലീനമായ നിഗൂഢതകളും കാഴ്ചകളെ ഒഴിവാക്കാനും കൂട്ടിച്ചേർക്കാനുമുള്ള മനസ്സിന്റെ ശേഷിയും ഈ നോവൽ വെളിപ്പെടുത്തുന്നു. ഒളിയുദ്ധത്തിൽ പ്രയോഗിക്കുന്ന സൈനികതന്ത്രങ്ങൾ ഈ നോവലിൽ ആവിഷ്കൃതമാകുന്നു. ഈ നോവലിനെ മലയാളത്തിലേക്ക് പരിഭാഷപ്പെടുത്തിയത് രാധാകൃഷ്ണൻ ചെറുവല്ലിയാണ്.

ചിന്ത പബ്ലിഷേഴ്സ്

ആമുഖക്കുറിപ്പ്

തോമസ് ആർതർ നെൽസന്

പ്രിയപ്പെട്ട തൊമ്മീ,

അമേരിക്കയിലിറങ്ങുന്ന ജനപ്രിയ നോവലുകളുടെ മാതൃകയിൽ ഒരെണ്ണം നമ്മുടെ ദീർഘകാല സ്വപ്നമായിരുന്നല്ലോ. നാം അതിനെ ഞെട്ടിപ്പിക്കുന്ന ഒന്നായാണല്ലോ കണ്ടിരുന്നത്. പ്രതീക്ഷകളെ മറികടന്നു പോകുന്ന കാല്പനികത. സാദ്ധ്യതകൾക്കുള്ളിൽ ഒരു പര്യടനം. കഴിഞ്ഞ ശൈത്യത്തിൽ പിടിപെട്ട അസുഖം എന്നെ തീർത്തും അവശനാക്കിക്കഴിഞ്ഞിരുന്നു. ആ സാഹചര്യത്തിൽ എന്റെ ഊർജ്ജസ്വലത തിരിച്ചുപിടിക്കാൻ ഞാൻ അത്തരത്തിലൊന്ന് എഴുതാൻ തുടങ്ങി. അതിന്റെ ഫലമാണീ ലഘുനോവൽ. അങ്ങേയറ്റത്തെ കല്പിത കഥകൾപോലും യാഥാർത്ഥ്യത്തിനു മുന്നിൽ ചൂളിപ്പോയിരുന്ന നമ്മുടെയാ സാഹസിക സൗഹൃദകാലത്തെ മുൻനിർത്തി ഞാൻ നിന്റെ പേര് ഇതിൽ കുറിക്കാൻ ആഗ്രഹിക്കുന്നു.

ജെ ബി

മരണപ്പെട്ടവൻ

ഒരു മെയ് മാസ ദിവസത്തിൽ മദ്ധ്യാഹ്നം പിന്നിട്ടൊരു നേരത്താണ് ജീവിതമാകെ വെറുത്ത് ഞാൻ നഗരത്തിൽനിന്നും തിരിച്ചെത്തിയത്. എന്റെ പൂർവ്വികരുടേതായ ഈ രാജ്യത്ത് കഴിഞ്ഞ മൂന്നുമാസക്കാലമായി ഞാൻ മുഷിപ്പോടെ കഴിഞ്ഞുകൂടുകയാണ്. ഇത്തരത്തിൽ ഒരു അനുഭവമായിരിക്കും ഉണ്ടാവുകയെന്ന് ഒരു കൊല്ലംമുമ്പാണ് ആരെങ്കിലും പറഞ്ഞിരുന്നതെങ്കിൽ ഞാനത് ചിരിച്ചുതള്ളിയേനെ. എന്നാലിപ്പോഴോ? ആ പറച്ചിലിൽ കാര്യമുണ്ടെന്ന് എനിക്ക് ബോദ്ധ്യമായി. കാലാവസ്ഥ എന്റെ കരളിനെ രോഗാതുരമാക്കി. ഇംഗ്ലീഷുകാരുടെ വർത്തമാനങ്ങൾ എന്നെ വട്ടുപിടിപ്പിച്ചു. വ്യായാമം ചെയ്യാനൊത്തില്ല. ലണ്ടനിലെ നേരമ്പോക്കുകൾ വെയിലത്തുവച്ച് വീര്യംപോയ സോഡപോലെ തോന്നി.

'റിച്ചാഡ് ഹാനീ എന്റെ പ്രിയപ്പെട്ട കൂട്ടുകാരാ, തെറ്റായ കുഴിയിലാണ് നീ വീണുപോയിരിക്കുന്നത്. അവിടന്ന് രക്ഷപ്പെടുന്നതാണു നിനക്ക് നല്ലത്.'

ഞാൻ എന്നോടു പറഞ്ഞുകൊണ്ടിരുന്നു.

ബുലവെയോയിലെ അവസാനവർഷങ്ങളിൽ ആവിഷ്കരിച്ചുകൊണ്ടിരുന്ന പദ്ധതികളെപ്പറ്റിയോർത്ത് ഞാൻ ചുണ്ടുകടിച്ചു. വലുതല്ലെങ്കിലും പിടിച്ചു കയറാനൊരു കച്ചിത്തുരുമ്പ് കിട്ടി. അതു മതി. രസിക്കാനുള്ള പല ഉപായങ്ങളും തെളിഞ്ഞുവന്നു. എന്റെ പിതാവ് ആറാം വയസ്സിൽ എന്നെ സ്കോട്ട്ലന്റിൽനിന്നും കൊണ്ടുപോയതാണ്. അതിനുശേഷം ഞാൻ ഒരിക്കലും വീട്ടിലേക്ക് മടങ്ങിപ്പോയിരുന്നില്ല. അതുകൊണ്ട് ഇംഗ്ലണ്ട് എന്നെ സംബന്ധിച്ചിടത്തോളം അറബിക്കഥയിലെ നഗരം പോലൊരിടമായിരുന്നു. അവിടന്ന്, ഒന്നു രക്ഷപ്പെടാൻ ഞാൻ ദിവസങ്ങളെണ്ണി. തുടക്കത്തിൽത്തന്നെ നിരാശയാണുണ്ടായത്. ഒറ്റയാഴ്ചകൊണ്ട് കാഴ്ചകൾ

കണ്ടു തളർന്നു. ഒരു മാസത്തിനുള്ളിൽ സകലമാന റെസ്റ്റോറന്റുകളും തിയേറ്ററുകളും കുതിരപ്പന്തയങ്ങളും കണ്ടുതീർത്തു. കൂടെവരാനോ വിശദീകരിച്ചുതരാനോ യഥാർത്ഥ ചങ്ങാതിമാരാരും ഉണ്ടായിരുന്നുമില്ല. പലരും അവരുടെ വീട്ടിലേക്കു ക്ഷണിച്ചു. എന്നാൽ അതിലവർക്ക് താല്പര്യമുള്ളതായി എനിക്കു തോന്നിയില്ല. തെക്കേ ആഫ്രിക്കയെപ്പറ്റി ഒന്നോ രണ്ടോ കാര്യങ്ങൾ ചോദിച്ച ശേഷം അവർ അവരുടെ കാര്യങ്ങളിൽ മുഴുകി. കുടിയേറ്റക്കാരായ ചില വനിതകൾ ചായ സല്ക്കാരത്തിനു ക്ഷണിച്ചു. ചിലർ ന്യൂസിലന്റിൽ നിന്നുള്ള അദ്ധ്യാപകരെ പരിചയപ്പെടുത്താനും വാൻക്യൂവറിൽനിന്നുള്ള എഡിറ്റർമാരെ കാണാനും ക്ഷണിച്ചു. അതായിരുന്നു ഏറ്റവും നൈരാശ്യജനകമായ കാര്യം. ഞാൻ, മുപ്പത്തേഴുകാരനായ പൂർണ്ണ ആരോഗ്യവാനായ ഒരുവൻ, ആവശ്യത്തിലേറെ പണവുമായി ഇവിടെയിതാ നിത്യവും കോട്ടുവായിട്ട് ഇരിക്കുന്നു. ബ്രിട്ടന്റെയും വടക്കേ അയർലാന്റിന്റേതുമായ സംയുക്ത രാജാധികാര വാഴ്ച നടമാടുന്ന ഈ രാജ്യത്ത് ഏറ്റവും കൂടുതൽ വിരസത അനുഭവിക്കുന്നവനെന്ന പദവിയൊഴിഞ്ഞ് ആഫ്രിക്കയുടെ പുൽപ്പരപ്പുകളിലേക്ക് മടങ്ങാൻ തുടങ്ങുകയായിരുന്നു ഞാൻ.

ആ വൈകുന്നേരം മുഴുവൻ പുതിയ നിക്ഷേപങ്ങളെപ്പറ്റി പറഞ്ഞ് ഞാനെന്റെ ബ്രോക്കറന്മാരെ ബുദ്ധിമുട്ടിച്ചുകൊണ്ടിരുന്നു. മനസ്സിനെ എന്തെങ്കിലുമൊന്നിൽ കേന്ദ്രീകരിപ്പിക്കാനായിരുന്നു അത്. വീട്ടിലേക്കു മടങ്ങുന്ന ഞാൻ ക്ലബ്ബിൽ ഒന്നുകയറി. കുടിയേറ്റക്കാർക്കു പ്രവേശനമുള്ള വഴിയോര സത്രങ്ങളിലൊന്നായിരുന്നു അത്. ഏറെനേരം ഞാനവിടെ ഇരുന്ന് മദ്യപിക്കുകയും സായാഹ്ന പത്രങ്ങളിലൂടെ കണ്ണോടിക്കുകയും ചെയ്തു. പൗരസ്ത്യദേശത്തെ കലഹങ്ങളെപ്പറ്റിയുള്ള വാർത്തയായിരുന്നു പത്രങ്ങൾ നിറയെ. ഗ്രീക്ക് പ്രധാനമന്ത്രി കരോലൈഡെസിന്റെ ഒരു ലേഖനമുണ്ടായിരുന്നു അതിൽ. എനിക്കയാളിൽ വലിയ താല്പര്യമുണ്ടായിരുന്നില്ല. എന്തുകൊണ്ടും അയാൾ തന്റെ കളിയിൽ അഗ്രഗണ്യനായിരുന്നു. അയാളുടെ കളികൾ നേരിട്ടുള്ളവയായിരുന്നു. മറ്റുള്ളവരെപ്പറ്റി അങ്ങനെ പറയാനുമാവില്ല. ബർലിനിലും വിയന്നയിലുമുള്ളവർ അയാളെ കഠിനമായി വെറുത്തിരുന്നുവെന്ന് ഞാൻ മനസ്സിലാക്കി. എന്നാൽ ഞങ്ങൾ അയാൾക്കൊപ്പം ഉറച്ചുനില്ക്കുവാൻ പോകുകയാണ്. യൂറോപ്പിനും അന്തിമയുദ്ധത്തിനും ഇടയിലുള്ള ഒരേയൊരു തടസ്സം അയാളാണെന്ന് ഒരു പത്രം എഴുതുന്നു. അവിടെയെവിടെയെങ്കിലും ഒരു ജോലി കിട്ടുമോയെന്നു ഞാൻ അതിശയിച്ചു. കോട്ടുവായിട്ടിരിക്കുന്ന ഒരുവന് പറ്റിയ സ്ഥലം അൽബേനിയ ആയിരിക്കുമെന്ന ചിന്ത പെട്ടെന്നുദിച്ചു.

ആറുമണിയോടെ ഞാൻ മടങ്ങി. വസ്ത്രം റോയൽ കഫേയിൽ നിന്നും ഭക്ഷണം കഴിച്ചു. ഭക്ഷണശേഷം മ്യൂസിക് ഹാളിൽ കയറി. തുള്ളിച്ചാടുന്ന കുറേ പെണ്ണുങ്ങളും കുരങ്ങന്മാരെപ്പോലുള്ള കുറെ ആണുങ്ങളും നടത്തുന്ന കൂത്തും നോക്കി കുറേനേരം അവിടെ നില്ക്കാൻ തോന്നിയില്ല. പോർട്ട്ലാന്റിനടുത്ത് ഞാൻ വാടകയ്ക്കെടുത്ത ഫ്ളാറ്റിലേക്കു നട

ക്കുമ്പോൾ ഇരുട്ട് കനത്തിരുന്നു. ആൾക്കൂട്ടം നടപ്പാതയിലൂടെ ഒഴുകി. അവർ കലപില കൂട്ടുകയും തിക്കിത്തിരക്കുകയും ചെയ്തു. ആ കാഴ്ച എന്നിൽ അസൂയയുണർത്തി. ആളുകൾക്ക് ചെയ്യാനെന്തെങ്കിലുമുണ്ടല്ലോ. കടകളിൽ സാധനം എടുത്തുകൊടുക്കുന്ന ഈ പെൺകുട്ടികൾക്കും അഴകിയ രാവണന്മാർക്കും പൊലീസുകാർക്കുമൊക്കെ തങ്ങളുടെ ജീവിതത്തെ മുന്നോട്ടുകൊണ്ടു പോകുന്ന എന്തെങ്കിലും താല്പര്യങ്ങളുണ്ട്. കോട്ടുവായിട്ടു നിന്നതിന്റെ പേരിൽ ഞാനൊരു ഭിക്ഷക്കാരന് അരക്രൗൺ എറിഞ്ഞുകൊടുത്തു. അയാളും എന്നെപ്പോലെ വിഷമിക്കുന്നൊരുവനാണല്ലോ. ഓക്സ്ഫോഡ് സർക്കസിലെത്തിയപ്പോൾ ഞാൻ തലയുയർത്തി ആകാശത്തേക്കു നോക്കി ഒരു പ്രതിജ്ഞയെടുത്തു. ഈ പൂർവ്വികഭൂമിക്ക് ഒരു ദിവസം കൂടി ഞാൻ അനുവദിക്കുന്നു. എന്നെ എന്തെങ്കിലുമൊന്നിൽ കർമ്മനിരതനാക്കാൻ. അതു നടന്നില്ലെങ്കിൽ കേപ്പിലേക്കുള്ള അടുത്ത ബോട്ടു പിടിക്കും.

ലാങ്ഹാം കൊട്ടാരത്തിനുപിറകിലുള്ള പുതിയ കെട്ടിട സമുച്ചയത്തിലൊന്നിലെ രണ്ടാം നിലയിലായിരുന്നു എന്റെ ഫ്ളാറ്റ്. മുകളിലേക്കു പോകുവാൻ പൊതുവായ ഒരു ഗോവണിയാണുള്ളത്. പ്രവേശനകവാടത്തിൽ ഒരു കാവല്ക്കാരനും ലിഫ്റ്റ് ഓപ്പറേറ്ററും നില്ക്കുന്നുണ്ടാവും. എന്നാൽ അവിടെയെങ്ങും റെസ്റ്റോറന്റുകൾ പോലുള്ള ഒന്നുംതന്നെ ഉണ്ടായിരുന്നില്ല. ഓരോ ഫ്ളാറ്റും മറ്റൊന്നിൽനിന്നും പൂർണ്ണമായും മറയ്ക്കപ്പെട്ടവയായിരുന്നു. വീട്ടിൽത്തന്നെ നില്ക്കുന്ന വേലക്കാരെ വയ്ക്കുന്നത് ഞാൻ ഇഷ്ടപ്പെട്ടില്ല. പകരം പകൽ സമയത്ത് വന്നുപോകുന്ന ഒരാളുടെ സേവനം ഉപയോഗപ്പെടുത്തി. രാവിലെ എട്ടുമണിക്ക് അയാൾ എത്തിച്ചേരും. രാത്രി ഏഴുമണിയോടെ പോവുകയും ചെയ്യും. ഒരിക്കലും വീട്ടിൽനിന്നും ഭക്ഷണം കഴിച്ചിരുന്നില്ല.

വാതിൽ തുറക്കാൻ തുടങ്ങുമ്പോഴാണ് എന്റെ കൈമുട്ടുകൾക്കരികിൽ ഒരാൾ നില്ക്കുന്നതായി ശ്രദ്ധിച്ചത്. അയാൾ അടുത്തെത്തിയത് ഞാൻ അറിഞ്ഞിരുന്നില്ല. പെട്ടെന്നുള്ള വരവ് എന്നെ ഞെട്ടിച്ചു. തവിട്ടു നിറത്തിലുള്ള ചെറിയൊരു താടിയും തുളച്ചുകയറുന്ന നോട്ടവുമുള്ള ചെറിയ കണ്ണുകളുള്ള മെലിഞ്ഞൊരുവനായിരുന്നു അത്. ഏറ്റവും മുകളിലെ ഫ്ളാറ്റിൽ താമസിക്കുന്നയാളെന്നു ഞാൻ പെട്ടെന്നു തിരിച്ചറിഞ്ഞു. അയാളെ പതിവായി ഗോവണിയിൽവച്ച് ഞാൻ കാണാറുണ്ടായിരുന്നു.

"എനിക്കൊന്നു സംസാരിക്കാമോ?"

അയാൾ ചോദിച്ചു.

"ഒരു നിമിഷത്തേക്ക് അകത്തോട്ടു കടന്നോട്ടെ."

അയാൾ തുടർന്നു.

അയാൾ എന്റെ കൈയിൽ പിടിച്ചു. ശബ്ദം നേരെയാക്കാൻ പണിപ്പെടുന്നുണ്ടായിരുന്നു അയാൾ. ഞാൻ വാതിൽ തുറന്ന് അയാളെ അകത്തു പ്രവേശിപ്പിച്ചു. ഉമ്മറപ്പടി കടന്നയുടൻ അയാൾ പുറകിലെ മുറിയിലേക്കോടി. അവിടെയിരുന്നാണ് ഞാൻ പുകവലിക്കുകയും കത്തുക

ളെഴുതുകയും ചെയ്തിരുന്നത്. അയാൾ പുറകുവശത്തെ വാതിലിന്റെ ഓടാമ്പലിട്ടു.

"വാതിലടച്ചിട്ടുണ്ടോ?"

വിറയാർന്ന സ്വരത്തിൽ അയാൾ ചോദിച്ചു. എന്നിട്ട് സ്വന്തം കൈകൾ കൊണ്ടയാൾ വാതിൽ ചങ്ങലകൊണ്ട് ബന്ധിപ്പിച്ചു.

ഞാനല്പം കൂടുതൽ സ്വാതന്ത്ര്യമെടുത്തു. "ക്ഷമിക്കൂ. കണ്ടപ്പോൾ കാര്യങ്ങൾ മനസ്സിലാക്കാൻ കഴിയുന്ന ഒരാളാണു താങ്കളെന്ന് തോന്നി. കാര്യങ്ങൾ കുഴപ്പത്തിലേക്കു നീങ്ങുന്നു എന്നുകണ്ടപ്പോഴെ താങ്കൾ എന്റെ മനസ്സിൽ വന്നിരുന്നു. പറയൂ, ഒരു സഹായം ചെയ്തുതരുമോ?"

അയാൾ ദയനീയമായി ചോദിച്ചു.

"നിങ്ങൾ പറഞ്ഞതെല്ലാം കേട്ടല്ലോ. എനിക്ക് വാഗ്ദാനം ചെയ്യാവുന്നത് അതു മാത്രമാണ്."

ഞാൻ പറഞ്ഞു. പരിഭ്രാന്തനായ അയാളുടെ ചേഷ്ടകൾ എന്നെ അലോസരപ്പെടുത്തുന്നുണ്ടായിരുന്നു.

മേശപ്പുറത്തെ ട്രേയിൽ മദ്യവും സോഡയും ഇരുന്നിരുന്നു. അതിൽ നിന്നും വിസ്കിയെടുത്ത് ഗ്ലാസിൽ പകർന്ന് സോഡ ചേർത്ത് മൂന്നിറക്ക് അയാൾ കഴിച്ചു. മേശപ്പുറത്ത് തിരികെ വയ്ക്കുമ്പോൾ ഗ്ലാസ് പൊട്ടിച്ചിതറി.

"ക്ഷമിക്കൂ. ഇന്നു രാത്രി ഞാനാകെ പരിഭ്രമിച്ചിട്ടാണ്. നോക്കൂ ഞാനീ നിമിഷത്തിൽ മരിച്ചു പോകേണ്ടതാണ്."

ഞാൻ കസേരയിലിരുന്ന് പൈപ്പിന് തീകൊടുത്തു.

"ഇപ്പോഴെങ്ങനെ തോന്നുന്നു"

ഞാൻ ചോദിച്ചു.

ഈ ഭ്രാന്തനെ നേരിടേണ്ടിവരുമെന്ന കാര്യം ഉറപ്പാണ്. അയാളുടെ വാടിയ മുഖത്ത് ചിരി വിരിഞ്ഞു.

"എനിക്ക് ഇതുവരെ ഭ്രാന്തായിട്ടില്ല സർ. ഞാൻ താങ്കളെ നിരീക്ഷിച്ചുവരികയായിരുന്നു. താങ്കൾ ഒരു ശാന്തനായ മനുഷ്യനാണ്. സത്യസന്ധനുമാണ്. ധൈര്യമായി കളിക്കാൻ പേടിയുമില്ല. ഞാൻ താങ്കളെ വിശ്വസിക്കുകയാണ്. ഒരു മനുഷ്യന് എപ്പോഴെങ്കിലും ആവശ്യമായി വന്നിട്ടുള്ളതിനെക്കാൾ വലിയ സഹായമാണെനിക്കു വേണ്ടത്. എനിക്കു താങ്കളെ വിശ്വസിക്കാമല്ലോ, അല്ലേ?"

"നിങ്ങളുടെ കഥ പറയൂ. അതു കേട്ടിട്ട് മറുപടി പറയാം." പറയുവാനായി അയാൾ എന്തൊക്കെയോ ഉള്ളിൽ അടുക്കിയെടുക്കുന്നതായി തോന്നി. അയാളുടെ ശരീരഭാഷ അതാണ് വെളിപ്പെടുത്തുന്നത്. അയാൾ സ്വന്തം കഥ പറയാൻ തുടങ്ങി. പറഞ്ഞ കാര്യങ്ങൾ ആദ്യം എനിക്ക് പിടികിട്ടിയില്ല. കഥാകഥനം ഇടയ്ക്ക് നിർത്തിച്ച് ചോദ്യങ്ങൾ ചോദിക്കേണ്ടതായും വന്നു.

അയാൾ പറഞ്ഞതിന്റെ ചുരുക്കമിതാണ്.

അയാൾ അമേരിക്കയിലെ കെന്റക്കിയിൽനിന്നുള്ളവനാണ്. മെച്ചപ്പെട്ട

സാമ്പത്തികസ്ഥിതിയിലുള്ളയാളെന്ന നിലയിൽ കോളേജ് വിട്ടശേഷം ലോകം കാണാനിറങ്ങി. കുറേശ്ശെ എഴുതുന്ന ശീലമുണ്ടായിരുന്നു. ചിക്കാഗോയിലുള്ള ഒരു പത്രത്തിന്റെ യുദ്ധകാല ലേഖകനായി പ്രവർത്തിച്ചിട്ടുണ്ട്. ഒന്നോ രണ്ടോ കൊല്ലക്കാലം അതിനായി തെക്കു കിഴക്കൻ യൂറോപ്പിലുണ്ടായിരുന്നു. അയാൾ നല്ല ഭാഷാ പരിജ്ഞാനമുള്ള ഒരുവനാണെന്ന് ഞാൻ മനസ്സിലാക്കി. അതുകൊണ്ടുതന്നെ ആ പ്രദേശത്തെ ജനസമൂഹത്തെപ്പറ്റി നന്നായി പഠിച്ചിരുന്നു. പേപ്പറിൽ ഞാൻ വായിച്ചറിഞ്ഞിരുന്ന പല പേരുകളുമായും അയാൾക്ക് പരിചയമുണ്ടായിരുന്നു.

അയാൾ രാഷ്ട്രീയത്തിലുണ്ടായിരുന്നു. ആദ്യമൊക്കെ താല്പര്യപൂർവ്വവും, പിന്നീട് അതിൽനിന്നും രക്ഷപ്പെടാനാകാതെയും. അയാളെ കൂർമ്മബുദ്ധിയുള്ളവനും അസ്വസ്ഥനുമായ ഒരുവനായാണ് ഞാൻ വായിച്ചെടുത്തത്. എല്ലാ കാര്യങ്ങളുടെയും നാരായ വേരുവരെയും ചികഞ്ഞുപോകുന്ന ശീലവും അയാൾക്കുണ്ടായിരുന്നതായി ഞാൻ മനസ്സിലാക്കി. ആവശ്യമുള്ളതിലും അല്പം കൂടുതൽ അയാൾ കണ്ടെത്തും.

അയാൾ പറഞ്ഞതും അതിൽനിന്നും ഊഹിച്ചെടുത്തതുമായ കാര്യങ്ങൾ ഞാൻ പറയുകയാണ്. എല്ലാ ഗവൺമെന്റുകൾക്കും സൈന്യത്തിനും അടിയിൽ വലിയ നിഗൂഢതകൾ എപ്പോഴും നടന്നുകൊണ്ടേയിരിക്കും. അതിനുപിന്നിൽ അപകടകാരികളായ മനുഷ്യരായിരിക്കും ആസൂത്രണങ്ങൾ നിർവ്വഹിക്കുന്നത്. അയാൾ അതിനിടയിലേക്ക് യാദൃച്ഛികമായി പെട്ടുപോവുകയായിരുന്നു. എന്നാൽ അത് അയാളെ ശയിപ്പിക്കുകയും അതിന്മേൽ പിടിച്ച് മുന്നോട്ടുപോവുകയും അപകടത്തിൽ കൊണ്ടുചെന്നെത്തിക്കുകയുമുണ്ടായി. അവർ ഒരുതരം വിദ്യാസമ്പന്നരായ അരാജകവാദികളാണെന്നും കലാപങ്ങൾ കുത്തിപ്പൊക്കുന്നവരാണെന്നും ഞാൻ മനസ്സിലാക്കി. അതിനായി പണം മുടക്കി പണംകൊയ്യുന്ന ചിലരുണ്ടായിരുന്നു. തകരുന്ന ഒരു കമ്പോളത്തിൽനിന്നും അതീവ കൗശലക്കാരനായ ഒരുവന് വലിയ ലാഭമുണ്ടാക്കാനാകും. അത് ഇരുവർഗ്ഗങ്ങളുടേയും പുസ്തകങ്ങൾക്കിണങ്ങുമെന്നതിനാൽ യൂറോപ്പാകെ അസ്വസ്ഥമായി.

അയാൾ പറഞ്ഞ സവിശേഷമായ ചില കാര്യങ്ങൾ എന്നെ കുഴക്കി. പ്രത്യേകിച്ചും ബാൽക്കൻ യുദ്ധവുമായി ബന്ധപ്പെട്ട കാര്യങ്ങൾ. എങ്ങനെ ഒരു രാജ്യം പെട്ടെന്ന് മുകളിലെത്തുന്നു? എന്തുകൊണ്ട് സഖ്യങ്ങളുണ്ടാവുകയും തകരുകയും ചെയ്യുന്നു? എന്തുകൊണ്ട് ചില മനുഷ്യർ അപ്രത്യക്ഷരാകുന്നു? യുദ്ധത്തിനുള്ള പണം എവിടുന്നു വരുന്നു? ഈ ഗൂഢാലോചനകളുടെയെല്ലാം ഉദ്ദേശ്യം ഒന്നാണ്. ജർമ്മനിയെയും റഷ്യയെയും തമ്മിലടിപ്പിക്കുക.

അതെന്തുകൊണ്ടാണെന്ന് ചോദിച്ചപ്പോൾ അയാൾ പറഞ്ഞത്, അരാജകവാദികൾ കരുതുന്നത് ഇത് അവർക്ക് ഒരു അവസരം നല്കുമെന്നാണ്. എല്ലാ വ്യവസ്ഥിതികളും ശിഥിലമാവാൻ തുടങ്ങുകയാണ്. പുതിയ ഒരു ലോകം ഉദയം ചെയ്യുന്നത് അവർ കാണുന്നു. മുതലാളിമാർ പണമുണ്ടാക്കാൻ നോക്കുന്നു. അവർ തകർച്ചയുടെ അവശിഷ്ടങ്ങളിൽനിന്നും ലാഭ

മുണ്ടാക്കുന്നവരാണ്. മൂലധനത്തിന് മനസ്സാക്ഷിയോ പിതൃരാജ്യമോ ഇല്ലെന്നയാൾ പറഞ്ഞു. എല്ലാത്തിനും പുറമേ ജൂതന്മാരാണിതിനു പിന്നിൽ. അവർ റഷ്യയെ നരകത്തെക്കാൾ കൂടുതൽ വെറുക്കുകയും ചെയ്യുന്നു.

"നിങ്ങൾക്ക് അതിശയം തോന്നുന്നോ? കഴിഞ്ഞ മുന്നൂറുവർഷമായി അവർ വേട്ടയാടപ്പെടുന്നു. വംശഹത്യക്കുള്ള തിരിച്ചടിയാണിത്. ജൂതൻ എല്ലായിടത്തുമുണ്ട്. അവനെ കാണണമെന്നുണ്ടെങ്കിൽ പുറകുവശത്തെ പടിക്കെട്ടുകളിറങ്ങിച്ചെന്നാൽ മതി.

ഏതു പ്രധാനപ്പെട്ട ജർമ്മൻ സ്ഥാപനം വേണമെങ്കിലും എടുത്തോളൂ. അവിടെ നിങ്ങൾ പരിചയപ്പെടുന്ന ആദ്യ മനുഷ്യൻ ഒരു പ്രിൻസ് വോൺ വുണ്ട്സുപോലെയുള്ള ആരെങ്കിലുമായിരിക്കും. അയാൾ സുന്ദരനായ ഒരുവനും ഇംഗ്ലണ്ടിലെ പബ്ലിക് സ്കൂൾ മാതൃകയിൽ ഇംഗ്ലീഷ് പറയുന്നവനുമായിരിക്കും. എന്നാൽ അയാൾക്കവിടെ ഒരു പ്രാധാന്യവുമുണ്ടാവുകയില്ല. നിങ്ങളുടെ ബിസിനസ് വലിയ ഒന്നാണെങ്കിലോ? മുഖം കൂർത്ത ഒരു ജർമ്മൻ ജൂതനു പിന്നിൽ നിലകൊള്ളും.

നിങ്ങളുടെ ഇംഗ്ലീഷ് പത്രങ്ങളെ പിടിച്ചു കുലുക്കുന്ന ജർമ്മൻ ബിസിനസുകാരനാണയാൾ. നിങ്ങൾ ഉന്നതനായ ഒരുവനും യഥാർത്ഥ മേധാവിയാകാൻ ആഗ്രഹിക്കുന്നവനുമാണെന്നിരിക്കട്ടെ. നിങ്ങളിൽ പത്തിലൊന്നുപേർക്കും പ്രശ്നമുണ്ടാക്കുന്നത് വെളുത്ത മുഖവും പാമ്പിൻ കണ്ണുകളുമുള്ള ജൂതനായിരിക്കും. അതെ സർ, അയാളാണ് ഇപ്പോൾ ലോകം ഭരിക്കുന്നത്. അയാളുടെ കത്തി ഇപ്പോൾ സാറിന്റെ സാമ്രാജ്യത്തിലാണ്. കാരണം അയാളുടെ അമ്മായി മാനഭംഗപ്പെടുത്തപ്പെടുകയും അയാളുടെ അമ്മാവൻ വോൾഗാ തീരത്തെവിടെയോവച്ച് ചാട്ടയടിക്ക് വിധേയനാവുകയും ചെയ്തിട്ടുണ്ട്.

ഈ ജൂത അരാജകവാദികൾ അല്പം പിന്നിലാണല്ലോ എന്ന് എനിക്ക് പറയാതിരിക്കാനായില്ല.

"അതെയെന്നും അല്ലെന്നും പറയാം."

അയാൾ തുടർന്നു.

"ഒരു ഘട്ടം വരെ അവർ വിജയിച്ചു. പണത്തെക്കാൾ വലുതായ ചിലതവർ നേടി. പണം കൊണ്ടുവാങ്ങാനാകാത്ത ചിലത്. മനുഷ്യനിലെ പ്രാകൃതമായ പോരാട്ടവീര്യം ഉണർത്തിയെടുക്കാൻ അവർക്ക് കഴിഞ്ഞു. നിങ്ങൾ മരണവക്രത്തിലാണെങ്കിൽ രക്ഷപ്പെടാനുള്ള കച്ചിത്തുരുമ്പായി എന്തെങ്കിലും കണ്ടെത്തും. ഒരു കൊടിയോ രാജ്യമോ മറ്റോ. രക്ഷപ്പെടുകയാണെങ്കിലോ? നിങ്ങളതിനെ സ്നേഹിക്കാൻ തുടങ്ങും. വിഡ്ഢിച്ചെകുത്താന്മാരായ പട്ടാളക്കാർ അവർ ഇഷ്ടപ്പെടുന്ന ചിലതു കണ്ടെത്തിക്കഴിഞ്ഞു. അത് ബർലിനിലും വിയന്നയിലുമിരുന്നു തയ്യാറാക്കിയ പദ്ധതികളെ ക്ഷീണിപ്പിച്ചേക്കും. ദീർഘ വീക്ഷണമുള്ള എന്റെ ചങ്ങാതിമാർ ഇനിയും അവരുടെ അവസാന ചീട്ട് കളിക്കാനിറക്കിയിട്ടില്ല. മുന്നേറാനുള്ള ഏതോ ഒരു രഹസ്യമായ ഒരറിവ് അവരുടെ പക്കലുണ്ട്. ഒരു മാസം കൂടി എനിക്ക് ജീവിച്ചിരിക്കാനായില്ലെങ്കിൽ അവർ ആ കളി കളിക്കും.

ആ കളിയിൽ അവർ വിജയിക്കുകയും ചെയ്യും."

"ഞാൻ കരുതിയത് നിങ്ങൾ മരിച്ചെന്നാണ്."

ഞാൻ പറഞ്ഞു.

"മരണം ജീവിതത്തിലേക്കുള്ള കവാടമത്രെ"

അതു പറഞ്ഞ് അയാൾ ചിരിച്ചു.

(അതൊരു ലാറ്റിൻ ശൈലിയാണെന്ന് എനിക്കു മനസ്സിലായി. അത് എനിക്ക് പരിചിതമായ ഏക ലാറ്റിനും)

"ഞാനതിലേക്കാണു വരുന്നത്. അതിനുമുമ്പ് മറ്റ് ചിലത് നിങ്ങളെ അറിയിക്കേണ്ടതുണ്ട്. നിങ്ങൾ വർത്തമാനപത്രങ്ങൾ വായിക്കുമ്പോൾ കോൺസ്റ്റൻന്റെയിൻ കരോലൈഡ്സ് എന്നൊരു പേര് ശ്രദ്ധയിൽപ്പെട്ടിട്ടുണ്ടാവുമെന്നു കരുതുന്നു?"

ഞാനൊന്നു ഞെട്ടി. അന്നു വൈകുന്നേരം വായിച്ച പത്രത്തിൽ അങ്ങനെയൊരു പേര് വായിച്ചത് ഞാനോർത്തു.

"അയാളാണ് അവരുടെ കളികളെയാകെ തകർത്തത്. അയാൾ വലിയ ബുദ്ധിമാനും അങ്ങേയറ്റം സത്യസന്ധനുമാണ്. അതിനാൽ അയാളെ കഴിഞ്ഞ ഒരു കൊല്ലമായി അവർ ലക്ഷ്യം വച്ചിരിക്കുകയാണ്. ഞാനതു കണ്ടെത്തി. അതത്ര പാടുള്ള കാര്യമൊന്നുമായിരുന്നില്ല. ഏതു വിഡ്ഢിക്കും അത്രയൊക്കെ കണ്ടെത്താനാവും. എന്നാൽ അയാളെ അവർ പിടികൂടാൻ പോകുന്നു എന്ന വിവരം എനിക്കു ലഭ്യമായി. ആ അറിവ് മാരകവുമാണ്. അതുകൊണ്ടാണ് എനിക്കു മരിക്കേണ്ടി വരുന്നത്."

അയാൾക്ക് മറ്റൊരു പെഗ് മദ്യം ഞാൻ പകർന്നുകൊടുത്തു. കാരണം അയാളിൽ എനിക്ക് താല്പര്യമേറിക്കഴിഞ്ഞിരുന്നു.

"അയാളുടെ സ്വന്തം മണ്ണിൽ വച്ചയാളെ തൊടാനാവില്ല. അയാൾക്ക് അടിമകളെപ്പോലുള്ള രക്ഷാഭടന്മാരുണ്ട്. അവർ നിങ്ങളുടെ അമ്മൂമ്മയുടെ വരെ തൊലിയുരിക്കും. എന്നാൽ വരുന്ന ജൂൺ പതിനഞ്ചിന് അയാൾ ഈ നഗരത്തിൽ എത്തുകയാണ്. ബ്രിട്ടന്റെ വിദേശകാര്യവകുപ്പ് ഏതോ വലിയ അന്താരാഷ്ട്ര സമ്മേളനം നടത്താൻ പോവുകയാണ്. അതിൽ പ്രധാനപ്പെട്ട ചടങ്ങ് നടക്കുന്നത് ആ ദിവസമാണ്. അതിൽ കരോലൈഡ്സാണ് മുഖ്യ അതിഥി. എന്റെ ചങ്ങാതിമാർ വിജയിക്കുകയാണെങ്കിൽ കരോലൈഡ്സ് തന്നെ ആരാധിക്കുന്ന സ്വന്തം നാട്ടുകാരെ പിന്നീടൊരിക്കലും കാണുകയില്ല."

"അത് വളരെ എളുപ്പമല്ലേ? നിങ്ങൾക്കദ്ദേഹത്തോട് വീട്ടിലിരിക്കാൻ പറഞ്ഞാൽ മതിയല്ലോ."

"അവർക്ക് അവരുടെ കളി കളിക്കാൻ അപ്പോൾ എളുപ്പമായി. അദ്ദേഹം വന്നില്ലെങ്കിൽ അവർ ജയിച്ചു. ഇപ്പോഴത്തെ പ്രതിസന്ധിയുടെ കുരുക്കഴിക്കാൻ അദ്ദേഹത്തിനു മാത്രമേ കഴിയൂ. അദ്ദേഹത്തിന്റെ ഗവൺമെന്റു പറഞ്ഞാൽ അദ്ദേഹം വരില്ല. ജൂൺ 15 ന് എന്താണു സംഭവിക്കാൻ പോകുന്നതെന്നതിനെപ്പറ്റി അദ്ദേഹത്തിന് ഒരു രൂപവുമില്ല."

അയാൾ ശബ്ദം കനപ്പിച്ച് പറഞ്ഞു.

"ബ്രിട്ടീഷ് ഗവൺമെന്റ്? അവർ അവരുടെ അതിഥി കൊല്ലപ്പെടാൻ അനുവദിക്കുമോ? ഒന്നു കണ്ണിറുക്കുകയേവേണ്ടൂ. അവർ വേണ്ടത്ര മുൻ കരുതലുകളെടുത്തോളും."

"ഒരു ഫലവുമുണ്ടാവില്ല. അവർ യൂണിഫോം ധരിക്കാത്ത കുറ്റാന്വേഷകരെ നിയോഗിച്ചേക്കാം. പൊലീസിന്റെ എണ്ണം ഇരട്ടിപ്പിച്ചേക്കാം. കോൺസ്റ്റൻന്റൈൻ അപ്പോഴും കുറ്റം ചുമത്തപ്പെട്ടവനല്ലാതാകുന്നില്ല. എന്റെ ചങ്ങാതിമാർ മിഠായിക്കുവേണ്ടിയല്ല ഇതെല്ലാം ചെയ്യുന്നത്. അവർ വലിയൊരവസരം തുറന്നുകിട്ടാൻ കാത്തിരിക്കുന്നവരാണ്. യൂറോപ്പിന്റെ ദൃഷ്ടിയാകെ അതിന്മേലാണ്. അദ്ദേഹം ഒരു ഓസ്ട്രിയക്കാരനാൽ കൊല്ലപ്പെടും. അതിനായുള്ള ഗൂഢാലോചനയിൽ ബർലിനിലും വിയെന്നയിലുമുള്ള വൻതോക്കുകൾക്കുള്ള പങ്കിനെ സംബന്ധിച്ചുള്ള തെളിവുകളും പുറത്തുവരും. തീർച്ചയായും അതൊരു കൊടിയ നുണയായിരിക്കും. എന്നാൽ ലോകമാകെ അതു ശ്രദ്ധിക്കും. ഞാൻ പെരുപ്പിച്ചുപറയുന്നതല്ല സുഹൃത്തേ. ഈ ഗൂഢാലോചനയെപ്പറ്റിയെല്ലാം സന്ദർഭവശാൽ ഞാൻ അറിയാനിടയായി. ബോർഗിയാസി (15, 16 നൂറ്റാണ്ടുകളിൽ അധികാരത്തിനുവേണ്ടി നിഷ്ഠൂരമായി പെരുമാറിയ ഇറ്റാലിയൻ ധനിക കുടുംബം) നുശേഷം ഇത്ര കറകളഞ്ഞൊരു മാഫിയ സംഘം ലോകത്തുണ്ടായിട്ടില്ല. ജൂൺ 15 നു ലണ്ടനിൽ നടക്കുവാൻ പോകുന്ന കാര്യങ്ങൾ കൃത്യമായി അറിയുന്ന ഒരാൾ വിചാരിച്ചാൽ ഈ പദ്ധതി സഫലമാകാതെ പോകും. അയാൾ ഇതാ നിങ്ങളുടെ പരിചാരകനാകാൻ പോകുകയാണ് ഫ്രാങ്ക്ളിൻ പി സ്കടർ."

ഈ കുറിയ മനുഷ്യനെ ഞാൻ ഇഷ്ടപ്പെടാൻ തുടങ്ങുന്നു. അയാളുടെ കീഴ്ത്താടി ഒരു എലിക്കെണിപോലെയും കണ്ണുകൾ തീജ്വാല പോലെയും കാണപ്പെട്ടു. അയാൾ ഒരു കഥ മെനയാൻ തുടങ്ങുകയാണ്. അയാൾക്കതിനു കഴിയും.

"ഈ കഥ നിങ്ങളെവിടന്നു കണ്ടുപിടിച്ചു?"

ഞാൻ ചോദിച്ചു.

"ആദ്യ സൂചന ലഭിക്കുന്നത് ടിറോളിലെ ഒരു അക്കെനീസുകാരനിൽ (ഇന്തോനേഷ്യയിലെ സുമാത്രയിലെ ഒരു വംശീയവിഭാഗം - പരിഭാഷകൻ) നിന്നുമാണ്. ഞാൻ അത് അന്വേഷിക്കാനാരംഭിച്ചു. ബ്യൂഡയിലെ ഗലീഷ്യൻ പ്രവിശ്യയിലുള്ള ഒരു രോമക്കുപ്പായക്കടയിൽനിന്നും വിയന്നയിലെ സ്ട്രെയിഞ്ചേഴ്സ് ക്ലബ്ബിൽനിന്നും ലീസെഗിലെ റാക്നിറ്റ് സ്ട്രാസയിലെ ചെറിയ ബുക്ഷോപ്പിൽനിന്നും ഞാൻ തെളിവുകൾ ശേഖരിച്ചു. പത്തു ദിവസങ്ങൾക്കു മുന്നെ പാരീസിൽ വച്ച് ഞാനെന്റെ അന്വേഷണം പൂർത്തിയാക്കി. അതിന്റെ വിശദാംശങ്ങൾ ഇപ്പോൾ വെളിപ്പെടുത്താനാവില്ല. കാരണം അതിനു വലിയൊരു ചരിത്രമുണ്ട്. എന്റെ മനസ്സിൽ കാര്യങ്ങൾ സുവ്യക്തമായപ്പോൾ അപ്രത്യക്ഷമാവുകയാണു നല്ലതെന്ന് തോന്നി. വിപുലമായ അലച്ചിലിനുശേഷം ഞാനീ നഗരത്തിൽ എത്തിച്ചേർന്നു. പരിഷ്കാരിയായ ഒരു ഫ്രഞ്ച് - അമേരിക്കൻ യുവാവിന്റെ

വേഷത്തിലാണ് ഞാൻ പാരീസിൽനിന്നും പുറപ്പെട്ടത്. ഹാംബർഗിൽ നിന്നും ഒരു ഡയമണ്ട് വ്യാപാരിയായ അജ്ഞാതന്റെ വേഷത്തിൽ കപ്പൽ യാത്ര നടത്തി. നോർവെയിൽ ഞാൻ ഇബ്സനിൽ നിന്നുള്ള ഇംഗ്ലീഷ് വിദ്യാർത്ഥിയായി ലക്ചർ നടത്താനുള്ള കുറിപ്പുകൾ ശേഖരിച്ചു. ബർഗൻ വിട്ടശേഷം ഞാൻ സ്കീയിങ്ങിനെപ്പറ്റി സിനിമയെടുക്കുന്ന വിദഗ്ദ്ധനായി. ലീത്തിൽനിന്നും ഇംഗ്ലണ്ടിലെത്തിയപ്പോൾ പലതരം പേപ്പർ പൾപ്പുകൾ പരിചയപ്പെടുത്തുന്ന വ്യാപാരിയായി പ്രസ് ഉടമകളെ കണ്ടു. ഇന്നലെ വരെ എന്റെ കാല്പാടുകളെ മായ്ക്കാനായെന്ന് ഞാൻ സന്തോഷിച്ചിരുന്നു.

അപ്പോഴാണ്...

ഓർമ്മകൾ അയാളെ അസ്വസ്ഥനാക്കുന്നതായി തോന്നി. അയാൾ ഒരു കവിൾ വിസ്കി കൂടി അകത്താക്കി.

"അപ്പോഴാണ് ഞാൻ ഈ ബ്ലോക്കിനുപുറത്തുള്ള തെരുവിൽ നില്ക്കുന്ന ഒരു മനുഷ്യനെ കാണുന്നത്. സാധാരണ ഞാൻ മുറിപൂട്ടി പകൽ മുഴുവൻ അകത്തിരിക്കുകയാണ് പതിവ്. രാത്രിയായതിനുശേഷം ഒന്നോ രണ്ടോ മണിക്കൂർ നേരത്തേക്ക് മാത്രം പുറത്തിറങ്ങും. ജനാലയിലൂടെ ഞാനയാളെ ശ്രദ്ധിച്ചു. അയാളെ തിരിച്ചറിയാമെന്നു തോന്നി. അയാൾ അകത്തേക്കുവന്ന് കാവല്ക്കാരനോടു സംസാരിച്ചു. കഴിഞ്ഞ ദിവസം രാത്രി നടത്തത്തിനുശേഷം മടങ്ങിയെത്തിയപ്പോൾ എന്റെ ലറ്റർ ബോക്സിൽ ഒരു കാർഡ് കണ്ടു. ഞാൻ ജീവിതത്തിലൊരിക്കലും കാണണമെന്ന ആഗ്രഹിക്കാത്ത ഒരുവന്റെ പേരാണതിൽ കണ്ടത്."

അയാളുടെ കണ്ണുകളിലേക്കും മുഖത്തേക്കുംനോക്കുമ്പോൾ അവിടെ അളക്കാനാകാത്ത ഭയം കണ്ടു. അപ്പോൾ അയാളുടെ സത്യസന്ധതയിൽ എനിക്ക് വിശ്വാസമുറച്ചു.

എന്താണു പിന്നീടു ചെയ്തതെന്ന് അയാളോടു ചോദിക്കുമ്പോൾ എന്റെ ശബ്ദത്തിനല്പം മൂർച്ച കൂടി.

"അച്ചാറാക്കിയ ചാള മത്സ്യം പോലെ ഞാൻ കുപ്പിയിലാക്കപ്പെട്ടിരിക്കുന്നുവെന്ന് എനിക്ക് ഉറപ്പായി. ഒരു വഴി മാത്രമേ പുറത്തേക്കുള്ളൂ. അത് മരണമാണ്. എന്നെ പിന്തുടരുന്നവർ എന്റെ മരണം ഉറപ്പായാൽ വീണ്ടും ഉറങ്ങാൻ പോകും."

"പിന്നെങ്ങിനെ രക്ഷപ്പെടാനായി?"

"എന്നെ സഹായിക്കാനെത്തുന്നയാളോട് എനിക്ക് നല്ല സുഖമില്ലെന്നറിയിച്ച് മരിച്ചുപോകുന്ന ഭാവത്തിൽ പോയിക്കിടന്നു. അത്തരം വേഷപ്പകർച്ചകൾ എനിക്ക് ഇതിനകം തന്നെ പരിചിതമായിക്കഴിഞ്ഞിരുന്നു. ഞാൻ ഒരു മൃതദേഹം സംഘടിപ്പിച്ചു. എവിടന്നാണു കിട്ടുകയെന്ന കാര്യമറിയാമെങ്കിൽ ലണ്ടനിൽ ഒരു മൃതദേഹം സംഘടിപ്പിക്കുക അത്ര വലിയ കാര്യമല്ല. ഒരു ട്രങ്കിലാക്കി ഒരു കാറിന്റെ മുകളിൽവച്ച് ഫ്ലാറ്റിൽ എത്തിച്ച് മുകളിൽ എത്തിക്കാൻ സഹായം വേണ്ടിവന്നു. പ്രേതവിചാരണയ്ക്കായി ചില തെളിവുകളൊക്കെ കെട്ടിച്ചമയ്ക്കേണ്ടിവന്നു. ഞാൻ പോയി കിടന്നു. സഹായിയെക്കൊണ്ട് ഉറക്കുമരുന്ന് തയ്യാറാക്കിക്കുടിച്ചു. അതിനുശേഷം

അയാളോട് പുറത്തു പോകാൻ പറഞ്ഞു. ഞാനയാളെ കുറെ ചീത്ത വിളിച്ചു. എനിക്ക് അട്ടകളെ സഹിക്കാനാവില്ലെന്ന് വിളിച്ചുപറഞ്ഞു. ഒറ്റയ്ക്കായപ്പോൾ മൃതദേഹത്തിന്മേൽ ആവശ്യമായ മിനുക്കുപണികൾ നടത്തി. അയാൾക്ക് എന്റെ വലിപ്പമായിരുന്നു. മദ്യപിച്ചു തുലഞ്ഞ ഒരുവനാകണം. ഞാനാ സ്ഥലത്തെക്കുറിച്ച് ചില ആത്മാക്കളെ ധരിപ്പിച്ചു. സാദൃശ്യം തോന്നാൻ കീഴ്ത്താടിയായിരുന്നു തീരെ ഇണങ്ങാതെ നിന്നത്. അതുകൊണ്ട് അതിനെ റിവോൾവർകൊണ്ട് ചിതറിപ്പിച്ചു. നാളെ ആരെങ്കിലുമൊക്കെ വെടിയൊച്ച കേട്ടകാര്യം പറഞ്ഞേക്കും. എന്റെ നിലയിൽ മറ്റാരുമുണ്ടായിരുന്നില്ല. അതുകൊണ്ടാണതു ചെയ്യാൻ തോന്നിയത്. ശവശരീരത്തെ കട്ടിലിൽ കിടത്തി എന്റെ പൈജാമ ധരിപ്പിച്ചു. കട്ടിലിലെ വിരിപ്പിൽ ഒരു റിവോൾവർ വച്ചു. ചുറ്റും കുറെ അലങ്കോലപ്പെടുത്തിയിട്ടു. അത്യാവശ്യത്തിനായി കരുതിയിരുന്ന വസ്ത്രക്കെട്ടിനുള്ളിൽ കയറിക്കൂടി. അവിടന്നു മാറാൻ ഭയപ്പെട്ട് ഞാൻ ഷേവുപോലും ചെയ്തില്ല. മാത്രമല്ല തെരുവിലിറങ്ങി നടക്കുന്നതുകൊണ്ട് ഒരു പ്രയോജനവും ലഭിക്കാനുമില്ല. ആ ദിവസം മുഴുവൻ താങ്കളായിരുന്നു എന്റെ മനസ്സിൽ. താങ്കളോട് സഹായം അഭ്യർത്ഥിക്കലല്ലാതെ മറ്റൊരു മാർഗ്ഗവും ഉണ്ടായില്ല. ഞാൻ ജനാലയിലൂടെ താങ്കൾ വരുന്നത് നിരീക്ഷിച്ചു. താങ്കൾ വന്ന് മുറിക്കുള്ളിലേക്ക് കയറാൻ തുടങ്ങിയപ്പോൾ ഞാൻ ഓടിയെത്തി.... ഇതാണു സർ സംഭവം. ഇപ്പോൾ എന്നെപ്പോലെ താങ്കൾക്കും കാര്യം മനസ്സിലായിക്കാണും.”

മൂങ്ങയെപ്പോലെ കൺമിഴിച്ച് അയാളവിടെ ഇരുന്നു. അയാളുടെ ഞരമ്പുകൾ തുടിച്ചു. എങ്കിലും അയാളിൽ നിശ്ചയദാർഢ്യം പ്രകടമായിരുന്നു.

ഞാനുമായി പൊരുത്തപ്പെടുന്ന ഒരുവനാണ് അയാൾ എന്ന് ഞാൻ ഇതിനകം മനസ്സിലാക്കി. ഇത്തരത്തിൽ കുത്തിറക്കമുള്ള കഥകൾ ഞാൻ പലവട്ടം കേട്ടിട്ടുണ്ട്. അതെല്ലാം സത്യമായി വന്നിട്ടുമുണ്ട്. കഥയെക്കാൾ കഥ പറയുന്നയാളെ ശ്രദ്ധിക്കുന്നത് എന്റെ ശീലമാണ്. എന്റെ മുറിയിൽ കയറിക്കൂടി എന്റെ കഴുത്തറുക്കാനായിരുന്നെങ്കിൽ കുറെക്കൂടി ലഘുവായ ഒരു നുണക്കഥ പറഞ്ഞാൽ മതിയായിരുന്നു.

“നിങ്ങളുടെ താക്കോൽ തരൂ. ഞാനാ മൃതദേഹത്തെ ഒന്നു നോക്കട്ടെ. എന്റെ മുൻകരുതലെടുക്കലിന് ക്ഷമിക്കുക. എന്നാൽ കഴിയുമെങ്കിലൊന്ന് പരിശോധിക്കുക എന്റെ ഉത്തരവാദിത്വമാണ്.”

ഞാൻ പറഞ്ഞു.

വിഷമത്തോടെ അയാൾ തലയാട്ടി.

“നിങ്ങളതു ചോദിക്കുമെന്ന് ഞാൻ കരുതിയിരുന്നു. അതിപ്പോൾ എന്റെ പക്കലില്ല. അത് ചെയിനിനൊപ്പം ഡ്രസിങ് ടേബിളിലാണ്. എനിക്ക് അതവിടെ ഇട്ടു പോരേണ്ടിവന്നു. എന്റെ പുറകെയുള്ളവർ കൂർമ്മബുദ്ധിക്കാരാണ്. ഈ രാത്രി താങ്കളെന്നെ വിശ്വസിക്കണം. നാളെ താങ്കൾക്ക് തെളിവായി ആ മൃതദേഹം കാണാനാവും.

ഞാൻ ഒന്നു രണ്ടു മിനിറ്റ് ചിന്തയിലാണ്ടു.

"ശരി ഈ രാത്രിയിലേക്ക് ഞാൻ നിങ്ങളെ വിശ്വസിക്കുകയാണ്. പക്ഷേ, ഒരു കാര്യമുണ്ട്. ഈ മുറിയിലിട്ടു നിങ്ങളെ പൂട്ടും. താക്കോൽ ഞാൻ സൂക്ഷിക്കുകയും ചെയ്യും ഒന്നുകൂടി. നിങ്ങൾ നേരായ ഒരുവനാണെന്നാണ് എന്റെ വിശ്വാസം. മറിച്ചാണെങ്കിൽ, എന്റെ കൈയിൽ ഒരു തോക്കുള്ള കാര്യം ഓർമ്മിപ്പിക്കുന്നു, മിസ്റ്റർ സ്കടർ."

"തീർച്ചയായും." എനിക്കു താങ്കളുടെ പേരറിയില്ല. നിങ്ങളൊരു വെള്ളക്കാരനാണെന്നറിയാം. ഒരു റേസർ തന്നാൽ നന്നായിരുന്നു."

ഞാനയാളെ എന്റെ കിടപ്പുമുറിയിലേക്കു കൊണ്ടു പോയിവിട്ടു. അര മണിക്കൂർ കഴിഞ്ഞ് എത്തിയപ്പോൾ എനിക്ക് ആളെ മനസ്സിലായില്ല. തുളച്ചു കയറുന്ന അയാളുടെ നോട്ടംമാത്രം പഴയതുപോലെയുണ്ട്. ഷേവു ചെയ്തിരിക്കുന്നു. തലമുടി ഇരുഭാഗങ്ങളിലേക്കു വകഞ്ഞു മാറ്റിയിരുന്നു. പുരികങ്ങൾ വെട്ടിമാറ്റിയിരുന്നു.

മാത്രമല്ല പൊരിച്ചെടുത്തതുമാതിരി തവിട്ടുനിറമായിരിക്കുന്നു. ദീർഘകാലം ഇന്ത്യയിലായിരുന്ന ഒരു ബ്രിട്ടീഷ് ഓഫീസറെപ്പോലെ. മുഖത്ത് ഒരു ഒറ്റക്കണ്ണടയും. പ്രഭാഷണം നടത്താൻ പോകുന്ന ഒരു അമേരിക്കക്കാരനെപ്പോലെയുണ്ട്, കാഴ്ചയിൽ.

"അഭിവാദ്യം മിസ്റ്റർ സ്കടർ"

"സ്കടർ അല്ല ക്യാപ്റ്റൻ തിയോഫിലസ് ഡിഗ്ബി. നാല്പതാം ഗൂർഖ റജിമെന്റിലെ. ഇപ്പോൾ ലീവിൽ നാട്ടിലാണ്. അത് ഓർമ്മിച്ചിരുന്നാൽ നന്ദി, സർ."

പുകവലി മുറിയിൽ ഞാനയാൾക്ക് കിടക്കയൊരുക്കിയശേഷം എന്റെ കിടക്കയിലേക്കുപോയി. കഴിഞ്ഞ ഒരുമാസത്തിനുള്ളിൽ ഒരിക്കലും തോന്നാത്തത്ര സന്തോഷത്തോടെ ദൈവംപോലും കൈയൊഴിഞ്ഞ ഈ മഹാനഗരത്തിലും ചിലപ്പോൾ ഇങ്ങനെയൊക്കെ സംഭവിക്കും.

* * *

എന്റെ പരിചാരകനായ പാഡോക്ക് തുടർച്ചയായി വാതിലിൽ മുട്ടിവിളിക്കുന്നതുകേട്ടാണ് ഞാനുണർന്നത്. സെലാകി (അക്ഷരങ്ങൾ കൊണ്ടുള്ള കളി: പരിഭാഷകൻ) യിൽ മിടുക്കനായ പാഡോക്കിനെ ഇംഗ്ലണ്ടിലെത്തിയയുടൻ എന്നോടൊപ്പം കൂട്ടിയിരുന്നു. അയാൾ നീർക്കുതിരയെപ്പോലെ സദാ ശബ്ദിച്ചുകൊണ്ടിരിക്കും. ഒരു പരിചാരകനെന്ന നിലയിൽ കേമനായിരുന്നില്ലെങ്കിലും വിശ്വസ്തനായിരുന്നു.

"ബഹളം വയ്ക്കല്ലേ. എന്റെ സുഹൃത്ത് ക്യാപ്റ്റൻ (പേര് ഓർക്കാനായില്ല) അവിടെ കിടന്നുറങ്ങുകയാണ്. രണ്ടുപേർക്കുള്ള പ്രാതൽ തയ്യാറാക്കിയശേഷം വരു നമുക്ക് സംസാരിക്കാം."

എന്റെ സുഹൃത്ത് കഠിനമായി ജോലിചെയ്തതിനാൽ അതീവ ക്ഷീണിതനാണെന്നും ഞരമ്പുകൾ വലിഞ്ഞുമുറുകി അസ്വസ്ഥനാണെന്നും. അതിനാൽ പരിപൂർണ്ണ വിശ്രമം ആവശ്യമുണ്ടെന്നുമുള്ള ഒരു കഥ ഞാൻ പാഡോക്കിനോടു പറഞ്ഞു. അദ്ദേഹം ഇവിടെയുള്ള കാര്യം

ആരും അറിയരുത്. ഇന്ത്യയിൽനിന്നും പ്രധാനമന്ത്രിയുടെ ഓഫീസിൽ നിന്നുമുള്ള സന്ദേശങ്ങളിൽ മുങ്ങി അയാൾ നശിച്ചുപോകാനിടയുണ്ടെന്ന് ഞാൻ പറഞ്ഞു.

പ്രാതലിനെത്തിയ സ്കടറെ കണ്ടു ഞാൻ അതിശയിച്ചുപോയി. അയാളുടെ കണ്ണടയും മറ്റു വേഷവിധാനങ്ങളും കൃത്യമായും ഒരു ബ്രിട്ടീഷ് ഉദ്യോഗസ്ഥന്റേതായിരുന്നു. അയാൾ പാഡോക്കിനോട് ബോയർ യുദ്ധത്തെപ്പറ്റി തിരക്കി. അതിനു പുറമേ സാങ്കല്പികമായ ചില പൊതു സുഹൃത്തുക്കളെപ്പറ്റി വാചാലനായി. പാഡോക്ക് എന്നെ 'സർ' എന്നു വിളിച്ചിരുന്നില്ല. എന്നാൽ സ്കടറെ ഞാൻ സർ ചേർത്താണ് വിളിച്ചത്. ആ വിളിയെ ആശ്രയിച്ചാണ് അയാളുടെ ജീവിതംതന്നെ നിലനില്ക്കുന്നത് എന്നുതോന്നും ആ വിളി കേട്ടാൽ.

അയാളുടെ മുന്നിൽ ദിനപ്പത്രവും ഒരു പാക്കറ്റ് ചുരുട്ടും വച്ചുകൊടുത്തിട്ട് ഞാൻ ഉച്ചഭക്ഷണത്തിനായി നഗരത്തിലേക്കിറങ്ങി. തിരികെയെത്തുമ്പോൾ കാവല്ക്കാരൻ കനത്ത മുഖവുമായി നില്ക്കുന്നു.

"ഈ രാവിലെ മുതൽ നശിച്ച സംഭവങ്ങളാണു സർ കാണുന്നത്. പതിനഞ്ചാം നമ്പർ ഫ്ളാറ്റിലെ താമസക്കാരൻ സ്വയം വെടിവച്ചു മരിച്ചിരിക്കുന്നു. മൃതദേഹം മോർച്ചറിയിലേക്കു മാറ്റി. പൊലീസവിടെയുണ്ട്, ഇപ്പോഴും."

ഞാൻ പതിനഞ്ചാം നമ്പർ ഫ്ളാറ്റിലേക്കു പടിക്കെട്ടുകൾ കയറി. രണ്ടു പൊലീസുകാരും ഒരു ഇൻസ്പെക്ടറും അവിടെ തിരക്കിട്ട പരിശോധനയിലായിരുന്നു. ഞാൻ ഏതാനും വിഡ്ഢിച്ചോദ്യങ്ങൾ ചോദിച്ചതും അവരെന്നെ അവിടെനിന്നും ഓടിച്ചു. സ്കടറുടെ പരിചാരകനെ അവിടെ കണ്ടിരുന്നു. അയാൾക്ക് എന്തെങ്കിലും സംശയം ഉണ്ടോയെന്നറിയാൻ അയാളോടു ചില ചോദ്യങ്ങൾ ചോദിച്ചു. അയാൾക്ക് എന്തെങ്കിലും സംശയമുള്ളതായി തോന്നിയില്ല. അയാൾ പള്ളിപ്പറമ്പിന്റെ മുഖമുള്ള ഒരു പരാതി പറച്ചിലുകാരനായിരുന്നു. അയാളെ സമാധാനിപ്പിക്കാനായി അര ക്രൗൺ ചെലവിടേണ്ടിവന്നു.

അടുത്തദിവസം ഞാൻ പ്രേതവിചാരണ നടക്കുന്നിടത്തേക്കു പോയി. ഒരു പ്രസാധക സ്ഥാപനത്തിന്റെ ഉടമ, തടിപൾപ്പിന്റെ ചില കൂട്ടുകളെപ്പറ്റിയുള്ള നിർദ്ദേശങ്ങളുമായി അയാൾ അവരുടെ സ്ഥാപനത്തിൽ എത്തിയിരുന്നെന്നും അയാൾ ഒരു അമേരിക്കക്കാരനായ ബിസിനസ്സുകാരനാണെന്നും പറയുന്നുണ്ടായിരുന്നു. മനസ്ഥിരതയില്ലാത്തയൊരാളുടെ ആത്മഹത്യയായി ജൂറി ഈ സംഭവത്തെ വിലയിരുത്തി. ചില രേഖകൾ അയാൾ അമേരിക്കൻ നയതന്ത്ര പ്രതിനിധിക്കു കൈമാറി. ഞാൻ സംഭവങ്ങളുടെ ഒരു പൂർണ്ണ റിപ്പോർട്ട് സ്കടർക്കു നല്കി. അയാളതിൽ അതീവ താല്പര്യം കാണിച്ചു. പ്രേതവിചാരണ സ്ഥലത്ത് എത്തിയിരുന്നെങ്കിൽ സ്വന്തം ചരമക്കുറിപ്പു വായിക്കുന്നതുപോലെ കൗതുകകരമായിരുന്നേനെയെന്നയാൾ പറഞ്ഞു.

എന്നോടൊപ്പം കഴിഞ്ഞ ആദ്യ രണ്ടു ദിവസങ്ങളിൽ അയാൾ വളരെ

ശാന്തനായി കാണപ്പെട്ടു. വായിച്ചു, അല്പാല്പം പുകവലിച്ചു, പിന്നെ ചെറിയ നോട്ടുബുക്കിൽ എന്തൊക്കെയോ കുത്തിക്കുറിച്ചു. എല്ലാ രാത്രിയിലും ഞങ്ങൾ ചെസ്സ് കളിച്ചു. അയാൾക്കായിരുന്നു എപ്പോഴും ജയം. അയാൾ തന്റെ മനോനില വീണ്ടെടുത്തു. ആരോഗ്യവും മെച്ചപ്പെട്ടു. ക്ലേശകരമായ ഒരു ഘട്ടത്തിലൂടെയായിരുന്നല്ലോ അയാൾ കടന്നുവന്നിരുന്നത്. എന്നാൽ മൂന്നാമത്തെ ദിവസം അയാൾ അസ്വസ്ഥനാകാൻ തുടങ്ങി. ജൂൺ പതിനഞ്ചുവരെയുള്ള ദിവസങ്ങളുടെ ഒരു പട്ടിക അയാൾ തയ്യാറാക്കി. ഓരോ തീയതിയായി പെൻസിൽ ഉപയോഗിച്ച് അടയാളപ്പെടുത്തുകയും ചുരുക്കെഴുത്തിൽ എന്തൊക്കെയോ കുറിക്കുകയും ചെയ്തു. പലപ്പോഴും അയാൾ ചിന്താമഗ്നനായി കാണപ്പെട്ടു. തീക്ഷ്ണമായ ആ കണ്ണുകൾ ചുരുങ്ങി. വിഷണ്ണനായ ഒരുവനെപ്പോലെ ധ്യാനിച്ചിരുന്നു.

പെട്ടെന്നയാൾ വീണ്ടും ഊർജ്ജസ്വലനായി. ചെറിയ ശബ്ദങ്ങൾക്കുപോലും ചെവികൊടുത്തു. പാഡോക്കിനെ വിശ്വസിക്കാമോയെന്ന് ഇടയ്ക്കിടയ്ക്ക് അന്വേഷിച്ചു. ഒന്നു രണ്ടുവട്ടം അയാൾ മുൻകോപം കാട്ടുകയും പിന്നീട് ക്ഷമ ചോദിക്കുകയും ചെയ്തു. ഞാനയാളെ കുറ്റപ്പെടുത്താനൊന്നും പോയില്ല. കഠിനമായ ഒരു യത്നശേഷം വന്ന ഒരുവനെന്നുള്ള പരിഗണന ഞാനയാൾക്ക് നല്കി. അയാളുടെ സുരക്ഷയെപ്പറ്റിയായിരുന്നില്ല അയാളുടെ ഭയം, ആസൂത്രണം ചെയ്ത പദ്ധതിയുടെ വിജയത്തെപ്പറ്റിയായിരുന്നു. ആ ചെറിയ മനുഷ്യനാകെ ദൃഢമായിരുന്നു. ദുർബ്ബലതയുടെ ഒരു കണികപോലും അയാളിലുണ്ടായിരുന്നില്ല. ഒരു രാത്രി അയാൾ വളരെ ശാന്തഗംഭീരനായി കാണപ്പെട്ടു.

"ഹാനി, ഇക്കാര്യത്തിൽ താങ്കളെ കുറെക്കൂടി ആഴത്തിലേക്കിറക്കിയാലോ എന്നാണ് ഞാൻ ആലോചിക്കുന്നത്. ഈ ദൗത്യം മറ്റാരെങ്കിലും ഏറ്റെടുക്കാതെ അങ്ങനെയങ്ങ് പോകാൻ ഞാനിഷ്ടപ്പെടുന്നില്ല. മുമ്പ് അവ്യക്തമായി ഞാൻ കേട്ടിരുന്ന കാര്യങ്ങളുടെ ഉള്ളറകളിലേക്ക് അയാളെന്നെ കൊണ്ടുപോയി."

ഞാൻ അയാൾ പറഞ്ഞ കാര്യങ്ങളിൽ അത്രയേറെ ശ്രദ്ധയൊന്നും പതിപ്പിച്ചില്ല. അയാളുടെ സാഹസികതകളോടാണ് അല്ലാതെ അയാളുടെ രാഷ്ട്രീയത്തോടായിരുന്നില്ല എന്റെ താല്പര്യം. കരോലൈഡ്സും അയാളുടെ കാര്യങ്ങളും എന്നെ ബാധിക്കുന്ന പ്രശ്നങ്ങളല്ല. അതെല്ലാം അയാളിൽത്തന്നെയിരിക്കട്ടെ. അതുകൊണ്ടാകാം അയാൾ പറഞ്ഞതിൽ പലതും എന്റെ ഓർമ്മയിൽനിന്നും പോയി. ലണ്ടൻ നഗരത്തിൽ എത്തിയതിനു ശേഷം മാത്രമല്ല കരോലൈഡ്സിനുള്ള അപകടം തുടങ്ങുന്നത്. അതു തുടങ്ങുന്നത് ഉന്നതങ്ങളിൽ നിന്നാണ്. ആരും സംശയിക്കാത്ത സ്ഥലങ്ങളിൽനിന്ന്. ഇക്കാര്യത്തിൽ അയാൾക്ക് നല്ല ഉറപ്പുണ്ടായിരുന്നു. അയാൾ ഒരു വനിതയുടെ പേര് പരാമർശിച്ചിരുന്നു. ആലിയ ചെച്ചനി. ആ വനിതയ്ക്ക് ഈ അപകടവുമായി എന്തോ ബന്ധമുള്ളതുപോലെ. ഗാർഡുകളുടെ സുരക്ഷാവലയത്തിൽനിന്നും കരോലൈഡെസിനെ പുറത്തേക്കു കൊണ്ടുവരാനുള്ള കെണിയൊരുക്കുന്നത് അവളായിരിക്കുമെന്ന് ഞാൻ

മനസ്സിലാക്കി. ഒരു ബ്ലാക് സ്റ്റോണിനെപ്പറ്റിയും അയാൾ പരാമർശിച്ചു. അയാളുടെ സംസാരത്തിൽനിന്നും അറിയാതെ വീണൊരു മനുഷ്യനുമുണ്ട്. അയാളുടെ കാര്യംപറയുമ്പോഴൊക്കെ അയാൾ ഭയന്നു വിറച്ചു. യുവാവിന്റെ ശബ്ദമുള്ള ഒരു വൃദ്ധൻ. കഴുകനെപ്പോലെ കണ്ണടയ്ക്കാനാകുന്ന ഒരുവൻ.

അയാൾ മരണത്തെപ്പറ്റിയും ഏറെ സംസാരിച്ചു. തന്റെ ദൗത്യം വിജയിപ്പിക്കുന്നതിലായിരുന്നു അയാളുടെ ഉൽക്കണ്ഠ. സ്വന്തം ജീവിതത്തെപ്പറ്റിയായിരുന്നില്ല.

"ഞാനോർക്കുകയാണ്. ഏറെ തളർന്ന് നിങ്ങൾ ഉറങ്ങാൻ കിടക്കുന്നു. ഉണർന്നെണീക്കുമ്പോൾ ഒരു ഗ്രീഷ്മകാല പ്രഭാതത്തിൽ ജാലകത്തിലൂടെ വയ്ക്കോൽ മണം ഒഴുകിയെത്തുന്നു. അത്തരമൊരു പ്രഭാതത്തിന് ഞാൻ ദൈവത്തോടു നന്ദിപറയും. അങ്ങ് ദൂരെ ജോർദാന്റെ മറുഭാഗത്തുള്ള നീലപ്പുല്ലുകൾ നിറഞ്ഞ പ്രദേശത്തെ പ്രഭാതങ്ങൾക്കായും ഞാൻ ദൈവത്തോടു നന്ദിയുള്ളവനായിരിക്കും."

അടുത്തദിവസം അയാൾ കൂടുതൽ ഉല്ലാസവാനായി കാണപ്പെട്ടു. സ്റ്റോൺവാൾ ജാക്സന്റെ ജീവിതകഥ വായിക്കുന്നതായി കണ്ടു. ഒരു മൈനിങ് എഞ്ചിനീയർക്കൊപ്പം തൊഴിൽപരമായ ഒരു കാര്യത്തിനു ഞാൻ പുറത്തേക്കുപോയി. രാത്രി ഭക്ഷണം അയാൾക്കൊപ്പം കഴിച്ചു. പത്തരമണിയോടെ, ഉറക്കത്തിനു മുമ്പുള്ള ചെസ്സുകളിക്കായി ഞാനെത്തി.

എന്റെ ചുണ്ടുകൾക്കിടയിൽ ഒരു ചുരുട്ട് ഉണ്ടായിരുന്നു എന്നാണെന്റെ ഓർമ്മ. ഞാൻ പുകവലിക്കാറുള്ള മുറിയുടെ വാതിൽ തള്ളിത്തുറന്നു. വിളക്കുകൾ പ്രകാശിപ്പിച്ചിരുന്നില്ല. അത് അസാധാരണമായി തോന്നി.

സ്കടർ എത്തിച്ചേർന്നിട്ടില്ല എന്നു ഞാൻ അത്ഭുതപ്പെട്ടു. ഞാൻ സ്വിച്ചിട്ടു. ആരെയും അവിടെ കണ്ടില്ല. മുറിയുടെ മൂലയിൽ എന്തോ കിടക്കുന്ന കണ്ടു. ആ കാഴ്ചയിൽ എന്റെ ചുരുട്ട് നിലത്തുവീണു. ഭയംകൊണ്ട് എന്റെ ശരീരം തണുത്തുവിറച്ചു. ശരീരത്തിൽനിന്നും വിയർപ്പൊഴുകി.

എന്റെ അതിഥി നീണ്ടു നിവർന്നുകിടക്കുന്നു. അയാളുടെ ഹൃദയത്തിലൂടെ നീണ്ടൊരു കത്തി ആഴ്ന്നിറങ്ങിയിരിക്കുന്നു. അത് അയാളുടെ ഹൃദയം ഭേദിച്ച് നിലത്തുതൊട്ടിരുന്നു.

പാല്ക്കാരൻ യാത്ര തുടങ്ങുന്നു

ഞാൻ ചാരുകസേരയിൽ അവശനായി ഇരുന്നു. അഞ്ചുമിനിറ്റോളം അതേയിരിപ്പിരുന്നശേഷം പെട്ടെന്ന് ഞെട്ടിയെഴുന്നേറ്റു. നിലത്തു കിടന്ന് എന്നെ തുറിച്ചുനോക്കുന്ന പാവപ്പെട്ട ആ വെളുത്ത മുഖം എനിക്കു സഹിക്കാവുന്നതിനും അപ്പുറമായിരുന്നു. ഞാൻ എഴുന്നേറ്റു ചെന്ന് മേശ വിരിയെടുത്ത് അതിനെ മൂടി. കാലുകളുറയ്ക്കാതെ ഞാൻ ചുവരലമാരയിൽ തപ്പി ബ്രാണ്ടിക്കുപ്പിയെടുത്ത് പല കവിൾ അകത്താക്കി. ആളുകൾ മൃഗീയമായി കൊല്ലപ്പെടുന്നത് ഞാൻ ഇതിനുമുമ്പും കണ്ടിട്ടുണ്ട്. 'മാറ്റബെല്ലെ' യുദ്ധത്തിൽ ഞാൻ കുറെപ്പേരെ കൊന്നിട്ടുമുണ്ട്. എന്നാൽ രക്തം മരവിച്ചുപോകുന്ന ഈ കൊലപാതകം തികച്ചും വേറിട്ടുനില്ക്കുന്നു. എന്നിട്ടും നിയന്ത്രണം കൈവിട്ടു പോകാതിരിക്കാൻ ഞാൻ ശ്രദ്ധിച്ചു.

ഞാൻ വാച്ചിലേക്കു നോക്കി. പത്തരമണിയായിരിക്കുന്നു. പെട്ടെന്ന് ഒരാശയമുദിച്ചു. തലമുടി ചീകുന്ന ചീപ്പ് കൈയിലെടുത്തുകൊണ്ട് ഞാൻ ഫ്ളാറ്റാകെ പരിശോധിച്ചു. എങ്ങും ഒരു മനുഷ്യനെയും കാണാനില്ല. ജനാലകളെല്ലാം അടച്ച് വാതിൽ പൂട്ടി ചങ്ങലയിട്ടു.

ഈ സമയംകൊണ്ട് സമചിത്തത തിരികെക്കിട്ടി. കൂടുതൽ ചിന്തിക്കാൻ അവസരം കൈവന്നു. കാര്യങ്ങൾ ചിന്തിച്ചുറയ്ക്കാൻ ഒരു മണിക്കൂറെടുത്തു. ഞാൻ തിരക്കു കൂട്ടിയില്ല. കൊലപാതകികൾ മടങ്ങിയെത്തിയില്ലെങ്കിൽ ആവശ്യത്തിനു സമയമുണ്ട്. രാവിലെ ആറു മണിവരെ ആലോചിക്കാം.

ഒരു കാര്യം ഉറപ്പായി. ഞാൻ പെട്ടിരിക്കുന്നു. സ്കടർ പറഞ്ഞ കഥയ്ക്കുമേൽ സംശയത്തിന്റെ എന്തെങ്കിലും നിഴൽ ബാക്കിയുണ്ടായിരുന്നെങ്കിൽ അതിപ്പോൾ മാറിക്കിട്ടി. അതിന്റെ തെളിവ് ആ മേശവിരിപ്പിനുള്ളിലുണ്ട്. അവർക്ക് മാത്രം അറിയാവുന്ന കാര്യം അയാൾക്കറിയാമെന്നറിഞ്ഞ

ആളുകൾ അയാളെ കണ്ടെത്തിക്കഴിഞ്ഞു. അയാളെ നിശ്ശബ്ദനാക്കാൻ പറ്റിയ ഏറ്റവും മികച്ച കാര്യവും അവർ ചെയ്തു കഴിഞ്ഞു. അതു ശരി തന്നെ. എന്നാൽ അയാൾ കഴിഞ്ഞ നാലു ദിവസമായി എന്റെ മുറിയിലുണ്ട്. അയാൾ എന്നിൽ വിശ്വാസമർപ്പിച്ചിരുന്നു എന്ന കാര്യവും അവർക്ക് ഉറപ്പായിട്ടുണ്ട്. അടുത്തത് ഞാനാണ്. ആ രാത്രി തന്നെ ആകാമായിരുന്നു. അല്ലെങ്കിൽ അടുത്ത ദിവസം. അല്ലെങ്കിൽ അതിനടുത്ത ദിവസം. എന്റെ ദിവസങ്ങൾ എണ്ണപ്പെട്ടു കഴിഞ്ഞു.

മറ്റൊരു സാദ്ധ്യത പെട്ടെന്നു തെളിഞ്ഞു. പുറത്തുപോയി പൊലീസിനെ അറിയിക്കുകയോ അല്ലെങ്കിൽ കിടന്നുറങ്ങുകയോ ചെയ്യാം. കിടന്നുറങ്ങിയാൽ രാവിലെ പാഡോക്കെത്തി മൃതദേഹം കണ്ടശേഷം എന്നെ വിളിച്ചുണർത്തുന്നു.

അപ്പോൾ സ്കടറെപ്പറ്റി എന്തു കഥ പറയും? അയാളെപ്പറ്റിയുള്ള കള്ളക്കഥകൾ ഇതിനകം തന്നെ പാഡോക്കിനോടു പറഞ്ഞുകഴിഞ്ഞു. കാര്യങ്ങളാകെ കുഴഞ്ഞുമറിഞ്ഞിരിക്കുന്നു. ശുദ്ധഗതിക്കാരനായി സ്കടർ പറഞ്ഞതും നടന്നതുമൊക്കെ പൊലീസിനോടു പറഞ്ഞുവെന്നു കരുതുക. അവർ അതു ചിരിച്ചുതള്ളും. ഉറപ്പായും അവർ എനിക്കുമേൽ കൊലക്കുറ്റം ചുമത്തും. സാഹചര്യത്തെളിവുകൾ എന്നെ തൂക്കിലേറ്റാൻ ഉതകുന്നതാണ്. ഇംഗ്ലണ്ടിൽ എന്നെ അറിയാവുന്നവർ ഏറെയില്ല. എന്റെ സ്വഭാവത്തെപ്പറ്റി സാക്ഷ്യപ്പെടുത്താൻ അടുത്ത ചങ്ങാതിമാർപോലും ഇല്ല. ഇതായിരിക്കാം എന്റെ അജ്ഞാത ശത്രുക്കളുടെ തുറുപ്പുചീട്ടും. അവർ എന്തും ചെയ്യാൻ പോന്നവരാണ്. നെഞ്ചിൽ ആഴ്ത്തിയിറക്കിയ കത്തി പോലെത്തന്നെ ഇംഗ്ലണ്ടിലെ തടവുമുറിയും ജൂൺ 15 വരെ എന്നെ ഒഴിവാക്കാൻ മതിയാവും.

ഇനി ഈ കഥ മുഴുവൻ ഞാൻ പറയുകയും അതിശയം സംഭവിച്ചതുപോലെ അത് വിശ്വസിക്കപ്പെടുകയും ചെയ്താലോ? അപ്പോൾ ഞാൻ അവരുടെ കളിയാവും കളിക്കുക. കരോലൈഡ്സ് വീട്ടിൽ കഴിയും. അതു തന്നെയാണവർക്കു വേണ്ടതും. സ്കടറുടെ ചേതനയറ്റ മുഖം കണ്ടപ്പോൾ അയാളുടെ പദ്ധതിയിൽ എനിക്കു കൂടുതൽ വിശ്വാസം തോന്നി. അയാൾ പോയി. അയാൾക്ക് എന്നിൽ വിശ്വാസമുണ്ടായിരുന്നു. അപ്പോൾ ആ ദൗത്യം ഏറ്റെടുക്കാനുള്ള ബാദ്ധ്യത എനിക്കാണ്. നിങ്ങൾ കരുതും സ്വന്തം ജീവൻകൊണ്ടുകളിക്കുന്ന ഈ മനുഷ്യൻ ഒരു വിഡ്ഢിയാണെന്ന്. ഞാൻ വെറുമൊരു സാധാരണ മനുഷ്യനാണ്. മറ്റുള്ളവരെക്കാൾ ധൈര്യശാലിയുമല്ല. എന്നാൽ ഒരു നല്ല മനുഷ്യനെ വീഴ്ത്തിയതും അയാളുടെ ഹൃദയത്തിലൂടെ നീണ്ട കത്തി കുത്തിയിറക്കിയതും സ്കടറുടെ അന്ത്യമാകില്ല, ഞാൻ അയാളുടെ ദൗത്യം ഏറ്റെടുത്താൽ.

ഒന്നു രണ്ടു മണിക്കൂർ ഞാൻ ആലോചനയിൽ മുഴുകി. ഒടുവിൽ ഒരു തീരുമാനത്തിൽ എത്തിച്ചേർന്നു. എങ്ങനെയെങ്കിലും അപ്രത്യക്ഷനാവുക. ജൂൺ മാസത്തിലെ രണ്ടാമത്തെ ആഴ്ച കഴിയുന്നതുവരെയെങ്കിലും അതു തുടരുക. അതിനുശേഷം ഗവൺമെന്റിലെ ആൾക്കാരുമായി

ബന്ധപ്പെട്ട് എന്താണ് സ്കടർ എന്നോടു പറഞ്ഞിരുന്നതെന്ന് അറിയിക്കുക. ദൈവമേ അയാൾ എന്നോടു കൂടുതൽ പറഞ്ഞിരുന്നെങ്കിൽ! അതെല്ലാം ശ്രദ്ധയോടെ ഞാൻ കേട്ടിരുന്നെങ്കിൽ! കാര്യങ്ങളുടെ രത്നച്ചുരുക്കം മാത്രമേ എനിക്കറിയാവൂ എന്ന് എനിക്കറിയാം. വലിയൊരു അപകടം പതിയിരിപ്പുണ്ട്. മറ്റെല്ലാ അപകടങ്ങളെയും തരണം ചെയ്താലും ഞാൻ പറയുന്നത് വിശ്വസിക്കപ്പെടുകയില്ല എന്നതാണത്. അതിന്റെ അപകടം നേരിട്ടേ മതിയാവൂ. ഞാൻ പറയുന്നത് ഗവൺമെന്റിനു വിശ്വസിക്കാൻ പറ്റിയ സംഭവവികാസങ്ങൾ എന്തെങ്കിലും ഇതിനിടയ്ക്ക് വന്നുചേരുമെന്ന് പ്രതീക്ഷിക്കുക മാത്രം.

അടുത്ത മൂന്നാഴ്ചക്കാലത്തെ അതിജീവിക്കുകയാണ് എന്റെ മുമ്പിലുള്ള പരമപ്രധാന കാര്യം. ഇന്ന് മേയ് 24. അതിനർത്ഥം ഇരുപതുദിവസത്തെ അജ്ഞാതവാസമെന്നാണ്. അതിനുള്ള ശക്തി സംഭരിക്കണം. രണ്ടുകൂട്ടർ എന്നെ തെരയുന്നുണ്ട്. എന്നെ വകവരുത്താനിറങ്ങിപ്പുറപ്പെടുന്ന സ്കടറുടെ ഘാതകന്മാർ. പിന്നെ പൊലീസ്. അവർ സ്കടറുടെ കൊലപാതകത്തിന്റെ പേരിൽ എന്നെ തെരയും. അതൊരു കുഴഞ്ഞുമറിഞ്ഞ വേട്ട തന്നെയാവും. കാര്യങ്ങൾ എങ്ങനെയായിത്തീരുമെന്നു കണ്ടുതന്നെ അറിയണം. കഴിഞ്ഞ കുറേ നാളുകളായി ഞാൻ തികച്ചും അലസനായിരുന്നു. പ്രവർത്തിക്കാനായി ലഭിക്കുന്ന ഓരോ അവസരവും സ്വീകാര്യമാണ്. മൃതദേഹത്തിനരികിൽ ഏകനായി ഇരുന്ന് ഭാഗ്യം വന്നുചേരുന്നത് പ്രതീക്ഷിക്കുമ്പോൾ ചവിട്ടിയരയ്ക്കപ്പെട്ട പുഴുവിനെക്കാൾ മെച്ചമായിരുന്നില്ല എന്റെ അവസ്ഥ. എന്നാൽ എന്റെ കഴുത്തിന്റെ സുരക്ഷ എന്റെ ബുദ്ധിമേലാണ് കുടികൊള്ളുന്നത് എന്നതിനാൽ എല്ലാം സന്തോഷത്തോടെ നേരിടാൻ ഞാൻ തയ്യാറെടുത്തു.

എന്റെ അടുത്ത ചിന്ത സ്കടർ എന്തെങ്കിലും പേപ്പറുകൾ സൂക്ഷിച്ചിട്ടുണ്ടോ എന്നതാണ്. അതു കിട്ടിയാൽ കാര്യങ്ങളെപ്പറ്റി കൂടുതൽ വ്യക്തമായ സൂചന ലഭിക്കുമായിരുന്നു. മേശ വിരിപ്പ് മാറ്റി അയാളുടെ പോക്കറ്റുകളിൽ തപ്പിനോക്കി. കുത്തിവീഴ്ത്തിയ നേരത്ത് അയാൾ അത്യധികം പ്രസന്നഭാവത്തിലായിരുന്നിരിക്കണം. അതേ പ്രസന്നഭാവം ആ മുഖത്തുനിന്നും മാഞ്ഞിരുന്നില്ല. അയാളുടെ നെഞ്ചിലെ പോക്കറ്റിൽനിന്നും ഏതാനും നാണയത്തുട്ടുകളും വെയ്സ്റ്റ് കോട്ടിൽനിന്നും ഒരു ചുരുട്ട് ഹോൾഡറും കിട്ടി. ട്രൗസറിന്റെ പോക്കറ്റിൽനിന്നും ചെറിയൊരു പേനാക്കത്തി, ചില വെള്ളി നാണയങ്ങൾ എന്നിവയും ജാക്കറ്റിന്റെ സൈഡ് പോക്കറ്റിൽനിന്നും മുതലത്തൊലിയിലുള്ള ചുരുട്ട് കവറും കിട്ടി. അയാൾ കുറിപ്പുകളെടുത്ത ചെറിയ കറുത്ത നോട്ട് ബുക്ക് അക്കൂട്ടത്തിൽ കണ്ടില്ല. അത് കൊലയാളികൾ കൊണ്ടുപോയിട്ടുണ്ടാകുമെന്ന കാര്യം തീർച്ചയാണ്.

പരിശോധനയുമായി ഞാൻ മുന്നോട്ടുപോയപ്പോൾ എന്റെ എഴുത്തുമേശയുടെ ഡ്രായർ രണ്ടും വലിച്ചുനീക്കിയ നിലയിൽ കാണപ്പെട്ടു. സ്കടർ അപ്രകാരം ചെയ്യില്ല എന്നുറപ്പാണ്. കാരണം അയാൾ കാര്യങ്ങൾ അങ്ങേയറ്റം വൃത്തിയായി ചെയ്യുന്ന ഒരുവനായിരുന്നു. ചിലർ എന്തൊ

ക്കെയോ തെരഞ്ഞിരുന്നു എന്ന കാര്യം ഉറപ്പാണ്. ആ കറുത്ത നോട്ടു ബുക്കായിരുന്നിരിക്കണം അവർ തെരഞ്ഞിരുന്നത്. ഞാൻ ഫ്ളാറ്റിനകം മുഴുവൻ പരിശോധിച്ചു. എല്ലാം വാരിവലിച്ച് അലങ്കോലമാക്കിയിരുന്നു. പുസ്തകങ്ങൾക്കുള്ളിൽ, മേശവലിപ്പിൽ, ചുവരലമാരയിൽ, പെട്ടികളിൽ, അലമാരയിലിരുന്ന എന്റെ വസ്ത്രങ്ങളുടെ പോക്കറ്റുകളിൽ, ഡൈനിങ് റൂമിന്റെ റാക്കുകളിൽ എല്ലാം അവർ അരിച്ചു പെറുക്കിയിരുന്നു. അയാൾ കുത്തിക്കുറിച്ച നോട്ടുപുസ്തകത്തിന്റെ തരിമ്പും എങ്ങും കാണാനായില്ല. സ്കടറുടെ പോക്കറ്റിൽനിന്നും അവർക്ക് ആ നോട്ടുബുക്ക് കിട്ടിയിട്ടുണ്ടാവണം.

അതിനുശേഷം ഒരു അറ്റ്ലസ് എടുത്ത് ബ്രിട്ടീഷ് ഐൽസിന്റെ ഭൂപടം പരിശോധിച്ചു. വന്യമായ ഏതെങ്കിലും ഒരു ജില്ലയിലേക്ക് രക്ഷപ്പെടാനാകുമോ എന്നായിരുന്നു എന്റെ പരിശോധന. കെണിയിൽപ്പെട്ട എലിയെപ്പോലെ ഈ നഗരത്തിൽ പെട്ടുപോയ എനിക്ക് മുമ്പ് ലഭിച്ച സൈനിക പരിശീലനം തുണയാകുമോയെന്ന് ഞാൻ നോക്കി. സ്കോട്ട്ലന്റിലേക്കു പോകുന്നതായിരിക്കും നല്ലത്. എന്റെ പൂർവ്വികർ സ്കോട്ട്ലന്റിൽ നിന്നുള്ളവരാണ്. ഏതൊരു സ്കോട്ട്ലന്റുകാരനെപ്പോലെയും അവിടെ സ്വതന്ത്രനായി എനിക്കു കടന്നുപോകാം. ഒരു ജർമ്മൻ വിനോദസഞ്ചാരിയായാലോ എന്ന് ആദ്യം ഒരു ചിന്ത വന്നതാണ്. എന്റെ പിതാവിന് ആ മേഖലയിൽ ചില സുഹൃത്തുക്കളും പങ്കാളിത്തവുമുണ്ടായിരുന്നു. ജർമ്മൻ ഭാഷയിലും എനിക്ക് വേണ്ടത്ര പ്രാവീണ്യവുമുണ്ടായിരുന്നു. മൂന്നു വർഷക്കാലം ജർമ്മൻകാരുടെ നിയന്ത്രണത്തിലുള്ള ആഫ്രിക്കയിലെ ദമാരാലാന്റിൽ (ഇപ്പോഴത്തെ നമീബിയ: പരിഭാഷകൻ) ചെമ്പ് വ്യാപാര സാദ്ധ്യതകൾ ആരായാനായി പ്രവർത്തിച്ച അനുഭവവുമുണ്ട്.

ഒരു സ്കോട്ട്ലന്റുകാരനാവുകയാണ് എന്റെ മേൽ സംശയം തോന്നാതിരിക്കാനുള്ള എളുപ്പമാർഗ്ഗമെന്ന് എനിക്കു മനസ്സിലായി. പൊലീസുകാർക്ക് എന്റെ ഭൂതകാലത്തെപ്പറ്റി അറിയാനുള്ള സാദ്ധ്യതയും അവിടെ കുറവായിരിക്കും. ഗാലോവേയിലേക്കായിരിക്കും പോകേണ്ടതെന്ന് ഞാനുറപ്പിച്ചു. ഭൂപടത്തിൽനിന്നും അറിയാൻ കഴിഞ്ഞിടത്തോളം ഏറ്റവും അടുത്തുള്ള വന്യമായ ഇടം അതാണ്. ജനസംഖ്യയും അവിടെ കുറവാണെന്ന് ഞാൻ കണ്ടെത്തി. റെയിൽ - റോഡ് യാത്രാവിവരണങ്ങളടങ്ങിയ ടൈംടേബിളായ ബ്രാഡ്ഷായിൽ തെരഞ്ഞപ്പോൾ ഏഴ് പത്തിന് സെന്റ് പാൻക്രാസിൽനിന്നും പുറപ്പെട്ട ഒരു ട്രെയിൻ എന്നെ ഗാലോവേയിലുള്ള ഏതെങ്കിലുമൊരു സ്റ്റേഷനിൽ എത്തിക്കുമെന്നറിഞ്ഞു. വൈകുന്നേരത്തോടെ ആ വണ്ടി ഇവിടെ എത്തിച്ചേരും. അത് മതിയാവും. എന്നാൽ സെന്റ് പാൻക്രാസിൽ എങ്ങനെ എത്തിച്ചേരുമെന്നതാണ് പ്രധാന പ്രശ്നം. കാരണം സ്കടറുടെ ചങ്ങാതിമാർ എന്നെത്തിരഞ്ഞ് പുറത്തുണ്ടാവുമെന്ന കാര്യം തീർച്ചയാണ്. അക്കാര്യം എന്നെ അല്പനേരത്തേക്ക് കുഴക്കി. പെട്ടെന്ന് ഒരു ഉൾപ്രേരണയുണ്ടായി. അതിന്റെ ബലത്തിൽ ഞാൻ ഉറങ്ങാൻ കിടന്നു. അസ്വസ്ഥമായ രണ്ടു മണിക്കൂറുകൾ ഞാനുറങ്ങി.

നാലുമണിക്ക് ഞാനുണർന്ന് കിടക്കമുറിയുടെ വാതിൽ തുറന്നു. ഗ്രീഷ്മത്തിലെ പ്രഭാതത്തിനു തുടക്കംകുറിച്ച് ആകാശത്ത് പ്രകാശം ഒഴുകിയെത്തി. കുരുവികളുടെ കളകൂജനം കേൾക്കായി. പെട്ടെന്ന് എനിക്ക് വിരക്തി തോന്നുകയും ഞാനൊരു വിഡ്ഢിയാണല്ലോ എന്ന് ഓർക്കുകയും ചെയ്തു. കാര്യങ്ങൾ അതിന്റെ സ്വാഭാവിക വഴിക്കു നീങ്ങട്ടെ. എല്ലാക്കാര്യവും ബ്രിട്ടീഷ് പൊലീസിനെ അറിയിക്കാം. അവർ നീതിപൂർവ്വം തീരുമാനിക്കട്ടെ. ഇതായിരുന്നു അപ്പോഴത്തെ ചിന്ത. ഞാനെത്ര ആലോചിച്ചിട്ടും തലേദിവസം ആലോചിച്ചുറച്ച കാര്യങ്ങളിൽനിന്നും വ്യതിചലിക്കാൻ പറ്റിയ യുക്തി കണ്ടെത്താനായില്ല. അതിനാൽ ആ പദ്ധതിയുമായി മുന്നോട്ടുപോകാൻതന്നെ തീരുമാനിച്ചു. എനിക്ക് പരിഭ്രമമൊന്നും തോന്നിയില്ല. കൂടുതൽ കുഴപ്പങ്ങളിലേക്കു നീങ്ങാൻ താല്പര്യമുണ്ടായില്ല എന്നു മാത്രം. നിങ്ങൾക്കതു മനസ്സിലാകുമെന്നു തോന്നുന്നു.

നല്ലൊരു കമ്പിളിസ്യൂട്ട് ഞാൻ തേടിപ്പിടിച്ചു. ശക്തിയായ ഒരു ജോടി ആണിതറച്ച ബൂട്ടും കോളറുള്ള ഫ്ളാനൽ ഷർട്ടും തയ്യാറാക്കി. പോക്കറ്റിനുള്ളിലേക്ക് മറ്റൊരു ഷർട്ടും തുണികൊണ്ടുള്ള തൊപ്പിയും കുറച്ചു തൂവാലകളും ഒരു ടൂത്ത് ബ്രഷും തിരുകിക്കയറ്റി. സ്കടറിന് ആവശ്യം വന്നാലോ എന്നു കരുതി രണ്ടു ദിവസം മുമ്പ് ബാങ്കിൽനിന്നും നല്ലൊരളവ് സ്വർണ്ണം പിൻവലിച്ചിരുന്നു. അമ്പതു പൗണ്ടിന്റെ കറൻസി ബെൽറ്റിനുള്ളിൽ തിരുകി. റൊഡേഷ്യയിൽനിന്നും വാങ്ങിയതായിരുന്നു ആ ബെൽറ്റ്. എനിക്കാവശ്യമുള്ളതെല്ലാം ആയിക്കഴിഞ്ഞു. അതിനുശേഷം നന്നായൊന്നു കുളിച്ചു താടിവെട്ടി ശരിയാക്കി. അതാകെ വളർന്ന് വികൃതമായിരിക്കുകയായിരുന്നു.

അതിനുശേഷമാണ് അടുത്ത ചുവടുവയ്ക്കേണ്ടത്. സാധാരണഗതിയിൽ പാഡോക്ക് ഏഴു മുപ്പതിനാണെത്തിച്ചേരുന്നത്. മറ്റൊരു താക്കോൽ അയാളുടെ പക്കലുണ്ട്. ഏഴു മണിക്ക് ഇരുപതുമിനിട്ട് ബാക്കിയുള്ളപ്പോൾ പാല്ക്കാരനെത്തുമെന്ന് അനുഭവംകൊണ്ട് എനിക്കറിയാം. അയാളെത്തുമ്പോൾ പാൽ പാത്രങ്ങൾ കൂട്ടിമുട്ടുന്ന ശബ്ദം കേൾക്കും. എനിക്കുള്ള പാൽ വാതിലിനടുത്ത് വയ്ക്കും. പ്രഭാത നടത്തത്തിനിടെ ഞാൻ പലപ്പോഴും അയാളെ കണ്ടിട്ടുണ്ട്. എന്റെയത്ര തന്നെ ഉയരമുള്ള ഒരു യുവാവായിരുന്നു അയാൾ. ചെറിയൊരു താടിയുണ്ടയാൾക്ക്. ഒരു വെള്ളക്കുപ്പായം ധരിച്ചിരിക്കും. എന്റെ എല്ലാ പ്രതീക്ഷകളും ഞാൻ അയാളിൽ അർപ്പിച്ചു.

ഇരുണ്ടുകിടക്കുന്ന പുകവലിമുറിയിലേക്ക് ഞാൻ ചെന്നു. പ്രഭാതസൂര്യന്റെ കിരണങ്ങൾ ജനാലയുടെ വിടവിലൂടെ ആ മുറിയിലേക്ക് എത്തിത്തുടങ്ങിയിട്ടേ ഉണ്ടായിരുന്നുള്ളൂ. അലമാരയിൽനിന്ന് ഏതാനും ബിസ്കറ്റ് കഴിച്ചശേഷം സോഡയൊഴിച്ച് അല്പം വിസ്കി അകത്താക്കി. അപ്പോൾ സമയം ഏകദേശം ആറു മണി. ഞാൻ ഒരു പൈപ്പ് പോക്കറ്റിലിട്ടു. പൗച്ചിൽ പുകയില നിറച്ചു. പുകയിലയിട്ടു വച്ചിരുന്ന ടിന്നിലേക്ക് കൈകൾ താഴ്ത്തിയപ്പോൾ കൈ എന്തിലോ തടഞ്ഞു. സ്കടറുടെ കറുത്ത

നോട്ടു ബുക്ക് ഞാൻ പുറത്തേക്കെടുത്തു.

അത് ഒരു നല്ല നിമിത്തമായി ഞാൻ കരുതി. മൃതദേഹത്തിൽനിന്നും തുണിയല്പം മാറ്റി. ജീവനില്ലാത്ത ആ മുഖത്ത് നിറഞ്ഞുനിന്ന അന്തസ്സും സമാധാനവും എന്നെ അതിശയിപ്പിച്ചു.

"സുഹൃത്തേ, ഞാൻ വിട പറയുന്നു. നിങ്ങൾക്കുവേണ്ടി എനിക്കു കഴിയുന്നതെല്ലാം ചെയ്യാൻ പോകുന്നു. എവിടെയാണെങ്കിലും എനിക്ക് നന്മകൾ നേരൂ."

പാല്ക്കാരൻ വരുന്നതും കാത്തു ഞാൻ ഹാളിൽ നിന്നു. അതായിരുന്നു ഏറ്റവും വിഷമകരം. വാതിലിൽനിന്നും പുറത്തിറങ്ങാൻ ഞാൻ വെമ്പി. ആറ് മുപ്പത് കടന്നുപോയി. ആറു നാല്പതായി. അയാൾ എത്തിച്ചേർന്നില്ല. ഈ ദിവസം തന്നെ വൈകാനായി തിരഞ്ഞെടുത്തതിന്റെ പേരിൽ ഞാനയാളെ ശപിച്ചു.

എട്ടുമണി കഴിഞ്ഞ് ഒരു മിനിറ്റായപ്പോൾ പാത്രങ്ങൾ കൂട്ടിമുട്ടുന്ന ശബ്ദം കേൾക്കാൻ തുടങ്ങി. മുൻവശത്തെ വാതിൽ തുറന്നു. പാല്ക്കാരൻ മുന്നിൽ നില്ക്കുന്നു. എനിക്കുള്ള പാൽപ്പാത്രം തെരഞ്ഞെടുത്ത് കൈകളിൽ പിടിച്ചിട്ടുണ്ട്. അയാൾ ചെറുതായി ചൂളമടിക്കുന്നുണ്ടായിരുന്നു. എന്നെക്കണ്ട് അയാളൊന്നു ഞെട്ടി മാറി.

"ഒന്നിങ്ങു വരൂ. ഒരു കാര്യം പറയാനുണ്ട്." ഞാനയാളെ ഡൈനിങ് റൂമിലേക്ക് കൂട്ടിക്കൊണ്ടുപോയി.

"നിങ്ങളൊരു കായികപ്രേമിയാണെന്ന് എനിക്കറിയാം. നിങ്ങളുടെ തൊപ്പിയും കോട്ടും പത്തുമിനിട്ടു നേരത്തേക്ക് ഒന്നു കടംതരൂ. ഇതാ ഈ നാണയം വച്ചോളൂ.'

സ്വർണ്ണനാണയം കണ്ട് അയാളുടെ കണ്ണുകൾ വിടർന്നു. "ജിമ്മിൽ പോകാനാണോ"

അയാൾ ചോദിച്ചു.

"ഒരു പന്തയമുണ്ട്. വിശദീകരിക്കാൻ ഒട്ടും സമയമില്ല. നിങ്ങൾ ചെയ്യേണ്ടത് ഇത്രമാത്രം. ഞാൻ മടങ്ങിവരുന്നതുവരെ ഇവിടെ നില്ക്കണം. നിങ്ങൾ അല്പം വൈകിയേക്കും. ആരും പരാതി പറയില്ല. ആ സ്വർണ്ണനാണയം നിങ്ങൾക്കുള്ളതാണ്."

"ശരി. മത്സരങ്ങളെ ഒരിക്കലും ഞാനായി നശിപ്പിക്കില്ല. കോട്ടിതാ പിടിച്ചോളൂ, സർ"

അയാളുടെ നീലത്തൊപ്പിയും വെള്ളകോട്ടും ഞാൻ ധരിച്ചു. പാൽപ്പാത്രങ്ങൾ കൈയിലെടുത്തു. വാതിലടച്ചു. ചൂളമടിച്ചുകൊണ്ട് ഞാൻ പടിക്കെട്ടുകളിറങ്ങി. താഴെ നിന്ന കാവല്ക്കാരൻ എന്നോടു നിശ്ശബ്ദനാകാൻ പറഞ്ഞു. ആവശ്യത്തിലേറെ ഞാൻ ചൂളമടിച്ചിട്ടുണ്ടാവണം.

ഞാൻ ആദ്യം കരുതിയത് തെരുവിൽ ആരും ഇല്ലെന്നാണ്. ഏകദേശം നൂറ് അടി അകലെ ഒരു പൊലീസുകാരൻ നില്ക്കുന്നുണ്ടായിരുന്നു. ഒരു തെരുവു തെണ്ടി റോഡു മുറിച്ചു കടന്നു. ഒരു ഉൾപ്രേരണയാലെന്നപോലെ ഞാൻ എതിരെയുള്ള വീട്ടിലേക്കു നോക്കി. ഒന്നാം നിലയിലെ

മുറിയിൽ ഒരു മുഖം കണ്ടു. തെരുവു തെണ്ടി കടന്നുപോകുന്ന പോക്കിൽ മുകളിലേക്കു നോക്കി. അവർ തമ്മിൽ എന്തോ അടയാളം കൈമാറിയ തുപോലെ എനിക്കുതോന്നി.

പാല്ക്കാരനെ അനുകരിച്ച് ഉല്ലാസവാനായി ചൂളം കുത്തി റോഡു മുറിച്ചു കടന്നു. ആദ്യത്തെ തെരുവിലേക്കു കടന്ന് ഇടതുവശത്തേക്കു തിരിഞ്ഞ് മുമ്പോട്ടുനീങ്ങി. ഒഴിഞ്ഞ ഒരു മൈതാനത്തേക്കാണ് ആ തെരുവ് ചെന്നെത്തുന്നത്. അവിടെ ആരും ഉണ്ടായിരുന്നില്ല. ഒരു പരസ്യപ്പല കയ്ക്കു പിറകിൽ പാൽപ്പാത്രങ്ങൾ വച്ചു. കോട്ടും തൊപ്പിയും അവിടേക്കു വലിച്ചെറിഞ്ഞു. അപ്പോഴേക്കും ഒരു പോസ്റ്റ്മാൻ അവിടെയെത്തി. അപ്പോൾ അടുത്തുള്ള പള്ളിയിലെ ക്ലോക്ക് ഏഴടിച്ചു.

ഒരു സെക്കന്റുപോലും കളയാനില്ല. യൂസ്റ്റൺ റോഡിലെത്തിയപ്പോൾ ഞാൻ ഓടാൻ തുടങ്ങി. അപ്പോൾ യൂസ്റ്റൺ സ്റ്റേഷനിലെ ക്ലോക്ക് മണി ക്കൂർ കഴിഞ്ഞ് അഞ്ചുമിനിറ്റ് രേഖപ്പെടുത്തി. സെന്റ് പാൻക്രാസിൽ എനിക്ക് ടിക്കറ്റ് എടുക്കാൻ സമയം ലഭിക്കില്ല. എന്തിന്, എങ്ങോട്ടാണു പോകേണ്ടത് എന്നുപോലും ഞാൻ ഉറപ്പിച്ചിരുന്നില്ല. ഒരു പോർട്ടർ എനിക്ക് പ്ലാറ്റ്ഫോം നമ്പർ പറഞ്ഞു തന്നു. അവിടെയെത്തിയപ്പോൾ തീവണ്ടി വേഗമെടുത്തു കഴിഞ്ഞിരുന്നു. രണ്ടു സ്റ്റേഷൻ ഉദ്യോഗസ്ഥർ എന്നെ തടയാൻ നോക്കി. അവരെ വെട്ടിച്ച് ഞാൻ അവസാന കമ്പാർട്ട് മെന്റിലേക്ക് ചാടിക്കയറി.

മൂന്നു മിനിറ്റിനുശേഷം തീവണ്ടി വടക്കൻ തുരങ്കത്തിലൂടെ ചീറിപ്പാ യുമ്പോൾ കുപിതനായ ഒരു ഗാർഡ് എന്നെ നേരിട്ടു. അയാൾ ന്യൂടൗൺ സ്റ്റെവാർട്ടിലേക്ക് ഒരു ടിക്കറ്റ് എഴുതിത്തന്നു. ആ പേര് പെട്ടെന്ന് എന്റെ ഓർമ്മയിലേക്ക് മടങ്ങിയെത്തി. ഞാൻ ചാടിക്കയറിയ ഫസ്റ്റ് ക്ലാസ് കമ്പാർട്ട്മെന്റിൽനിന്നും ഗാർഡ് എന്നെ മൂന്നാം ക്ലാസിലേക്കുക്കൊണ്ടു പോയി. അവിടെ ഒരു നാവികനും അയാളുടെ തടിച്ചിയായ ഭാര്യയും കുഞ്ഞും ഇരുന്നിരുന്നു. അയാൾ മുറുമുറുത്തുകൊണ്ട് എഴുന്നേറ്റു മാറി. ഞാനെന്റെ നെറ്റി തുടച്ചു. ഒരു സ്കോട്ട്ലന്റുകാരനെന്ന നിലയിൽ ഞാന വരെ നിരീക്ഷിച്ചു. തീവണ്ടിയിൽ കയറിപ്പറ്റുന്നത് കഠിനമായ ഒരു ജോലി തന്നെ. ഞാനെന്റെ ദൗത്യത്തിലേക്കു കടന്നുകഴിഞ്ഞു.

“ആ ഗാർഡിന്റെ ഒരു അഹങ്കാരം. അയാളെ നിലയ്ക്കുനിർത്താൻ ഒരു സ്കോട്ട്ലന്റ് നാവുതന്നെ വേണം. ഈ മുലകുടി മാറാത്ത കുട്ടിക്ക് ടിക്കറ്റ് വേണമെന്നാണയാൾ പറയുന്നത്. അതിനാണയാൾ വഴക്കുണ്ടാ ക്കുന്നത്.”

നാവികൻ നീരസത്തോടെ അതിനോടു യോജിച്ചു. അധികാരികളോട് എതിർപ്പു പ്രകടിപ്പിക്കപ്പെടുന്ന ഒരു അന്തരീക്ഷത്തിലാണ് ഞാനെന്റെ പുതിയ ജീവിതത്തിന് തുടക്കമിട്ടത്. ഒരാഴ്ച മുമ്പ് ജീവിതമാകെ വിരസ മായി നീങ്ങിയിരുന്ന കാര്യം ഞാനെന്നെ ഓർമ്മിപ്പിച്ചു.

സാഹിത്യതല്പരനായ സത്രം സൂക്ഷിപ്പുകാരന്റെ സാഹസങ്ങൾ

ആ ദിവസം എനിക്ക് വടക്കൻ ദിക്കിലേക്ക് ശാന്തഗംഭീരമായ ഒരു യാത്ര തരപ്പെട്ടു. മേയ് മാസത്തിലെ പ്രസന്നമായ കാലാവസ്ഥ. വേലിവക്കിലെ കാട്ടുറോസകൾ പൂവിട്ടിരിക്കുന്നു. ഞാനൊരു സ്വതന്ത്ര മനുഷ്യനായിരുന്നപ്പോൾ എന്തുകൊണ്ട് ഈ സ്വർഗ്ഗഭൂവിൽ വരാതെ ലണ്ടനിൽ തങ്ങിയെന്ന് ഞാൻ എന്നോടു ചോദിച്ചു. ഞാൻ ട്രെയിനിലെ റെസ്റ്റോറന്റിൽ പോയില്ല. ലീഡിലെത്തിയപ്പോൾ എനിക്ക് ഉച്ചഭക്ഷണപ്പൊതി കിട്ടി. ഞാനത് ആ തടിച്ച സ്ത്രീയുമായി പങ്കിട്ടു. പ്രഭാത പത്രങ്ങളും ലഭിച്ചു. ക്രിക്കറ്റ് താരങ്ങളെയും ക്രിക്കറ്റ് സീസൺ ആരംഭിക്കാൻ പോകുന്നതിനെപ്പറ്റിയൊക്കെയായിരുന്നു പ്രധാന വാർത്തകൾ. ബാൽക്കൻ പ്രശ്നങ്ങൾ പരിവൃതമാകുന്നതിന്റെ ഏതാനും ചിത്രങ്ങളും ഒരു ബ്രിട്ടീഷ് സംഘം കീവിലേക്കു പോകുന്നതിന്റെ വാർത്തയും അതിലുണ്ടായിരുന്നു.

പത്രപാരായണം കഴിഞ്ഞ് ഞാൻ സ്കടറുടെ ചെറിയ നോട്ടുബുക്ക് പഠിക്കാനാരംഭിച്ചു. അതിൽ നിറയെ കുത്തുകളായിരുന്നു. മിക്കവാറും അക്കങ്ങളും ഇടയ്ക്കിടയ്ക്ക് പേരുകളും അതിൽ കണ്ടു. ഉദാഹരണത്തിന് ഹോഫ്ഗാർഡ്, ലുനൊവില്ല, അവോക്കാഡോ എന്നിങ്ങനെ. പാവിയ എന്നൊരു വാക്ക് ഇടയ്ക്കിടയ്ക്ക് പ്രത്യക്ഷപ്പെട്ടു.

വ്യക്തമായ കാരണമില്ലാതെ സ്കടർ ഒന്നുംതന്നെ ചെയ്തിരുന്നില്ല എന്ന് എനിക്കിപ്പോൾ ബോദ്ധ്യമായി. ഉറപ്പായും ഇതൊരു നിഗൂഢ ഭാഷയാണ്. അക്കാര്യം എന്നെ ഏറെ ആഹ്ലാദിപ്പിച്ചിരുന്നു. ബോയർ യുദ്ധത്തിൽ ഡെലഗോവ ബേയിൽ രഹസ്യാന്വേഷണ ഉദ്യോഗസ്ഥനായിരിക്കുമ്പോൾ ഞാനുമത് പരീക്ഷിച്ചിട്ടുണ്ട്. ചെസ്സിലും പ്രശ്നോത്തരികളിലും എനിക്ക് പ്രാവീണ്യമുണ്ടായിരുന്നു. നിഗൂഢ ഭാഷ അഴിച്ചെടുക്കുന്നതിൽ ഞാൻ അതീവ തല്പരനുമായിരുന്നു. ഒരുതരം അക്കങ്ങളുടെ ഭാഷയാണ്

ഇതിൽ ഉപയോഗിച്ചിരിക്കുന്നത്. ഒരുകൂട്ടം അക്കങ്ങളോടു ചേർത്ത് ചില അക്ഷരങ്ങൾ. ഒന്നോ രണ്ടോ മണിക്കൂർ ചെലവിട്ടാൽ ബുദ്ധിമാനായ ഏതൊരു മനുഷ്യനും ഉത്തരം കണ്ടെത്താവുന്നതേയുള്ളൂ. എന്നാൽ സ്കഡർ അങ്ങനെ എളുപ്പത്തിൽ വഴങ്ങുന്നതൊന്നും ചെയ്യുന്നവനായിരുന്നില്ല. എല്ലാത്തിനെയും ബന്ധിപ്പിക്കുന്ന ഒരു താക്കോൽപദമുണ്ടാവും. അതു കണ്ടെത്തിയാൽ വായന സുഗമമാകും. അതിനാൽ ഞാൻ അച്ചടിച്ച അക്ഷരങ്ങളിൽ ശ്രദ്ധ കേന്ദ്രീകരിച്ചു. മണിക്കൂറുകളോളം പരിശ്രമിച്ചിട്ടും എനിക്ക് കുരുക്കഴിക്കാനായില്ല.

ഞാൻ ഉറങ്ങിപ്പോവുകയും ഡംഫ്രേസിൽ എത്തിയപ്പോൾ ഉണരുകയും ചെയ്തു. കൃത്യമായും ഇറങ്ങാനുള്ള സമയമായിരുന്നു അത്. പ്ലാറ്റ്ഫോമിൽ ഒരു മനുഷ്യൻ നില്ക്കുന്നുണ്ടായിരുന്നു. അയാളുടെ നോട്ടം എനിക്ക് തീരെ പിടിച്ചില്ല. അയാൾ എന്നെ തുറിച്ചുനോക്കിയെന്ന് പറയാൻ കഴിയില്ല. ഒരു ആട്ടോമാറ്റിക് മെഷീനിൽ ഘടിപ്പിച്ചിരുന്ന കണ്ണാടിയിലേക്ക് ഞാൻ യാദൃച്ഛികമായി ഒന്നു നോക്കി. എനിക്ക് അത്ഭുതം തോന്നിയില്ല. എന്റെ മുഖം തവിട്ടുനിറമായി കഴിഞ്ഞിരുന്നു. എന്റെ നടത്തവും വസ്ത്രവും മൂന്നാം ക്ലാസ് കമ്പാർട്ട്മെന്റിൽ തിക്കിത്തിരക്കി എത്തിയ മലമ്പ്രദേശത്തെ കൃഷിക്കാരനെ അനുസ്മരിപ്പിച്ചു.

കമ്പിളിക്കുപ്പായങ്ങൾ ധരിച്ച് കളിമൺ പൈപ്പ് പുകച്ചുകൊണ്ടിരിക്കുന്ന അഞ്ചാറുപേർ എനിക്കൊപ്പം യാത്ര ചെയ്തു. അവർ ഏതോ ആഴ്ചച്ചന്തയിൽനിന്നും വരുന്നവരാണ്. അവർ വിലയെപ്പറ്റിയാണ് പറഞ്ഞുകൊണ്ടിരുന്നത്. ചെമ്മരിയാടുകൾ കെയിനിലും ഡ്യൂക്കിലും അധികമായി പ്രസവിക്കുന്നതിനെപ്പറ്റിയും എനിക്ക് അപരിചിതമായ പല പല കാര്യങ്ങളെപ്പറ്റിയും അവർ പറഞ്ഞുകൊണ്ടിരുന്നു. അവർ നല്ലരീതിയിൽ ഭക്ഷിക്കുകയും വിസ്കി കഴിക്കുകയും ചെയ്തു. അവർ എന്നെ ശ്രദ്ധിച്ചതേയില്ല. വണ്ടി കുലുങ്ങിക്കുലുങ്ങി മരങ്ങൾ നിറഞ്ഞ ഒരു താഴ്വരയിലെത്തി. അതിന്റെ തുടർച്ചയായി വിശാലമായ തരിശ്ശുപാടങ്ങൾ കണ്ടു. തടാകങ്ങളിലെ ജലത്തിൽ വലിയ മലകൾ നിഴലിച്ചു. മലനിരകൾ വടക്ക് ദിശയിലേക്ക് നീണ്ടുപോയി.

ഏകദേശം അഞ്ചുമണിയായപ്പോൾ വണ്ടി ഒഴിഞ്ഞു. ഞാൻ ഒറ്റയ്ക്കായി. അതുതന്നെയാണ് ഞാൻ ആഗ്രഹിച്ചതും. ഞാൻ അടുത്ത സ്റ്റേഷനിൽ ഇറങ്ങി. ഒരു ചെറിയ സ്റ്റേഷനായിരുന്നു അത്. പേര് ശ്രദ്ധിച്ചിരുന്നില്ല. ഒരു ചതുപ്പു നിലത്തോട് ചേർന്നായിരുന്നു ആ സ്റ്റേഷൻ. കാരൂവിലെ മറവിയിലാണ്ടുപോയ ചെറിയൊരു സ്റ്റേഷനെ അത് ഓർമ്മിപ്പിച്ചു. വൃദ്ധനായ ഒരു സ്റ്റേഷൻ മാസ്റ്റർ തന്റെ തോട്ടത്തിൽ കുഴിയെടുത്തുകൊണ്ടു നില്പുണ്ടായിരുന്നു. മൺകോരി ചുമലിൽ വച്ച് അയാൾ തീവണ്ടിക്കരികിലേക്കു മെല്ലെനടന്നു വന്നു. അതിൽനിന്നും ഒരു പാർസൽ ഏറ്റുവാങ്ങിയശേഷം ഉരുളക്കിഴങ്ങു പാടത്തിലെത്തി തന്റെ പണി തുടർന്നു. പത്തു വയസ്സുള്ള കുട്ടി എന്റെ ടിക്കറ്റ് വാങ്ങി. ഞാൻ നടന്ന് ഒരു വെളുത്ത പാതയിലെത്തി. ചതുപ്പുനിലത്തെ ഭേദിച്ച് അതിന്റെ നടുവിലൂടെയാണാ

പാത കടന്നുപോയത്.

അത് പ്രസന്നമായ ഒരു വസന്തകാല സായാഹ്നമായിരുന്നു. മുറിച്ചെടുത്ത രത്നക്കല്ലുകൾ പോലെ കുന്നുകൾ തിളങ്ങി. വീശിയകന്ന ഇളം കാറ്റിൽ ചതുപ്പുനിലങ്ങളുടെ ഗന്ധം കലർന്നിരുന്നു. എങ്കിലും ഉൾസമുദ്രത്തിലെ ഗന്ധം പോലെ എനിക്കത് ആസ്വാദ്യമായി. അതെന്റെ ഉത്സാഹം വർദ്ധിപ്പിച്ചു. യഥാർത്ഥത്തിൽ ഞാൻ ലാഘവചിത്തനാവുകയായിരുന്നു. പൊലീസ് പിന്തുടരുന്ന മുപ്പത്തേഴുകാരനായ ഒരുവനായല്ല വസന്തകാലത്തെ അവധി ആഘോഷിക്കാൻ തെണ്ടിത്തിരിയുന്ന ഒരു കുട്ടിയായാണെനിക്ക് അനുഭവപ്പെട്ടത്. മൂടൽ മഞ്ഞുനിറഞ്ഞു നില്ക്കുന്ന ഒരു പ്രഭാതത്തിൽ ആഫ്രിക്കയിലെ പുൽമേടുകളിലൂടെ നടന്ന് ഒരു വനയാത്രയ്ക്കു പോകുമ്പോഴുണ്ടാകുന്നതിന് സമാനമായ അനുഭവമാണെനിക്ക് ഉണ്ടായത്. നിങ്ങൾ വിശ്വസിക്കുമോ എന്ന് എനിക്കറിയില്ല. ആ പാതയിലൂടെ ചൂളമടിച്ചുകൊണ്ടാണ് ഞാൻ നടന്നു നീങ്ങിയിരുന്നത്. അടുത്തുനടത്തേണ്ട പദ്ധതികളൊന്നും എന്റെ തലയ്ക്കുള്ളിൽ അപ്പോഴുണ്ടായിരുന്നില്ല. അനുഗൃഹീതവും പ്രകൃതിയുടെ കലർപ്പില്ലാത്ത ഗന്ധം നിലനില്ക്കുന്നതുമായ പ്രദേശത്തുകൂടെ നടന്നു നടന്നു പൊയ്ക്കൊണ്ടിരിക്കാനായിരുന്നു ഞാൻ ആഗ്രഹിച്ചത്. പിന്നിടുന്ന ഓരോ മൈലും എന്നെ കൂടുതൽ ഉല്ലാസവാനാക്കി.

റോഡുവക്കിൽ നട്ടുപിടിപ്പിച്ചിട്ടുള്ള ഹെയ്സൽച്ചെടിയുടെ ഒരു ശിഖരം അടർത്തിമാറ്റി ഊന്നുവടിയാക്കി. പ്രധാന പാതവിട്ട് ഒരു അരുവിയിലേക്കു നീളുന്ന ചവിട്ടുവഴിയിലൂടെ ഞാൻ നീങ്ങി. എന്നെ പിന്തുടരുന്നവരിൽനിന്നും ഏറെ മുന്നിലാണെന്ന ഒരു തോന്നൽ ഉണ്ടായി. അതുകൊണ്ടുതന്നെ ഈ രാത്രി സമാധാനപരമായി ഉറങ്ങാനുള്ളതാണ്. ആഹാരം തൊട്ടിട്ട് മണിക്കൂറുകൾ ഏറെയായിരുന്നു. നന്നായി വിശക്കുന്നുണ്ടായിരുന്നു. ജലപാതത്തിനരികിൽ ഒരു ഗ്രാമീണ ഭവനം കണ്ടു. തവിട്ടുനിറമുള്ള മുഖത്തോടുകൂടിയ ഒരു സ്ത്രീ അവിടെ നില്ക്കുന്നുണ്ടായിരുന്നു. തരിശു പ്രദേശങ്ങളിലെ സ്ത്രീകൾക്കുള്ള സവിശേഷമായ നാണത്തോടെ അവരെന്നെ അഭിവാദ്യം ചെയ്തു. ഒരു രാത്രി താമസിക്കാനുള്ള ഇടം തേടിയപ്പോൾ അവർ സന്തോഷത്തോടെ അവരുടെ കൂരയ്ക്കു കീഴിൽ തങ്ങാൻ സമ്മതിച്ചു. അവർ വേഗത്തിൽ ഭക്ഷണം തയ്യാറാക്കി. ഉണക്കിയെടുത്ത പന്നിയിറച്ചി, മുട്ട, വെണ്ണപുരട്ടിക്കഴിക്കേണ്ട റൊട്ടി, കട്ടിയും മധുരവുമുള്ള പാൽ എന്നിവ ചേർന്ന സമൃദ്ധമായ ഭക്ഷണമായിരുന്നു അത്. ഇരുട്ടിത്തുടങ്ങിയപ്പോൾ ആ സ്ത്രീയുടെ ഭർത്താവ് മലയിറങ്ങിവന്നു. ഒരു ആജാനബാഹു. സാധാരണ മനുഷ്യന്റെ മൂന്നിരട്ടിവരും. വനത്തിൽ വസിക്കുന്ന ഏതു മനുഷ്യരെയും പോലെ അവർ ചോദ്യങ്ങളൊന്നും ചോദിച്ചില്ല. ഞാൻ ഏതോ ഒരു കച്ചവടക്കാരനാണെന്ന് അവർ ധരിച്ചതുപോലെ തോന്നി. ആ ബോദ്ധ്യം ഉറപ്പിക്കാൻ ഞാൻ ചിലതൊക്കെ ചെയ്തു. ഞാൻ കാലികളെപ്പറ്റി സംസാരിച്ചു. അതിനെപ്പറ്റി അയാൾക്ക് വലിയ പിടിപാടില്ലെന്നു തോന്നി. ഗാലോവേയിലെ ചന്തയെ

പ്പറ്റി ഞാൻ കൂടുതൽ വിവരങ്ങൾ ചോദിച്ചറിഞ്ഞു. ആ വിവരങ്ങൾ ഭാവിയിലെ ഉപയോഗത്തിനായി മനസ്സിൽ കുറിച്ചിട്ടു. പത്തുമണിയായപ്പോൾ ഞാൻ കസേരയിലിരുന്ന് ഉറങ്ങിപ്പോയി. 'കൂരയ്ക്കു കീഴിലെ മുറി' എന്നെ സസന്തോഷം സ്വീകരിച്ചു. ആ വീടിന്റെ സുരക്ഷയ്ക്കകത്ത് ഞാൻ അഞ്ചു മണിക്കുമുമ്പ് കണ്ണുതുറന്നേയില്ല.

അവർ പണം വാങ്ങാൻ വിസമ്മതിച്ചു. ആറു മണിയോടെ പ്രഭാതഭക്ഷണവും കഴിഞ്ഞ് ഞാൻ തെക്കുഭാഗത്തേക്കു നടന്നു. ഇന്നലെ ഇറങ്ങിയ റെയിൽവേ സ്റ്റേഷനിൽനിന്നും ഒന്നോ രണ്ടോ സ്റ്റേഷനുകൾക്കപ്പുറം പോകാനായിരുന്നു ഞാൻ ലക്ഷ്യമാക്കിയത്. എന്നിട്ട് തിരികെ അതേ സ്റ്റേഷനിൽ എത്തുക. അതാണ് ഏറ്റവും സുരക്ഷിതമെന്ന് ഞാൻ കണക്കുകൂട്ടി. ലണ്ടനിൽനിന്നും ഞാൻ പടിഞ്ഞാറൻ തുറമുഖത്തേക്കു തിരിച്ചിട്ടുണ്ടാവുമെന്നാകും പൊലീസ് കരുതുകയെന്ന് ഞാൻ ഊഹിച്ചു. നല്ലൊരു തുടക്കത്തിന് ഇനിയും സമയമുണ്ടെന്ന് ഞാൻ കണക്കുകൂട്ടി. എന്നെ കുറ്റപ്പെടുത്താൻ കുറച്ചുമണിക്കൂറുകൾ കൂടിയുണ്ട്. സെന്റ് പാൻക്രാസിൽനിന്നും ഞാൻ ട്രെയിൻ കയറുമ്പോൾ കൂടുതൽ പേർ എന്നെ അറിയണമെന്നും ഞാൻ ആഗ്രഹിച്ചു.

വസന്തത്തിലെ തെളിഞ്ഞ അന്തരീക്ഷം തന്നെയായിരുന്നു അപ്പോഴും. ക്ഷീണിച്ചു വലഞ്ഞവനായി കാണപ്പെടാൻ ഞാനൊട്ടും ആഗ്രഹിച്ചില്ല. കഴിഞ്ഞ കുറേമാസങ്ങൾക്കുള്ളിൽ ഞാനേറ്റവും ഉല്ലാസവാനായി കാണപ്പെട്ട സമയം കൂടിയായിരുന്നു അത്. തരിശുഭൂമികൾ പിന്നിട്ട് ഞാൻ മറ്റൊരു പാതയിലെത്തി. കാൻസ്മോർ പർവ്വതനിരകൾ എന്ന് ആളുകൾ വിളിക്കുന്ന ഒരു കുന്നിന്റെ താഴ്വാരത്തിലാണ് പാത എത്തിച്ചേർന്നത്. കൂടുകൂട്ടുന്ന നീലക്രൗഞ്ചപ്പക്ഷികളും കുളക്കോഴികളും എമ്പാടും കരഞ്ഞു. പച്ചപിടിച്ച മേച്ചിൽ സ്ഥലങ്ങളും അരുവിയും ചേരുന്നിടത്ത് കുത്തിട്ടതുപോലെ ചെമ്മരിയാട്ടിൻ കൂട്ടം നിലകൊണ്ടു. എന്റെ അസ്ഥികളിൽ നിന്നും കഴിഞ്ഞ മാസങ്ങളിലെ മന്ദത ഊർന്നുപോയി. നാലു വയസ്സുകാരനായ ഒരു കുട്ടിയെപ്പോലെ ഞാൻ ഊർജ്ജസ്വലനായി. നടന്നുനടന്ന് ഞാൻ തരിശുഭൂമികൾക്കപ്പുറം കാണപ്പെട്ട തിട്ടയിലേക്കും തുടർന്ന് നദിയിലേക്ക് ചരിഞ്ഞു പോകുന്ന താഴ്വാരത്തിലേക്കും എത്തിച്ചേർന്നു. പുഷ്പിച്ചു നില്ക്കുന്ന കാട്ടുതുമ്പക്കൂട്ടങ്ങൾക്കിടയിലൂടെ ഏകദേശം ഒരു മൈലിനപ്പുറം തീവണ്ടിപ്പുക ഉയരുന്നതുകണ്ടു.

സ്റ്റേഷനിൽ എത്തിച്ചേർന്നപ്പോൾ എന്റെ ദൗത്യത്തിന് പറ്റിയതാണെന്നു കണ്ടു. തരിശു ഭൂമിയിലൂടെയാണ് ഒറ്റവരിമാത്രമുള്ള തീവണ്ടിപ്പാത കടന്നുപോകുന്നത്. പാളത്തിന്റെ അരികുപറ്റി ഒരു വിശ്രമമുറിയും ഓഫീസും സ്റ്റേഷൻമാസ്റ്ററുടെ വസതിയും നെല്ലിമരങ്ങൾ വളർന്നു നില്ക്കുന്ന ചെറിയൊരു തോട്ടവും കണ്ടു. അതിന്റെ അതിരിൽ ഡയാന പ്പൂക്കൾ വിടർന്നുനില്ക്കുന്നു. അവിടെനിന്നും എവിടേക്കും പാതകളൊന്നും കടന്നുപോയിരുന്നില്ല. ആ പ്രദേശത്തിന്റെ ഒറ്റപ്പെടലിന് ആക്കം കൂട്ടാനെന്നപോലെ പാറക്കല്ലുകൾ നിറഞ്ഞ അരമൈലോളം തീരമുള്ള

വലിയൊരു തടാകവും കണ്ടു. പടിഞ്ഞാറേക്കു പോകുന്ന തീവണ്ടിയുടെ പുക അന്തരീക്ഷത്തിൽ അലിഞ്ഞുതീരുന്നതുവരെ ഞാൻ കാട്ടുതുമ്പകൾക്കിടയിൽ കാത്തിരുന്നു. അതിനുശേഷം ബുക്കിങ് ഓഫീസിലേക്കു ചെന്ന് ഡംഫ്രൈസിലേക്ക് ടിക്കറ്റ് എടുത്തു.

വൃദ്ധനായ ഒരു ആട്ടിടയനും അയാളുടെ പട്ടിയും മാത്രമായിരുന്നു ആ കമ്പാർട്ട്മെന്റിൽ ആകെ ഉണ്ടായിരുന്ന മറ്റൊരു യാത്രക്കാരൻ. പട്ടിയുടെ കണ്ണിനു ചുറ്റും അസാധാരണമാംവിധത്തിൽ വെളുത്തിരുന്നു. അത്തരം പട്ടികളെ ഞാൻ സംശയിച്ചു. ആ മനുഷ്യൻ നല്ല ഉറക്കത്തിലായിരുന്നു. അയാൾക്കരികിൽ അന്നു രാവിലത്തെ 'സ്കോട്ട്മാൻ' കിടന്നിരുന്നു. ആകാംക്ഷയോടെ ഞാൻ ആ പത്രമെടുത്തു നിവർത്തി. അതിൽ എന്തെങ്കിലും വിവരമുണ്ടാവുമെന്ന് ഞാൻ കരുതി.

പോർട്ട്ലാന്റ് പ്ലേസിലെ കൊലപാതകത്തെപ്പറ്റി രണ്ടു കോളം വാർത്തയുണ്ടായിരുന്നു. ഇതിനകം ആ പേരിൽ കൊലപാതകം ശ്രദ്ധയാകർഷിച്ചുകഴിഞ്ഞിരുന്നു. എന്റെ പരിചാരകൻ പാഡോക്ക് അറിയിച്ചതനുസരിച്ച് പൊലീസെത്തി. പാല്ക്കാരനെ അറസ്റ്റ് ചെയ്തു. അയാൾക്ക് ലഭിച്ച സ്വർണ്ണനാണയത്തിന് അയാൾ വലിയ വില നല്കേണ്ടിവന്നു. എനിക്ക് അത് സഹായകരവുമായി. അയാളെ ചുറ്റിപ്പറ്റി ആ ദിവസത്തിലെ അന്വേഷണത്തിന്റെ മുഖ്യഭാഗവും നീങ്ങി. "സ്റ്റോപ് പ്രസ്" വാർത്തയിൽ മറ്റൊന്നു കൂടിക്കണ്ടു. പാല്ക്കാരനെ വിട്ടയച്ചു. യഥാർത്ഥ കുറ്റവാളി ലണ്ടനിൽനിന്നും വടക്കുദേശത്തേക്കുള്ള ഏതോ തീവണ്ടിയിൽ കയറി രക്ഷപ്പെട്ടുവെന്നാണ് പൊലീസ് നിഗമനം. ഫ്ളാറ്റിന്റെ ഉടമയെന്ന നിലയിൽ എന്നെപ്പറ്റിയുള്ള ഒരു ഹ്രസ്വവിവരണവുമുണ്ടായിരുന്നു. അത് പൊലീസിന്റെ തന്ത്രമാണെന്ന് എനിക്കു മനസ്സിലായി. എന്നെ സംശയിക്കുന്നില്ല എന്നു മനസ്സിലാക്കിക്കാനായിരുന്നു അത്.

വിദേശ രാഷ്ട്രീയത്തെയോ കരോലൈഡ്സിനെയോ പരാമർശിക്കുന്ന വാർത്തകളൊന്നും അതിലുണ്ടായിരുന്നില്ല. സ്കഡർക്ക് താല്പര്യമുണ്ടായിരുന്ന വിഷയങ്ങളും വാർത്തയിലില്ലായിരുന്നു. പത്രം ഇരുന്ന സ്ഥലത്തുതന്നെ വച്ചു. ഞാൻ ഇന്നലെ ട്രെയിനിറങ്ങിയ സ്റ്റേഷൻ എത്താറായിരിക്കുന്നു. ഉരുളക്കിഴങ്ങു കുഴിച്ചെടുക്കുന്ന സ്റ്റേഷൻമാസ്റ്റർ അതേ പണി തുടർന്നുകൊണ്ടിരുന്നു. ഞങ്ങളുടെ വണ്ടി കടന്നുപോകാനായി പടിഞ്ഞാറോട്ടു പോകാനുള്ള വണ്ടി കാത്തുകിടന്നു. അതിൽനിന്നും മൂന്നു പേരിറങ്ങി സ്റ്റേഷൻ മാസ്റ്ററോട് എന്തോ ചോദിക്കുന്നു. അത് പ്രാദേശിക പൊലീസുകാരായിരിക്കുമെന്ന് ഞാൻ ഊഹിച്ചു. സ്കോട്ട്ലന്റ് യാർഡിന്റെ ഇടപെടൽ അവരെ ഊർജ്ജസ്വലരാക്കിയതാവാം. ഒറ്റക്കുതിരയ്ക്കു പോകാനിടമുള്ള ഈ വഴിയിൽ അവർ എന്നെയാവാം തെരയുന്നത്. നിഴലിൽ മറഞ്ഞിരുന്ന് ഞാനവരെ സസൂക്ഷ്മം നിരീക്ഷിച്ചു. അതിൽ ഒരാളുടെ കൈയിൽ ഒരു നോട്ടുപുസ്തകമുണ്ട്. അയാൾ അതിൽ കുറിപ്പുകളെടുക്കുന്നുണ്ടായിരുന്നു. ഉരുളക്കിഴങ്ങു കിളച്ചെടുക്കുന്ന ആ സ്റ്റേഷൻ മാസ്റ്റർ അല്പം മുൻകോപിയാണെന്നു തോന്നുന്നു. എന്നാൽ ഇന്നലെ

എന്നിൽനിന്നും ടിക്കറ്റ് ശേഖരിച്ച കുട്ടി ധാരാളം സംസാരിക്കുന്നുണ്ട്. വെളുത്തപാത തരിശുഭൂമിയിലേക്ക് ചെന്നുചേരുന്നിടത്തേക്ക് എല്ലാരും നോക്കുന്നുണ്ട്. എന്റെ വഴി തിരയുകയാണ് അവരെന്ന് ഞാൻ കരുതി.

സ്റ്റേഷൻ വിട്ടുകഴിഞ്ഞപ്പോൾ എന്റെ സഹയാത്രികൻ ഉണർന്നു. അത്ഭുതത്തോടെ എന്നെ നോക്കി. അയാൾ പട്ടിയെയൊന്ന് ചവിട്ടി. എവിടെയാണയാളിപ്പോഴെന്നു അന്വേഷിച്ചു. അയാൾ മദ്യലഹരിയിലായിരുന്നു.

"മദ്യപിക്കാത്ത ഒരുവന് ഒടുവിൽ ഇങ്ങനെ തന്നെ വരും."

നിരാശയോടെ അയാൾ പറയുന്നുണ്ടായിരുന്നു.

അയാളിൽ ഒരു ധീരനെയാണ് ഞാൻ കാണുന്നതെന്ന് അഭിപ്രായപ്പെട്ടു.

"ഞാൻ തികഞ്ഞ ഒരു മദ്യവിരോധിയാണ്. കഴിഞ്ഞ 'മാർട്ടിൻ മാസ്സിന്' ഞാൻ പ്രതിജ്ഞയെടുത്തതാണ് ഒരു തുള്ളി വിസ്കി പോലും തൊടില്ലെന്ന്. ഹോഗ്മെനെയിൽവച്ച് കടുത്ത പ്രലോഭനമുണ്ടായിട്ടു പോലും ഞാൻ തൊട്ടില്ല."

അയാൾ കാല് സീറ്റിൽ കയറ്റിവച്ചു.

ചുളിപ്പിച്ചു പിടിച്ച മുഖം കുഷനിൽ പൂഴ്ത്തി.

"എന്നിട്ടും എനിക്കിതാണ് കിട്ടിയത്."

അയാൾ ഞരങ്ങി.

"സബാത്ത് നാളിൽ ഒരുവൻ പലവഴികൾ പരീക്ഷിക്കണം നഗരത്തീയിൽ പെട്ടുപോകാതിരിക്കാൻ."

അയാൾ തുടർന്നു.

"അതെന്താണ്" ഞാൻ ചോദിച്ചു.

"ബ്രാണ്ടിയാകാം. ഒരു മദ്യവിരോധിയെന്ന നിലയിൽ ഞാൻ വിസ്കിയിൽനിന്നും ഒഴിഞ്ഞുനിന്നു. എന്നാലിന്നലെ ഞാനെന്നെ ബ്രാണ്ടിയിൽ മുക്കി. ഇനി രണ്ടാഴ്ചത്തേക്ക് ഇപ്പണിക്കില്ല."

അയാളുടെ വാക്കുകൾ ഗദ്ഗദത്തിൽ മുങ്ങിപ്പോയതിനാൽ എനിക്ക് കൂടുതൽ കേൾക്കാനായില്ല. ഉറക്കം അതിന്റെ ശക്തമായ കരങ്ങൾ കൊണ്ടയാളെ തഴുകി.

സ്റ്റേഷനുമുമ്പ് എവിടെയെങ്കിലും ഇറങ്ങാനായിരുന്നു പദ്ധതി. ഭാഗ്യത്തിന് ട്രെയിൻ ഒരു പാലത്തിനരികിൽ വലിയ ശബ്ദത്തോടെ നിന്നു. താഴെ നദിയിലൂടെ തവിട്ടുനിറത്തിലുള്ള വെള്ളം ഒഴുകിപ്പോകുന്നുണ്ട്. ഞാൻ ട്രെയിനിനെ സസൂക്ഷ്മം നിരീക്ഷിച്ചു. ജനാലകളെല്ലാം അടച്ചിരുന്നു. പുറത്ത് ആരെയും കാണാനില്ല. ട്രെയിനിന്റെ വാതിൽ തുറന്ന് തിങ്ങിവളർന്ന ഹെയ്സൽച്ചെടികൾക്കിടയിലേക്കു ചാടി.

ആ നാശം പിടിച്ച പട്ടി ഇടപെട്ടില്ലായിരുന്നെങ്കിൽ എല്ലാം ശരിയായി കലാശിക്കുമായിരുന്നു. തന്റെ യജമാനന്റെ വസ്തുക്കളുമായി ഞാൻ രക്ഷപ്പെടുകയാണെന്നു കരുതിയാവണം അവൻ കുരച്ചു ബഹളം വയ്ക്കുകയും എന്റെ ട്രൗസറിൽ കടിച്ചു വലിക്കുകയും ചെയ്തത്. വാതിലുകൾക്കരികിൽ താങ്ങിത്തൂങ്ങി നിന്ന മനുഷ്യർ പട്ടിയുടെ കുരകേട്ട് ജാഗ

രൂകരായി. അവർ ഞാൻ ആത്മഹത്യ ചെയ്തതാണെന്ന് കരുതിക്കാണും. തിങ്ങിനിറഞ്ഞ ഹെയ്സൽ ചെടികൾക്കിടയിലൂടെ ഇഴഞ്ഞ് ഞാൻ അരുവിയുടെ കരയിലെത്തി. ഏകദേശം മുന്നൂറടിയോളം ദൂരം ഞാൻ പിന്നിട്ടു. സുരക്ഷിതമെന്നു തോന്നിയ ഒരിടത്തിരുന്നുകൊണ്ട് ഞാൻ സസൂക്ഷ്മം നിരീക്ഷിച്ചു. ട്രെയിനിന്റെ വാതില്ക്കൽ കൂടിനിന്ന ജനങ്ങൾ ഞാൻ വന്ന വഴിയിലേക്ക് തുറിച്ചുനോക്കുന്നുണ്ടായിരുന്നു. ഇതിനെക്കാൾ ഗംഭീരനായ ഒരു യാത്രയയപ്പ് എനിക്ക് കിട്ടാനില്ല. ഒരു ബാന്റു മേളത്തിന്റെ കുറവുമാത്രമേ ഉണ്ടായിരുന്നുള്ളൂ.

ആ മദ്യപൻ കാര്യങ്ങളെ മറ്റൊരു വഴക്ക് തിരിച്ചുവിട്ടത് സന്തോഷകരമായി. അയാളും അയാളുടെ വയറിലെ ബെൽറ്റിൽ ബന്ധിച്ചിരുന്ന പട്ടിയും ട്രെയിനിൽനിന്നും പുറത്തേക്കു ചാടി. അവർ ട്രാക്കിൽ വന്നു വീണു. വെള്ളത്തിൽ വീഴാൻ തുടങ്ങിയപ്പോൾ രക്ഷപ്പെടുത്താൻ എടുത്തു ചാടിയവരിലൊരുവനെ പട്ടി കടിച്ചു. അയാളുടെ ശാപവചനങ്ങൾ എനിക്കു കേൾക്കാമായിരുന്നു. അവർ എന്റെ കാര്യം വിസ്മരിച്ചതുപോലുണ്ട്. ഏകദേശം കാൽ മൈലോളം ഇഴഞ്ഞശേഷം ഞാൻ തിരിഞ്ഞു നോക്കി. ട്രെയിൻ മലമടക്കുകൾക്കപ്പുറത്തേക്കു മറഞ്ഞുകഴിഞ്ഞിരുന്നു.

അർദ്ധവൃത്താകൃതിയിലുള്ള ചതുപ്പു പ്രദേശത്താണ് എന്റെ നില്പ്. തവിട്ടുനിറത്തിലുള്ള അരുവിയെ അതിന്റെ റേഡിയസ്സായും ഉയർന്നുകാണുന്ന മലകളെ അതിന്റെ വൃത്തപരിധിയായും കണക്കാക്കാം. അവിടെയെങ്ങും മനുഷ്യരാശിയുടെ സാന്നിദ്ധ്യത്തെക്കുറിക്കുന്ന ഒന്നുമേ കാണുകയോ കേൾക്കുകയോ ചെയ്തില്ല. അരുവിയുടെ കളകളാരവവും ക്രൗഞ്ചപ്പക്ഷികളുടെ കൂജനങ്ങളുമല്ലാതെ മറ്റൊന്നുമില്ല. ആദ്യമായി എനിക്ക് പേടി തോന്നി. വേട്ടയാടപ്പെടുന്നതിന്റെ നടുക്കം അനുഭവിച്ചു. പൊലീസിനെയല്ല മറ്റേക്കൂട്ടരെയായിരുന്നു എനിക്കു ഭയം. സ്കഡറുടെ രഹസ്യങ്ങൾ എനിക്കറിയാമെന്നറിയുന്നവരാണ് എന്റെ പിന്നാലെയുള്ളത്. ഞാൻ ജീവിച്ചിരിക്കാൻ പാടില്ല എന്നു കരുതുന്നത് അവരാണ്. ബ്രിട്ടീഷ് നിയമങ്ങൾക്ക് അറിയാത്ത, ജാഗ്രതയും താല്പര്യവും ഉള്ള അവർ എനിക്കു പിന്നാലെയുണ്ടാകുമെന്ന കാര്യം ഉറപ്പാണ്. അവരുടെ കൈകളിൽ പെട്ടാൽ പിന്നെ ഒരു ദയയും പ്രതീക്ഷിക്കേണ്ടതില്ല.

ഞാൻ തിരിഞ്ഞു നോക്കി. ചുറ്റുമുള്ള പ്രകൃതിയിൽ സവിശേഷമായ ഒന്നും കാണാനായില്ല. അരുവിയിലെ ഈർപ്പമില്ലാത്ത പാറകളിൽത്തട്ടി സൂര്യപ്രകാശം പ്രതിഫലിച്ചു. ഇതിലും ശാന്തമായ ഒരിടം ലോകത്തു മറ്റൊരിടത്തും നിങ്ങൾക്കു കണ്ടെത്താനാവില്ല. എങ്കിലും അവിടെനിന്നും ഞാൻ ഓടാൻ തുടങ്ങി. ഒരു പട്ടിയെപ്പോലെ കിതച്ചുകൊണ്ട് ഓടിയ ഓട്ടം കണ്ണിൽ വിശപ്പുമൂടി കാഴ്ച തടയുന്നതുവരെ തുടർന്നു. ഓടാനുള്ള ത്വര എന്നിൽ കെട്ടടങ്ങിയില്ല. ഓടിയോടി ഞാൻ ആ മലയുടെ മുകളിലെത്തി. കിതച്ചുകൊണ്ട് ചെറിയ ഒരു നീർച്ചാലിലേക്ക് ചരിഞ്ഞു. തവിട്ടുനിറത്തിലുള്ള അരുവിയിലേക്ക് ഒഴുകിപ്പോകുന്നതായിരുന്നു ആ നീർച്ചാൽ.

ഞാൻ നില്ക്കുന്ന ഉയർന്ന പ്രദേശത്തുനിന്നാൽ മൊത്തം ചതുപ്പ്

പ്രദേശങ്ങളും റെയിൽവേ ലൈനും തെക്കുഭാഗത്ത് കാട്ടുതുമ്പകൾ വെട്ടിയൊതുക്കിയെടുത്ത കൃഷിയിടങ്ങളും കാണാം. ഒരു പരുന്തിന്റെ സൂക്ഷ്മതയോടെ ഞാൻ ആ നാട്ടിൻപുറം മുഴുവൻ ചികഞ്ഞു. അവിടെ ഒന്നും അനങ്ങുന്നതായി കണ്ടില്ല. കുന്നിന്റെ കിഴക്കു ഭാഗത്തിനപ്പുറത്തേക്കു നോക്കുമ്പോൾ പുതിയൊരു ഭൂപ്രദേശം ദൃശ്യമായി. വിശാലമായ പച്ചത്താഴ്വരയാണത്. ഫർ മരങ്ങൾ തിങ്ങി വളരുന്ന തോട്ടങ്ങൾക്കിടയിലൂടെ പ്രധാന പാതയിൽനിന്നും ഉയരുന്ന പൊടിപടലങ്ങളുടെ ലാഞ്ഛന കണ്ടു. അവസാനം ഞാൻ മേയ് മാസത്തെ പ്രസന്നമായ നീലാകാശത്തിലേക്കു നോക്കി. അവിടെ കണ്ട കാഴ്ച എന്റെ ഹൃദയമിടിപ്പ് വർദ്ധിപ്പിച്ചു. തെക്കുഭാഗത്തുനിന്നും ചെറിയൊരു വിമാനം ഉയർന്നുവരുന്നു. എന്നെത്തിരഞ്ഞാവും അതിന്റെ വരവെന്ന് ഞാൻ ഉറപ്പിച്ചു. എന്തായാലും അത് പൊലീസിന്റെ വിമാനമല്ല. ഒന്നോ രണ്ടോ മണിക്കൂർ ഞാൻ കാട്ടുതുമ്പകൾക്കിടയിൽ കിടന്ന് നിരീക്ഷിച്ചു. കുന്നിൻ മുകളിലേക്ക് വിമാനം താഴ്ന്നുപറന്നു. ഞാൻ കടന്നുവന്ന താഴ്വാരങ്ങളിലത് ചുറ്റിയടിച്ചു. മനസ്സു മാറിയിട്ടെന്നപോലെ വിമാനം ഉയർന്നുപൊങ്ങി തെക്കുഭാഗത്തേക്കു തന്നെ മടങ്ങിപ്പോയി.

ആകാശത്തുനിന്നുള്ള ഈ ചാരപ്രവർത്തനം ഞാനിഷ്ടപ്പെട്ടില്ല. അഭയം കണ്ടെത്താൻ ഈ നാട്ടിൻപുറം തെരഞ്ഞെടുത്തത് ബുദ്ധിപൂർവ്വമായില്ല എന്ന ചിന്ത എന്നിലുണർന്നു. ആകാശത്തുനിന്നും നിരീക്ഷിക്കുന്ന എന്റെ ശത്രുക്കൾക്ക് ഈ കാട്ടുതുമ്പകൾ ഒരു തടസ്സമേ അല്ല. വേറൊരു സംരക്ഷണ പ്രദേശം കണ്ടെത്തിയേ മതിയാവൂ. കുന്നിനപ്പുറമുള്ള പച്ചപ്പിലേക്ക് ഞാൻ പ്രതീക്ഷയോടെ നോക്കി. ആ പ്രദേശത്ത് മരങ്ങളും കല്ലുകൊണ്ടു നിർമ്മിച്ച വീടുകളും കണ്ടേക്കും.

ആറുമണിയോടെ മറ്റൊരു ചതുപ്പു പ്രദേശത്തേക്കും അതുവഴി നാടപോലെ കടന്നുപോകുന്ന പാതയും കണ്ടു. അത് താഴ്വരയേയും താണപ്രദേശത്തുകൂടെ ഒഴുകിപ്പോകുന്ന അരുവിയേയും ചുറ്റി കടന്നുപോകുന്നു. അതുവഴി നടന്നു ചെന്നത് ഒരു വളവിലേക്കും തുറസ്സായ പാടങ്ങളിലേക്കുമാണ്. പിന്നെ ഒരു ചുരം. ചുരം കടന്നെത്തിയത് ഒരു പീഠഭൂമിയിലേക്ക്. അവിടെനിന്നും മുന്നോട്ടേക്ക് നീണ്ടുപോയ ഒരു ചവിട്ടുവഴി ചെന്നെത്തിയത് ഒറ്റപ്പെട്ടൊരു വീട്ടിലേക്കാണ്. ആ ത്രിസന്ധ്യയിൽ വീട്ടിൽനിന്നും പുക ഉയരുന്നുണ്ടായിരുന്നു. അവിടെ നിന്നാൽ അതുവഴി കടന്നുപോകുന്നൊരു റോഡ് കാണാം. അപ്പോൾ പാലത്തിന്റെ കൈവരിയിൽ ചാരി നില്ക്കുന്ന യുവാവ് എന്റെ ശ്രദ്ധയിൽപ്പെട്ടു.

അയാൾ നീണ്ട ഒരു പൈപ്പ് വലിക്കുന്നുണ്ടായിരുന്നു. കണ്ണടയിലൂടെ ജലാശയത്തിലേക്ക് നോക്കിനില്ക്കുകയാണയാൾ. അയാളുടെ ഇടംകൈയിൽ ചെറിയൊരു പുസ്തകം വിരലിനാൽ അടയാളപ്പെടുത്തി പിടിച്ചിട്ടുണ്ട്. അയാൾ എന്തോ ആവർത്തിച്ച് ചൊല്ലുകയാണ്.

വമ്പൻ ചിറകുകളുമായി
ചതുപ്പ് നിറഞ്ഞ താഴ്വരയിലും

കുന്നിനുമുകളിലും
വിജനതയിലേക്ക് പറന്നിറങ്ങിയ
ഗ്രിഫോൺ
അരിമാസ്പിയാനെ പിന്തുടരുമ്പോൾ..

എന്റെ കാല്പെരുമാറ്റം കേട്ട് അയാൾ ഞെട്ടിത്തിരിഞ്ഞു. അപ്പോൾ ഞാൻ കണ്ടതാകട്ടെ വെയിലേറ്റ് കരുവാളിച്ച സന്തോഷവാനായ കുട്ടിയുടെ മുഖമുള്ള ഒരുവനെയാണ്.

അവൻ പെട്ടെന്നു പറഞ്ഞു.

"ഗുഡ് ഈവനിങ്. റോഡിലൂടെ നടക്കാൻ പറ്റിയ സമയമാണിത്."

പുകക്കുഴലിലൂടെയെത്തുന്ന കല്ക്കരിപ്പുകയും സ്വാദിഷ്ഠമായ ഏതോ ഭക്ഷണം പാചകം ചെയ്യുന്നതിന്റെ ഗന്ധവും വീട്ടിൽനിന്നും എന്നെത്തേടിയെത്തി.

"അതൊരു സത്രമാണോ?"

"അതെ. ഞാനാണതിന്റെ ഉടമസ്ഥൻ. അങ്ങ് ഇന്നവിടെ തങ്ങുമെന്ന് ഞാൻ പ്രതീക്ഷിക്കട്ടെ. സത്യം പറഞ്ഞാൽ കഴിഞ്ഞ ഒരാഴ്ചയായി ആരും കൂട്ടില്ലാതെ ഞാൻ വിഷമിച്ചിരിക്കുകയാണ്."

ഞാനും കൈവരിയിലേക്ക് കയറിയിരുന്ന് പൈപ്പിന് തീകൊടുത്തു.

ഞാൻ ഒരു ചങ്ങാതിയെ കണ്ടെത്താൻ ശ്രമം തുടങ്ങി.

"ഒരു സത്രം സൂക്ഷിപ്പുകാരനാകാനുള്ള പ്രായമില്ലല്ലോ?"

"പിതാവ് മരണപ്പെട്ടിട്ട് ഒരു കൊല്ലമാവുന്നു. അതിനുശേഷം ഞാനിത് നോക്കി നടത്താൻ തുടങ്ങി. ആ കാണുന്ന സ്ഥലത്ത് ഞാൻ മുത്തശ്ശിക്കൊപ്പമാണ് താമസം. ഒരു യുവാവിനെ സംബന്ധിച്ചിടത്തോളം ഇതൊരു തണുപ്പൻ പണിയാണ്. ഈ തൊഴിലായിരുന്നില്ല ഞാൻ ആഗ്രഹിച്ചത്"

"ഏതായിരുന്നു...?"

"ഞാൻ ഒരെഴുത്തുകാരനാകാണ് ആഗ്രഹിച്ചത്."

"ഇതിനെക്കാൾ പറ്റിയ ഒരു തൊഴിലുണ്ടോ, ഒരു എഴുത്തുകാരനാകാൻ. ലോകത്തുള്ള കഥപറച്ചിലുകാരിൽ സത്രം സൂക്ഷിപ്പുകാരോളം പോന്ന മറ്റാരുമുണ്ടാവില്ല."

"ഇപ്പോഴത്തെ കാലത്ത് അങ്ങനെയല്ല. പണ്ട്, തീർത്ഥാടകരും നാടോടി കലാകാന്മാരും കൊള്ളക്കാരും തപാൽ വണ്ടികളും റോഡു വഴി സഞ്ചരിച്ചിരുന്ന കാലത്ത് അങ്ങനെയായിരുന്നിരിക്കണം. തടിച്ച സ്ത്രീകളുമായി കാറു നിറയെ എത്തുന്നവർ, ഭക്ഷണത്തിനു മാത്രം വണ്ടി നിർത്തുന്നവർ വസന്തകാലമാകുമ്പോൾ എത്തുന്ന ഒന്നോ രണ്ടോ മീൻ പിടുത്തക്കാർ ആഗസ്ത് മാസത്തിൽ എത്തുന്ന വേട്ടക്കാർ.... അങ്ങനെ പോകുന്നു. ഇതൊന്നും എഴുതാൻ പറ്റിയ വിഭവങ്ങൾ തരുന്നതല്ല. ഞാൻ ആഗ്രഹിക്കുന്നത് ജീവിതം കാണാനാണ്. ലോകമാകെ ചുറ്റിക്കറങ്ങാനാണ്. എന്നിട്ടെനിക്ക് കിപ്ലിങ്ങിനെയും കോൺറാഡിനെയും പോലെ എഴുതണം. എന്നാൽ ഞാനാകെ ചെയ്തിട്ടുള്ളത് ചേമ്പേഴ്സ് ജേണലിൽ എഴുതിയ ചില കവിതകൾ മാത്രമാണ്."

ഞാനാ സത്രത്തിലേക്കു നോക്കി. സായാഹ്ന രശ്മികളേറ്റ് അത് സ്വർണ്ണംപോലെ തിളങ്ങുന്നു. കുന്നുകൾക്കപ്പുറം സൂര്യന് ചുവന്ന വീഞ്ഞിന്റെ കടുത്ത നിറമാണ്.

"ഞാൻ ലോകത്ത് കുറെ ചുറ്റിയടിച്ചിട്ടുള്ളവനാണ്. ഇതുപോലൊരു ആശ്രമം എങ്ങും കണ്ടിട്ടില്ല. സാഹസികത്വം ധ്രുവപ്രദേശങ്ങളിലും ചുവന്ന കുപ്പായമിട്ടു നടക്കുന്നർക്കിടയിലുമാണെന്നാണോ കരുതുന്നത്? ഒരുപക്ഷേ, നിങ്ങൾ അതുമായി നിത്യസമ്പർക്കത്തിലായിരിക്കണം." ഈ നിമിഷത്തിൽപോലും."

"അതാണ് കിപ്ലിങ്ങും പറഞ്ഞത്." അവന്റെ കണ്ണുകൾ പ്രകോശിച്ചു. എന്നിട്ടവൻ 'പ്രണയം കൊണ്ടുവരുന്ന 9.15' എന്ന കവിത ഉദ്ധരിച്ചു.

"എന്നാലിതാ നിനക്കുവേണ്ടി ഒരു കഥ. ഒരു മാസത്തിനുള്ളിൽ ഇതു വച്ച് ഒരു നോവലെഴുതാം." മൃദുവായ ഈ മെയ് മാസ ത്രിസന്ധ്യയിൽ ഒരു പാലത്തിന്മേലിങ്ങനെയിരിക്കുമ്പോൾ ഞാനവന് ഒരു കഥയുടെ നൂലിഴകൾ ഇട്ടുകൊടുത്തു. അതിന് യാഥാർത്ഥ്യവുമായി ബന്ധമുണ്ടായിരുന്നു. വിശദാംശങ്ങളിൽ ചെറിയ മാറ്റങ്ങൾ വരുത്തി. കിംബെർലിയിൽ നിന്നുമുള്ള വലിയൊരു ഖനിയുടമയാണു ഞാനെന്ന് അവനെ വിശ്വസിപ്പിച്ചു. എനിക്ക് ഐ ഡി ബിയുമായി ചില പ്രശ്നങ്ങൾ ഉണ്ടെന്നും ഒരു സംഘവുമായി ഇടഞ്ഞിരിക്കുകയാണെന്നും പറഞ്ഞു. അവർ സമുദ്രങ്ങൾ താണ്ടിയെത്തി എന്റെ ഉറ്റ സുഹൃത്തിനെ കൊലപ്പെടുത്തി. ഇപ്പോഴവർ എനിക്കു പിന്നാലെയാണ്.

ഞാൻ നന്നായി ആ കഥ അവതരിപ്പിച്ചു. ഇത്തരമൊരവസരത്തിൽ ആർക്കാണങ്ങനെ പറയാൻ കഴിയാതിരിക്കുക. ഞാൻ കൽഹാരിക്കു മുകളിലൂടെ ജർമ്മനിയിൽനിന്നും ആഫ്രിക്കയിലേക്കു പറന്നു. പടപട ധ്വനിയും പകൽ സമയത്തെ കൊടും ചൂടും നീലവെൽവറ്റു പോലുള്ള രാത്രികളും വിശ്വസനീയമായി അവതരിപ്പിക്കാനായി. വീട്ടിലേക്കുള്ള കപ്പൽയാത്രയ്ക്കിടയിൽ എനിക്കു നേരെ വധശ്രമമുണ്ടായി. പോർട്ട്ലാന്റ് പ്ലേസിലെ കൊലപാതകത്തെ ഞാൻ വാക്കുകളാൽ പുനരാവിഷ്കരിച്ചു.

"നിങ്ങൾ സാഹസികത തേടുന്നവനാണോ? എങ്കിൽ അതിവിടെത്തന്നെയുണ്ട്. ചെകുത്താന്മാർ എന്റെ പിറകേയുണ്ട്. അവരുടെ പിറകേ പൊലീസും. ഇതൊരു മത്സരമാണ്. എനിക്കതിൽ വിജയിക്കണം."

ഞാൻ പറഞ്ഞു.

"ദൈവമേ ഇതൊരു റൈഡർഹഗ്ഗാർ കോനൻഡോയിൽ കഥയാണല്ലോ."

അവൻ അറിയാതെ പറഞ്ഞു പോയി.

"നിങ്ങളതിൽ വിശ്വസിക്കുന്നുണ്ടോ?"

ഞാൻ നന്ദി സ്ഫുരിക്കുന്ന സ്വരത്തിൽ പറഞ്ഞു.

"തീർച്ചയായും. അസാധാരണമായതെല്ലാം ഞാൻ വിശ്വസിക്കുന്നു. സാധാരണമായതിനോടാണ് എനിക്ക് അവിശ്വാസം. അവൻ വളരെ ചെറുപ്പമാണ്. അവനെയാണ് എനിക്ക് വേണ്ടത്.

"അവർ അല്പം വഴിതെറ്റി സഞ്ചരിക്കുന്നുണ്ട്. ഒന്നു രണ്ട് ദിവസം എനിക്ക് ഒളിവിൽ കഴിയണം. എന്നെ സ്വീകരിക്കുമോ?"

അവൻ ആകാംക്ഷയോടെ എന്റെ കാൽമുട്ടിൽ കൈവച്ചു. എന്നിട്ടെന്നെ സത്രത്തിലേക്കു കൊണ്ടുപോയി.

"നിങ്ങൾക്കിവിടെ രഹസ്യമായി പായൽപോലെ പറ്റിപ്പിടിച്ചിരിക്കാം. ഒറ്റ മനുഷ്യൻ ശല്യപ്പെടുത്താൻ വരില്ല. താങ്കളുടെ സാഹസികതകളെപ്പറ്റി എന്നോടു കുറെക്കൂടി പറഞ്ഞുതരുമല്ലോ?"

ഞാൻ സത്രത്തിന്റെ വരാന്തയിലേക്ക് കാലുകുത്തിയതും ഒരു എഞ്ചിന്റെ ശബ്ദം കേട്ടു. ഇരുണ്ടു തുടങ്ങിയ പടിഞ്ഞാറൻ ആകാശത്ത് എന്റെ ചങ്ങാതിയായ വിമാനത്തിന്റെ നിഴൽച്ചിത്രം പ്രത്യക്ഷമായി.

***

സത്രത്തിന്റെ പിറകുവശത്തുള്ള മുറിയാണവൻ എനിക്കു തന്നത്. അവിടെനിന്നുനോക്കിയാൽ മനോഹരമായ കുന്നിൻപ്രദേശങ്ങൾ കാണാം. അവന്റെ പഠനമുറി എനിക്കായി വിട്ടുതന്നു. അവന്റെ പ്രിയങ്കരരായ എഴുത്തുകാരുടെ പുസ്തകങ്ങളും വിലകുറഞ്ഞ പതിപ്പുകളുംകൊണ്ടു നിറഞ്ഞിരുന്നു. മുത്തശ്ശിയെ അവിടെയെങ്ങും കണ്ടില്ല. അതിനാൽ അവർ കിടപ്പുരോഗിയായിരിക്കുമെന്നു ഞാൻ ഊഹിച്ചു. മാർഗ്രറ്റ് എന്നു പേരുള്ള ഒരുവൾ എനിക്കു ഭക്ഷണം കൊണ്ടുവന്നു തന്നു. സത്രം സൂക്ഷിപ്പുകാരൻ സദാസമയവും എനിക്കൊപ്പമുണ്ടായിരുന്നു. കുറച്ചു സമയം എനിക്ക് ഒറ്റയ്ക്കു കഴിയേണ്ടിയിരുന്നതിനാൽ അവന് ഞാൻ ഒരു പണികൊടുത്തു. അവന് ഒരു മോട്ടോർ സൈക്കിളുണ്ടായിരുന്നു. അതിനാൽ അടുത്ത ദിവസം രാവിലെ ന്യൂസ് പേപ്പർ വാങ്ങാനായി പറഞ്ഞുവിട്ടു. സാധാരണ വൈകുന്നേരത്തെ പോസ്റ്റിലാണ് പത്രം അവിടെ എത്തിച്ചേരുന്നത്. അങ്ങോട്ടു പോകുമ്പോൾ സൂക്ഷ്മമായി നിരീക്ഷിക്കണമെന്നും അപരിചിതരാരെയെങ്കിലും കണ്ടാൽ പ്രത്യേകം ശ്രദ്ധിക്കണമെന്നും പറഞ്ഞു. വാഹനങ്ങളോ വിമാനമോ ഉണ്ടെങ്കിൽ പ്രത്യേകിച്ചും. എന്നിട്ടു ഞാൻ സ്കഡറുടെ നോട്ടുബുക്കിലേക്ക് ശ്രദ്ധതിരിച്ചു.

സ്കോട്ട് ഡേ പത്രവുമായി അവൻ ഉച്ചയോടെ തിരിച്ചെത്തി. പാഡോക്കിനെയും പാല്ക്കാരനെയും പറ്റിയുള്ള കൂടുതൽ തെളിവുകളല്ലാതെ മറ്റൊന്നും പുതിയതായി ഉണ്ടായിരുന്നില്ല. കൊലപാതകി വടക്കു ദിശയിലേക്കാണു പോയതെന്ന തലേദിവസത്തെ വാർത്ത ആവർത്തിക്കപ്പെട്ടു. എന്നാൽ *ടൈംസിൽ* നിന്നും പുനഃപ്രസിദ്ധീകരിച്ച വലിയൊരു ലേഖനം കരോലൈഡ്സിനെക്കുറിച്ചും ബാൽക്കൻ പ്രശ്നത്തെക്കുറിച്ചും അതിലുണ്ടായിരുന്നു. എന്നാൽ അദ്ദേഹത്തിന്റെ ലണ്ടൻ സന്ദർശനത്തെപ്പറ്റി അതിൽ പരാമർശമൊന്നും ഉണ്ടായില്ല. അന്നത്തെ സായാഹ്നത്തിൽ ഞാൻ സത്രം സൂക്ഷിപ്പുകാരനെ ഒഴിവാക്കി നിഗൂഢഭാഷയിൽ ആമഗ്നനായി.

ഞാൻ മുമ്പുപറഞ്ഞതുപോലെ അക്കങ്ങൾ നിറഞ്ഞതായിരുന്നു ആ നിഗൂഢഭാഷ. ഇത്തരം കാര്യത്തിലുള്ള പരിചയംകൊണ്ട് അതിലെ നിഗൂ

ഢത ഞാൻ വായിച്ചെടുത്തു. അതിലടങ്ങിയ സൂത്രവാക്യമായിരുന്നു ബുദ്ധിമുട്ടിച്ചത്. അയാൾ ഉദ്ദേശിച്ചേക്കാവുന്ന ലക്ഷക്കണക്കിനു വാക്കുകൾ എന്നെ കുഴക്കി.

ഏകദേശം മൂന്നരമണിയോടെ ഒരു ഉൾപ്രേരണയുണ്ടായി.

ജൂലിയ ചെച്ചെനേയി എന്ന പേര് എന്റെ ഓർമ്മയിലേക്ക് ഇരച്ചു കയറി. അതാണ് കരോലൈഡ്സിന്റെ ബിസിനസുകൾക്ക് പ്രധാനമെന്ന് സ്കടർ പറഞ്ഞകാര്യം ഞാനോർത്തു. ആ വാക്ക് ഗൂഢഭാഷയിൽ ഞാൻ പ്രയോഗിച്ചുനോക്കി. അത് ഫലം ചെയ്തു. ജൂലിയ (Julia) എന്ന പേരിലെ അഞ്ച് അക്ഷരങ്ങൾ സ്വരാക്ഷരങ്ങളുടെ സ്ഥാനം നിർണ്ണയിച്ചു. 'എ' എന്നാൽ 'ജെ' അക്ഷരമാലയിലെ പത്താമത്തെ അക്ഷരം. അതുപോലെ ഗൂഢഭാഷയിലെ 'എക്സ്.' 'ഇ' എന്നാൽ 'യു' = എക്സ് എക്സ് ഐ (XXI) അങ്ങിനെ.... 'ചെച്ചെനേയി' എനിക്ക് വ്യഞ്ജനാക്ഷരങ്ങൾക്കുള്ള അക്കങ്ങളെ തെളിയിച്ചുതന്നു. ആ രീതി ഞാൻ പേപ്പറിൽ മുറിച്ചെടുത്ത് സ്കടറുടെ ഡയറിയിലെ പേജുകൾ വായിക്കാനിരുന്നു.

ആദ്യപകുതി വായിക്കുമ്പോൾ തമാശ സ്ഫുരിക്കുന്ന മുഖത്തോടെ മേശമേൽ താളമടിച്ചു. ജനാലയിലൂടെ നോക്കുമ്പോൾ താഴ്വാരം കടന്ന് വലിയൊരു ടൂറിസ്റ്റ് കാർ സത്രം ലക്ഷ്യമാക്കി വരുന്നതു കണ്ടു. ഞാൻ വാതിലിനരികിലേക്കു ചെന്നു. ആളുകൾ കാറിൽനിന്നും ഇറങ്ങുന്നതിന്റെ ശബ്ദം കേട്ടു. അവർ രണ്ടു പേരുള്ളതുപോലെ തോന്നി. മോടിയേറിയ ബ്രിട്ടീഷ് വസ്ത്രവും രോമത്തൊപ്പിയും അവർ ധരിച്ചിരുന്നു.

പത്തുമിനിറ്റിനുശേഷം സത്രം സൂക്ഷിപ്പുകാരൻ മുറിയിലേക്ക് ഓടിയെത്തി. അവന്റെ കണ്ണുകൾ അത്ഭുതത്തിൽ വിടർന്നിരുന്നു.

"താങ്കളെ അന്വേഷിച്ച് രണ്ടുപേർ താഴെ നില്പുണ്ട്." അവൻ മന്ത്രിച്ചു.

"അവർ ഡൈനിങ് റൂമിലിരുന്ന് വിസ്കി കഴിക്കുന്നു. അവർ താങ്കളെപ്പറ്റി അന്വേഷിച്ചു. ഇവിടെവച്ച് താങ്കളെ കാണാമെന്ന് പ്രതീക്ഷിച്ചിരുന്നതായും പറഞ്ഞു. താങ്കളെപ്പറ്റി കൃത്യമായ വിവരണമാണ് അവർ നല്കിയത്. ധരിച്ചിരുന്ന ഷർട്ടും ബൂട്ടും വരെ അവർക്കറിയാം. കഴിഞ്ഞ രാത്രി ഇവിടെ ഉണ്ടായിരുന്നെന്നും രാവിലെ ഒരു മോട്ടോർ സൈക്കിളിൽ കയറി പോയെന്നും ഞാൻ അറിയിച്ചു. അവരിലൊരാളെക്കണ്ടാൽ ഒരു നാവികനെപ്പോലെയുണ്ട്."

അവർ കാഴ്ചയ്ക്ക് എങ്ങനെയാണെന്ന് ഞാൻ അവനോട് ചോദിച്ചറിഞ്ഞു. ഒരാൾ മെലിഞ്ഞയാളാണ്. അയാളുടെ കണ്ണുകൾ കറുത്തിട്ടും പുരികങ്ങൾ രോമം നിറഞ്ഞതുമാണ്. മറ്റേയാൾ സദാ പുഞ്ചിരിക്കുന്നവനും സംസാരിക്കുമ്പോൾ കൊഞ്ഞയുള്ളവനുമാണ്. രണ്ടുപേരും വിദേശികളല്ല. അക്കാര്യത്തിൽ എന്റെ യുവ സുഹൃത്തിന് സംശയമുണ്ടായിരുന്നില്ല.

ഞാൻ ഒരു പേപ്പറെടുത്ത് ജർമ്മനിൽ ഒരു കത്തിന്റെ ഭാഗമെന്നപോലെ താഴെപ്പറയുന്ന കാര്യങ്ങൾ എഴുതി:

....ബ്ലാക്ക് സ്റ്റോൺ സ്കടർ ഇത് മനസ്സിലാക്കി. എന്നാൽ രണ്ടാഴ്ചയോളം അതനുസരിച്ച് പ്രവർത്തിക്കാൻ കഴിഞ്ഞില്ല. അതിൽ എന്തെങ്കിലും നന്നായി ചെയ്യാമെന്ന് എനിക്കു പ്രതീക്ഷയില്ല. പ്രത്യേകിച്ചും കരോലൈഡ്സിന് ആ പദ്ധതികളെപ്പറ്റി ഉറപ്പില്ലാത്ത സാഹചര്യത്തിൽ. എന്നാൽ മിസ്റ്റർ റ്റി ഉപദേശിക്കുകയാണെങ്കിൽ ഞാൻ എന്നാൽ കഴിയുന്ന കാര്യങ്ങൾ...

ഞാനതിനെ ഒരു സ്വകാര്യകത്തിന്റെ ഒരു പേജ് എന്ന തരത്തിൽ മാറ്റിയെടുത്തു.

"ഈ കത്ത് താഴെ കൊണ്ടുപോയി കൊടുത്തിട്ട് എന്റെ മുറിയിൽ നിന്നും കിട്ടിയതാണെന്നു പറയുക. എന്നെ കണ്ടെത്തുകയാണെങ്കിൽ ഇത് എന്നെ ഏല്പിക്കണമെന്നു കൂടി അറിയിക്കണം."

മൂന്നു മിനിറ്റു കഴിഞ്ഞപ്പോൾ കാർ സ്റ്റാർട്ടു ചെയ്യുന്ന ശബ്ദം കേട്ടു. ജനാല വഴി ഒളിഞ്ഞുനോക്കിയപ്പോൾ അവരുടെ രൂപവും കാണപ്പെട്ടു. ഒരാൾ തടിച്ചിട്ടും മറ്റേയാൾ മെലിഞ്ഞിട്ടും അതാണ് എന്റെ മനസ്സിൽ പതിഞ്ഞ പ്രധാന കാര്യം.

സത്രം സൂക്ഷിപ്പുകാരൻ വലിയ അതിശയത്തോടെ മുറിയിലെത്തി.

"താങ്കളുടെ കത്ത് അവരെ ശരിക്കും ഉണർത്തി." ആ കറുത്ത മനുഷ്യൻ മരണം പോലെ വിളറി ശാപവചനങ്ങൾ പറഞ്ഞു. തടിയൻ ചൂളമടിച്ച് നിന്നു. അയാൾ വളരെ വൃത്തികെട്ടവനായി കാണപ്പെട്ടു. അവർ കഴിച്ചതിന് അരപ്പവൻ തന്നു. ബാക്കിക്കായി കാത്തുനിന്നില്ല."

"ഇനി താങ്കൾ എന്താണു ചെയ്യേണ്ടതെന്ന് ഞാൻ പറയാം. സൈക്കിൾ എടുത്ത് ന്യൂടൗൺ സ്റ്റ്യുവർട്ടിലേക്ക് പോയി ചീഫ് കോൺസ്റ്റബിളിനെ കാണണം. ലണ്ടൻ കൊലപാതകവുമായി ബന്ധപ്പെട്ടവരെന്നു സംശയിക്കുന്ന രണ്ടുപേരെ കണ്ടുവെന്ന് പറയണം. അതിനുള്ള കാരണങ്ങൾ ഇഷ്ടംപോലെ കണ്ടെത്തണം. ആ രണ്ടുപേർ മടങ്ങിയെത്തും, എന്നാൽ ഭയക്കരുത്. അവർ ഈ രാത്രി വരുകയില്ല നാളെ രാവിലെ അവരെത്തും. നാല്പതു മൈൽ അവർ എന്നെ റോഡിലൂടെ പിന്തുടരും. അതിരാവിലെ എത്തിച്ചേരാൻ പൊലീസിനോടു പറയണം."

ഞാൻ സ്കടറുടെ കുറിപ്പുകളിലേക്കു തിരിഞ്ഞപ്പോൾ അവൻ അനുസരണയുള്ള കുട്ടിയെപ്പോലെ പുറത്തേക്കുപോയി. മടങ്ങിയെത്തിയ ശേഷം ഞങ്ങൾ ഒരുമിച്ച് ഭക്ഷണം കഴിച്ചു. സാമാന്യ മര്യാദയനുസരിച്ച് ഞാനവനെ സ്വതന്ത്രനാക്കി. സിംഹവേട്ടയെപ്പറ്റിയും മറ്റബെല്ലെ യുദ്ധത്തെക്കുറിച്ചും ഞാനവനോടു പറഞ്ഞു. ഞാൻ മുമ്പു ചെയ്ത കാര്യങ്ങളുമായി താരതമ്യം ചെയ്താൽ ഇതെത്ര നിസ്സാരം എന്ന തോന്നൽ ജനിപ്പിക്കുകയായിരുന്നു എന്റെ ഉദ്ദേശ്യം. അവൻ ഉറങ്ങാൻ പോയപ്പോൾ ഞാൻ സ്കടറുടെ ഡയറി വായിച്ച് പൂർത്തിയാക്കാനിരുന്നു. പ്രഭാതം വരെയും എനിക്ക് ഉറങ്ങാനായില്ല. ഒരു കസേരയിലിരുന്ന് ഞാൻ പുകവലിച്ചു.

രാവിലെ എട്ടുമണിയോടെ ഒരു സർജന്റും രണ്ടു പൊലീസ് കോൺ

സ്റ്റബിൾമാരും എത്തുന്നതു കണ്ടു. അവർ കാർ പോർച്ചിലിട്ട് സത്രം സൂക്ഷിപ്പുകാരൻ പറഞ്ഞതനുസരിച്ച് അകത്തേക്കു കയറി.

ഇരുപതു മിനിറ്റു കഴിഞ്ഞപ്പോൾ രണ്ടാമതൊരു കാർ കുന്നിൻ പ്രദേശങ്ങൾ പിന്നിട്ട് എതിർദിശയിലൂടെ വന്നു. അവർ സത്രത്തിനുള്ളിലേക്കു കയറിയില്ല. ഏകദേശം അരമൈലിനപ്പുറം അവർ കാറ് മരങ്ങൾക്കിടയിലേക്ക് ഒതുക്കി. പോകുന്നതിനുമുമ്പ് അവർ ശ്രദ്ധാപൂർവ്വം കാർ തിരിച്ചിടുന്നുണ്ടായിരുന്നു. ഏതാനും നിമിഷങ്ങൾ പിന്നിട്ടപ്പോൾ ജനാലയ്ക്കപ്പുറത്ത് കാല്പെരുമാറ്റം കേട്ടു. മുറിക്കുള്ളിൽ പതുങ്ങിക്കിടന്ന് സംഭവങ്ങൾ നിരീക്ഷിക്കുകയായിരുന്നു എന്റെ ഉദ്ദേശ്യം. പൊലീസും എന്റെ കൂടുതൽ മാരകമായ ശത്രുക്കളും കൂട്ടിമുട്ടുകയാണെങ്കിൽ കാര്യങ്ങൾ ഞാൻ ഉദ്ദേശിച്ച പ്രകാരം മുന്നോട്ടുപോകുമെന്ന് ഞാൻ പ്രത്യാശിച്ചു. എന്നാൽ കൂടുതൽ മെച്ചമായ ഒരാശയം ഉദിച്ചു.

എന്റെ ആതിഥേയന് നന്ദി പ്രകാശിപ്പിക്കുന്ന ഒരു കുറിപ്പ് തയ്യാറാക്കി വച്ചശേഷം നെല്ലിച്ചെടികൾക്കിടയിലേക്ക് എടുത്തുചാടി. ആരാലും ശ്രദ്ധിക്കാതെ ഞാൻ ചെറിയ ചാലുകടന്ന് ജലാശയത്തിനരികുവരെ ഇഴഞ്ഞു. മരങ്ങൾക്കിടയിലൂടെ മുഖ്യപാതയുടെ ദൂരെ ചെന്നുചേർന്നു. അവിടെയാണ് അവർ കാറ് പാർക്ക് ചെയ്തിരുന്നത്. പ്രഭാതവെളിച്ചത്തിൽ അത് വെട്ടിത്തിളങ്ങി. കാറിന്മേൽ പറ്റിപ്പിടിച്ചിരുന്ന പൊടിപടലങ്ങൾ അത് പിന്നിട്ട ദീർഘദൂരങ്ങളെ വെളിവാക്കി. കാർ സ്റ്റാർട്ടാക്കി ഞാൻ ഡ്രൈവറുടെ സീറ്റിലിരുന്നു. കുന്നിൻ പ്രദേശത്തുനിന്നു കാർ മെല്ലെ ഇറക്കി. പെട്ടെന്നുതന്നെ സത്രം എന്റെ ദൃഷ്ടിയിൽനിന്നും മറഞ്ഞു. എന്നാൽ ശാപവചനങ്ങളും ആക്രോശങ്ങളും വായുവിലൂടെ എന്നെത്തേടിയെത്തി.

ഉല്പതിഷ്ണുവായ സ്ഥാനാർത്ഥിയുടെ സാഹസങ്ങൾ

നാല്പത് കുതിരശക്തിയുള്ള കാർ ഞാൻ ഓടിച്ചുപോകുന്നത് സങ്കല്പിച്ചു നോക്കൂ. മേയ് മാസത്തിലെ ഒരു പ്രഭാതത്തിൽ ചതുപ്പുപ്രദേശത്തിലെ പരുക്കൻ റോഡിലൂടെ പായാൻ അവൾ കേമത്തിയാണ്. അടുത്ത വളവിനുമുമ്പ് ഞാൻ എന്റെ ചുമലിലൂടെ ആകാംക്ഷയോടെ പുറകിലേക്കു നോക്കി, വീണ്ടും ഓടിക്കാൻ തുടങ്ങി. കണ്ണുകൾ മങ്ങുന്നുണ്ടായിരുന്നു. ഹൈവേയിലൂടെ ഓടിച്ചുപോകാൻ മാത്രമായിരുന്നു ഞാൻ ഉണർന്നിരുന്നത്. സ്കടറുടെ പോക്കറ്റ് ബുക്കിൽ കണ്ടതിനെപ്പറ്റിയായിരുന്നു എന്റെ ചിന്ത മുഴുവൻ.

ആ ചെറിയ മനുഷ്യൻ എന്നോട് പറഞ്ഞതു മുഴുവൻ ഒരുകൂട്ടം നുണകൾ മാത്രമായിരുന്നു! അയാൾ ബാൽക്കൻസിനെയും ജൂത അരാജകവാദികളെയും വിദേശ ഓഫീസിനെയും പറ്റിപറഞ്ഞതെല്ലാം കണ്ണിൽപ്പൊടിയിടാനുള്ള വിദ്യയായിരുന്നു. കരോലൈഡ്സിനെപ്പറ്റിപ്പറഞ്ഞതും അങ്ങനെതന്നെ. എന്നിട്ടും എന്തോ പന്തികേടുള്ളതുപോലെ നിങ്ങൾക്കും തോന്നുന്നുണ്ടാവും. അയാളുടെ കഥയെ വിശ്വസിച്ചായിരുന്നു എന്റെ മുഴുവൻ ചെയ്തികളും. ഞാൻ വഞ്ചിക്കപ്പെട്ടിരുന്നു. അയാളുടെ നോട്ടുബുക്ക് പറയുന്ന കഥ തികച്ചും വിഭിന്നമാണ്. ചൂടുവെള്ളത്തിൽവീണ പൂച്ച തണുത്തവെള്ളം കണ്ടാലും ഭയക്കും എന്ന അവസ്ഥയിലെത്താതെ അതിലെ കഥ മുഴുവൻ വിശ്വസിച്ചു. എന്തുകൊണ്ട്? അതെനിക്ക് അറിയില്ല.

അത് അങ്ങേയറ്റം സത്യസന്ധമാണെന്ന് എനിക്കു തോന്നി. ആദ്യത്തെ കഥ, നിങ്ങൾക്ക് വിശ്വസിക്കാനാകുമെങ്കിൽ, അതിന്റെ വിചിത്രമായ ആന്തരികമായ പൊരുളിൽ ശരിയുമായിരുന്നു. ജൂൺ പതിനഞ്ച് വിധി നിർണ്ണയിക്കുന്ന ദിവസം തന്നെയായിരിക്കും. ഒരു സാഗോയെ (സ്പാനിഷ്/പോർച്ചുഗീസ് ഭാഷ സംസാരിക്കുന്ന ഒരാൾ) കൊല്ലുന്നതിനപ്പുറമുള്ള ഭാഗധേയത്വം അതിനുണ്ട്. അത് അത്രയും വലിയ ഒരു സംഭവ

മായതിനാലാവാം സ്കടർ എന്നെ യാഥാർത്ഥ്യത്തിൽനിന്നും അകറ്റിനിർത്തിയത്. അതിനയാളെ കുറ്റപ്പെടുത്താനുമാവില്ല. അക്കാര്യം അയാൾ ഒറ്റയ്ക്കു നിർവ്വഹിക്കാൻ തീരുമാനിച്ചിട്ടുണ്ടാവും. അതുതന്നെയാവും അയാളുടെ ഉദ്ദേശ്യം. വലുതായിതോന്നുന്ന ചില കാര്യങ്ങൾ അയാളെന്നോടു പറഞ്ഞിരുന്നു. യഥാർത്ഥ കാര്യങ്ങൾ അതിനെക്കാൾ എത്രയോ വലുതാണ്. അതു കണ്ടെത്തിയ ആൾ തന്നെ എല്ലാം സ്വന്തമായി ചെയ്യാനും തീരുമാനിച്ചു. എനിക്കയാളെ കുറ്റപ്പെടുത്താനാവില്ല. അതിലടങ്ങിയ അപകടം തന്നെയാവും അയാളെ ആർത്തിയോടെ മുന്നോട്ടുനയിച്ചതും.

കഥ മുഴുവൻ ആ കുറിപ്പുകളിലുണ്ടായിരുന്നു. വാക്കുകൾക്കിടയിൽ അകലം പാലിച്ചിരുന്നു. ആ അകലം പൂരിപ്പിച്ചിരുന്നത് അയാളുടെ ഓർമ്മകളിൽ നിന്നാവണം. അയാളുടെ അധികാരികളെയും അയാൾ വെട്ടിക്കളഞ്ഞിട്ടുണ്ട്. അവർക്കെല്ലാർക്കും അക്കങ്ങളുടെ മൂല്യമാണ് നല്കിയിട്ടുള്ളത്. ഇത് വിചിത്രമായ ഒരു കൗശലമാണ്. രണ്ടു കൂട്ടരെയും ഭാഗികമായേ വിശ്വസിച്ചിരുന്നുള്ളൂ. ഓരോ ഘട്ടത്തിലും ഓരോരുത്തരുടെയും വിശ്വസ്തത എപ്രകാരമായിരിക്കും എന്നു നിശ്ചയിക്കാനും ശ്രമിച്ചിട്ടുണ്ട്. അച്ചടിച്ചിരുന്ന മൂന്നു പേരുകൾ അധികാരികളുടേതായിരുന്നു. ഡ്യൂക്രോൺ എന്നൊരാളിന് അഞ്ചിൽ അഞ്ച് നല്കിയിരിക്കുന്നു. അമേർസ്ഫൂർട്ട്ന് നല്കിയതാകട്ടെ മൂന്നും. കഥയുടെ രത്നച്ചുരുക്കം ഈ കുറിപ്പുകളിലുണ്ട്. നിഗൂഢമായ ഒരു വാക്യം അര ഡസൻ സ്ഥലത്ത് ബ്രാക്കറ്റിനുള്ളിൽ നല്കിയിരിക്കുന്നു. "മുപ്പത്തൊമ്പത് പടവുകൾ" എന്നതാണ് ആ വാക്യം. അവസാനമായി അത് ഇപ്രകാരമാണ് പ്രയോഗിച്ചിരിക്കുന്നത് "മുപ്പത്തൊമ്പത് പടവുകൾ. ഞാനത് എണ്ണി. വേലിയേറ്റം 10.17 പി എം." അതെന്താണെന്ന് മനസ്സിലാക്കാൻ എനിക്ക് കഴിഞ്ഞില്ല.

ഞാൻ ആദ്യം മനസ്സിലാക്കിയ കാര്യം യുദ്ധം തടയുന്ന പ്രശ്നമല്ല ഇതിൽ പ്രതിപാദിക്കുന്നത് എന്നാണ്. അതെന്തായാലും വരിക തന്നെയാണ്. ക്രിസ്തുമസ് പോലെ സുനിശ്ചിതം. ഇത് 1912 ഫെബ്രുവരിക്കു മുമ്പേ നിശ്ചയിക്കപ്പെട്ടിരിക്കുന്നു എന്നാണ് സ്കടർ പറയുന്നത്. കരോലൈഡ്സ് വെറുമൊരു നിമിത്തം മാത്രമാണ്. അയാൾ അടയാളപ്പെടുത്തപ്പെട്ടു കഴിഞ്ഞു. ജൂൺ 14 എത്താൻ കാത്തിരുന്നാൽ മതി. അതായത് മേയ് രാവിലെ എണ്ണിയാൽ രണ്ടാഴ്ചയും 14 ദിവസങ്ങളും. സ്കടറുടെ കുറിപ്പുകളിൽനിന്നും ഞാൻ മനസ്സിലാക്കുന്നത് അത് സംഭവിക്കുന്നത് തടയാൻ ഭൂമിയിലാർക്കും കഴിയില്ല എന്നാണ്. എപ്പിറോട്ട് ഭടന്മാർ വന്ന് മുത്തശ്ശിയുടെ തൊലിയുരിക്കും എന്നതൊക്കെ വെറും ബഡായി മാത്രം.

രണ്ടാമത്തെ കാര്യം, ബ്രിട്ടനെ സംബന്ധിച്ച് ഈ യുദ്ധം അപ്രതീക്ഷിതമായിരിക്കും. കരോലൈഡ്സിന്റെ മരണം ബാൽക്കൻസിനെ യുദ്ധസന്നദ്ധരാക്കും. വിയന്നയുടെ ഭാഗത്തുനിന്നും അന്ത്യശാസനമുണ്ടാകും. റഷ്യ അത് ഇഷ്ടപ്പെടില്ല. അവർ ബഹളം വയ്ക്കും. എന്നാൽ ബർലിൻ സമാധാന ദൂതനായെത്തും. അവർ സ്ഥിതിഗതികൾ ശാന്തമാക്കാൻ നോക്കും. തങ്ങൾക്കതിൽ ഇടപെടാനുള്ള കാര്യം കണ്ടുപിടിക്കുംവരെ

യായിരിക്കും അവരുടെ സമാധാന ദൗത്യം. അതു ലഭ്യമായി അഞ്ചു മണിക്കൂറിനകം അവർ നമ്മെ ആക്രമിക്കും. അതായിരുന്നു അവരുടെ ലക്ഷ്യം. തേൻ പുരട്ടിയ വാക്കുകളും പ്രഭാഷണങ്ങളും കടന്നാക്രമണവും. ജർമ്മനിയുടെ സൽപ്പേരിനെയും നല്ല ഉദ്ദേശത്തെയുംപറ്റി നാം പറയുമ്പോഴേക്കും നമ്മുടെ തീരങ്ങൾ മുഴുവനും അവർ മൈൻ വിതറിയിട്ടുണ്ടാവും. അന്തർവാഹിനികൾ നമ്മുടെ യുദ്ധക്കപ്പലുകളെ വളഞ്ഞിട്ടുണ്ടാവും.

ഇതെല്ലാം തന്നെ മൂന്നാമതൊരു കാര്യത്തെ ആശ്രയിച്ചാണ് നില്ക്കുക. അതു ജൂൺ 15 ന് നടക്കാനിരിക്കുന്ന സംഭവമാണ്. ഒരിക്കൽ ഞാൻ പടിഞ്ഞാറേ ആഫ്രിക്കയിൽനിന്നു മടങ്ങുന്ന വഴി ഒരു ഫ്രഞ്ച് ഉദ്യോഗസ്ഥനെ പരിചയപ്പെടാൻ ഇടയായിരുന്നില്ലെങ്കിൽ എനിക്കിതൊന്നും ഗ്രഹിക്കാൻ ആകുമായിരുന്നില്ല. അദ്ദേഹം എന്നോട് ഒരുപാട് കാര്യങ്ങൾ വെളിപ്പെടുത്തിയിരുന്നു. പാർലമെന്റുകൾക്കുള്ളിൽ നടക്കുന്ന വാദകോലാഹലങ്ങൾക്കപ്പുറം ഇംഗ്ലണ്ടും ഫ്രാൻസും തമ്മിൽ ശക്തമായ ഒരു സഖ്യം നിലനില്ക്കുന്നുണ്ട്. ഇരുരാജ്യങ്ങളിലെയും ജനറൽ സ്റ്റാഫുകൾ തമ്മിൽ ഇടയ്ക്കിടെ യോഗം ചേർന്ന് യുദ്ധമുണ്ടാകുമ്പോൾ നടത്തേണ്ട യോജിച്ച നീക്കങ്ങളെപ്പറ്റി ചർച്ച ചെയ്യാറുണ്ട്. ജൂൺമാസത്തിൽ പാരീസിൽനിന്നും വളരെ ഉന്നതനായ ആരോ ഒരാൾ വന്നിരുന്നു. ബ്രിട്ടീഷ് റോയൽ നേവിയെ അണിനിരത്തുന്നതിനുള്ള ഉറപ്പും വാങ്ങിയായിരുന്നു അദ്ദേഹം പോയത്. ചുരുങ്ങിയത് അപ്രകാരമാണ് അദ്ദേഹം പറഞ്ഞതിൽനിന്നും ഞാൻ മനസ്സിലാക്കിയത്. ഇക്കാര്യം അസാധാരണ പ്രാധാന്യമർഹിക്കുന്നു. മാത്രമല്ല ജൂൺ 15 ന് മറ്റു ചിലരും ലണ്ടനിൽ ഉണ്ടാവാനിടയുണ്ട്. അവരെപ്പറ്റി ഊഹങ്ങൾ മാത്രമേ എനിക്കുള്ളൂ. അവരെയെല്ലാം ചേർത്താവണം സ്കഡർ 'ബ്ലാക്ക് സ്റ്റോൺ' എന്ന പദം ഉപയോഗിച്ചത്. അവർ പ്രതിനിധാനം ചെയ്യുന്നത് നമ്മുടെ സഖ്യകക്ഷികളെയല്ല മാരകമായ ശത്രുക്കളെയാണ്. ഫ്രാൻസിലേക്കുപോകേണ്ട വിവരങ്ങൾ ഇവരുടെ കൈകളിലായിരിക്കും എത്തിച്ചേരുക. ഓർക്കുക, അത് ഉപയോഗിക്കാൻ അവർ ഉദ്ദേശിച്ചത് ഒന്നോ രണ്ടോ ആഴ്ചകൾക്കപ്പുറമായിരിക്കും. മുന്തിയ തോക്കുകളും അന്തർവാഹിനികളും വേനൽക്കാല രാത്രിയുടെ ഇരുൾ ഭേദിച്ച് കടന്നുവരും.

ഒരു ഗ്രാമീണ സത്രത്തിൽ കാബേജു പാടത്തേക്ക് നോക്കിയിരുന്ന് ഞാൻ അഴിച്ചെടുത്ത നിഗൂഢഭാഷയിൽ അടങ്ങിയിരുന്ന കഥ ഇപ്രകാരമായിരുന്നു. ചുരത്തിൽനിന്നും ചുരത്തിലേക്ക് കാറോടിച്ചു പോകുമ്പോൾ എന്റെ തലച്ചോറിൽ ഇരമ്പിയതും ഇതേ കഥയായിരുന്നു.

പ്രധാനമന്ത്രിക്ക് ഒരു കത്തെഴുതാനാണ് ആദ്യം തോന്നിയത്. അതുകൊണ്ട് പ്രയോജനമുണ്ടാകില്ലെന്ന ചിന്ത ഉടനുണ്ടായി. ആരാണ് എന്റെ ഈ കഥ വിശ്വസിക്കാൻ പോകുന്നത്? എന്തെങ്കിലും അടയാളം അല്ലെങ്കിൽ തെളിവ് നല്കാൻ എനിക്കാവണം. ദൈവത്തിനു മാത്രമേ അറിയൂ അതെന്താണെന്ന്! കാര്യങ്ങൾ വ്യക്തമായി വരുന്നതുവരെ എനിക്ക് മുന്നോട്ടു പോയിക്കൊണ്ടിരിക്കണം. ബ്രിട്ടീഷ് ഐൽസിലെ പൊലീസ് എന്റെ പിന്നാലെയുള്ളപ്പോൾ അത്ര എളുപ്പമാവില്ല. 'ബ്ലാക്ക് സ്റ്റോ

ണ്ണി'ന്റെ ആളുകളും നിശ്ശബ്ദരായി എന്റെ പിന്നാലെയുണ്ട്.

കൃത്യമായ ഒരു ലക്ഷ്യസ്ഥാനം എന്റെ യാത്രയ്ക്ക് ഉണ്ടായിരുന്നില്ല. എന്നാൽ ഞാൻ സൂര്യന്റെ പ്രയാണം നോക്കി കിഴക്കു ദിശയിലേക്കാണ് നീങ്ങിക്കൊണ്ടിരിക്കുന്നത്. ഭൂപടം പരിശോധിച്ചതിൽനിന്നും വടക്കു ഭാഗത്തേക്കാണു നീങ്ങുന്നതെങ്കിൽ ഞാൻ എത്തിച്ചേരുന്നത് കല്ക്കരി പാടങ്ങളിലേക്കും വ്യാവസായിക നഗരങ്ങളിലേക്കും ആയിരിക്കുമെന്ന് എനിക്കു മനസ്സിലായി. ഇപ്പോൾ ഞാൻ ചതുപ്പുനിലങ്ങളും തരിശുഭൂമികളും പിന്നിട്ട് നിശ്ശബ്ദമായി ഒഴുകുന്ന ഒരു നദിയുടെ ഓരത്തുകൂടിയാണ് യാത്ര തുടരുന്നത്. കിലോമീറ്ററുകളോളം നീളുന്ന വലിയൊരു തോട്ടത്തിന്റെ മതിൽക്കെട്ടിനരികിലൂടെയാണ് ഞാൻ സഞ്ചരിക്കുന്നത്. മരങ്ങൾക്കിടയിലൂടെ വലിയൊരു കൊട്ടാരം ദൃശ്യമായി. പുല്ലുമേഞ്ഞ പഴയ ഗ്രാമീണ ഭവനങ്ങൾക്കും താഴ്വാരങ്ങളിലൂടെ ഒഴുകിപ്പോകുന്ന അരുവികൾക്കും കാട്ടുറോസകളും കൊന്നകളും പൂത്തുനില്ക്കുന്ന വേലികൾക്കും ഇടയിലൂടെ ഞാൻ ആടിയുലഞ്ഞ് യാത്രചെയ്തു. നിശ്ശബ്ദത എന്നെ ഭയപ്പെടുത്തി. എന്റെ ജീവനൊടുക്കാൻ നടക്കുന്നവർ പിന്നാലെയുണ്ട് എന്ന തോന്നൽ ശക്തമായി. ഒരു മാസത്തിനുള്ളിൽ, എനിക്ക് ഭാഗ്യമുണ്ടായില്ലെങ്കിൽ, ഇപ്രാവശ്യം രാജ്യം ആക്രമിക്കപ്പെടാൻ പോവുകയാണ്. ഇംഗ്ലണ്ടിന്റെ പാടങ്ങളിൽ കബന്ധങ്ങൾ നിറയുവാൻ പോവുകയാണ്.

മദ്ധ്യാഹ്നത്തോടെ ഞാൻ എളുപ്പത്തിൽ വഴിതെറ്റിപ്പോകുവാൻ ഇടയുള്ള വലിയൊരു ഗ്രാമത്തിൽ എത്തിച്ചേർന്നു. പോകുന്ന വഴിക്ക് ഭക്ഷണം കഴിക്കാനായി മാത്രം ഇടയ്ക്കൊന്നു നിർത്തി. പാതിവഴിക്ക് ഒരു പോസ്റ്റാഫീസ് കണ്ടു. ഒരു പടി മുകളിൽ പോസ്റ്റ് മിസ്ട്രസ്സ് ഇരിക്കുന്നുണ്ട്. ഒരു പൊലീസുകാരൻ ടെലഗ്രാം വായിച്ചെടുക്കാൻ പണിപ്പെടുന്നു. എന്നെകണ്ട് അവർ എഴുന്നേറ്റു. അല്പം മുന്നോട്ടുവന്ന് പൊലീസുകാരൻ കൈ ഉയർത്തി നിർത്താനാവശ്യപ്പെട്ടു.

അനുസരിക്കാനുള്ള വിഡ്ഢിത്തത്തിന് അടുത്തുവരെ ഞാൻ എത്തി. അപ്പോഴാണ് എന്റെ തലച്ചോറിലൂടെ ഒരു കാര്യം മിന്നിമറഞ്ഞത്. അയാൾ വായിച്ച ടെലഗ്രാം എന്നെപ്പറ്റിയായിരിക്കും. സത്രത്തിൽവച്ച് ഇരുകൂട്ടരും തമ്മിൽ യോജിപ്പിലെത്തി എന്നെ പിടിക്കാൻ ഇറങ്ങിയിരിക്കുകയാണ്. ഞാൻ കടന്നു പോകാനിടയുള്ള മുപ്പതു ഗ്രാമങ്ങളിലും എന്നെക്കുറിച്ചുള്ള വിവരണം ടെലഗ്രാം ചെയ്തുകൊടുക്കുന്നത് വളരെ എളുപ്പവുമാണ്. സമയത്തുതന്നെ ഞാൻ ബ്രേക്കിൽനിന്നും കാലെടുത്തു. പൊലീസുകാരൻ എന്നെ പിടിക്കാൻ നോക്കി. എന്റെ ഇടതുകൈ അയാളുടെ കണ്ണിനു തട്ടിയതോടെ പിടിവിട്ടു.

പ്രധാന വീഥികൾ എനിക്കു പറ്റിയ സ്ഥലമല്ലെന്ന് ഞാൻ വേഗത്തിൽ തിരിച്ചറിഞ്ഞു. ഉപവഴിയിലേക്ക് ഞാൻ തിരിഞ്ഞു. ഭൂപടം കൈയിലില്ലാത്തതിനാൽ വല്ല കൃഷിയിടത്തിലും എത്തി കാലിപ്പറമ്പിലോ താറാക്കുളത്തിലോ പെട്ടുപോയേക്കാം. അത്തരത്തിൽ വൈകിക്കുവാനായി എന്റെ പക്കൽ സമയവുമില്ല. ഈ കാർ മോഷ്ടിക്കാൻ മാത്രം വലിയ കഴുതയാ

ണല്ലോ ഞാനെന്ന് ചിന്തിച്ചുപോയി. സ്കോട്ട്ലന്റിലൂടെ പോകുമ്പോൾ ഈ പച്ച രാക്ഷസൻ എന്നെ ചൂണ്ടിക്കൊടുക്കും. വഴിയിലുപേക്ഷിച്ച് നടക്കാൻ തുടങ്ങിയാലോ ഒന്നോ രണ്ടോ മണിക്കൂറിനകം അവർ കാർ കണ്ടെത്തും. അപ്പോഴെനിക്ക് ഓട്ടം തുടങ്ങാൻ പോലും ആകില്ല.

ആൾ സഞ്ചാരമില്ലാത്ത വഴിയിലെത്തുകയാണ് ഉടൻ ചെയ്യേണ്ടത്. ഇപ്പോൾ ഞാൻ ഒരു വലിയ പുഴയുടെ പോഷകനദിക്കരയിലാണ്. അതിന്റെ ഓരത്തൂടെ ഒരു ചുരത്തിലെത്തിച്ചേർന്നു. ചുരം കയറിച്ചെല്ലുന്നത് ഒരു വിജനപാതയിലേക്കായിരുന്നു. ആ വഴി വടക്കുഭാഗത്തേക്കാണ് നീണ്ടു പോയത്. ഉടൻതന്നെ തെക്കുഭാഗത്തേക്ക് തിരിച്ചു. വലിയ റയിൽ പാതയിലാണ് ഞാൻ എത്തിച്ചേർന്നത്. എനിക്കു താഴെ വിശാലമായ മറ്റൊരു താഴ്വാരം കണ്ടു. അങ്ങോട്ടുപോയാൽ ഒരുപക്ഷേ, രാത്രി തങ്ങാൻ ഒരിടം കിട്ടിയേക്കുമെന്ന് ഊഹിച്ചു. സന്ധ്യയാവുകയാണ്. മാരകമായ വിശപ്പ് എന്നെ വേട്ടയാടാൻ തുടങ്ങി. പ്രാതലിനുശേഷം ഒരു ഉന്തുവണ്ടിയിൽനിന്നും വാങ്ങിയ ഒന്നോ രണ്ടോ ബൺ അല്ലാതെ മറ്റൊന്നും കഴിക്കാനായിട്ടില്ല.

ചതുപ്പു പ്രദേശത്തുകൂടിപോയാൽ വിമാനത്തിന്റെ കാഴ്ചയിൽ പെടാൻ എളുപ്പമാണെന്ന് അറിയാമായിരുന്നതിനാൽ മരങ്ങൾ ഉള്ള വഴിയിലൂടെ പോകാമെന്ന് ഞാൻ തീരുമാനിച്ചു. കൊള്ളിയാന്റെ വേഗത്തിൽ ഞാൻ കുന്നിറങ്ങി. പറ്റുന്നിടത്തെല്ലാം ഞാൻ തല ഉയർത്തി ആകാശത്തേക്കുനോക്കി, വിമാനം വട്ടമിടുന്നോയെന്നറിയാൻ. പെട്ടെന്നുതന്നെ ഞാൻ കുറ്റിച്ചെടിക്കാടുകൾക്കിടയിലൂടെ കടന്നുപോകുന്ന ഒരു റോഡിൽ എത്തിച്ചേർന്നു. റോഡ് ആഴത്തിൽ വെട്ടിമാറ്റിയ ഇടത്തേക്ക് താണിറങ്ങി അരുവിയിലേക്കു നീങ്ങി. ഇപ്പോൾ ചുറ്റും വലിയ മരങ്ങളാണ്. ഞാൻ വേഗത കുറച്ചു.

ആ നിമിഷത്തിൽ എന്റെ ഇടതുഭാഗത്തുനിന്നും മറ്റൊരു കാറിന്റെ ഇരമ്പൽ കേട്ടു. എന്നെ ഞെട്ടിപ്പിച്ചുകൊണ്ട്, അത് പ്രധാനപാതയിലേക്ക് എത്തിച്ചേരുന്ന ഒരു സ്വകാര്യവഴിയാണെന്നു മനസ്സിലായി. ഒന്നോ രണ്ടോ ഗേറ്റുകൾക്കുള്ളിലൂടെയാണ് ആ സ്വകാര്യവഴി കടന്നുപോകുന്നത്. എന്റെ ഹോൺ വേദനയോടെ മുഴങ്ങി. ഉള്ളിൽ നിന്നൊരു ആർത്തനാദം പുറപ്പെട്ടു. എന്നാലതു വൈകിപ്പോയിരുന്നു. ഞാൻ പെട്ടെന്ന് ബ്രേക്ക് ചെയ്യാൻ നോക്കി. എന്നാൽ എന്റെ നിയന്ത്രണം മികച്ചതായിരുന്നു. എന്റെ മുമ്പിലൂടെ തൊട്ടു തൊട്ടില്ല എന്ന വിധത്തിൽ ഒരു കാർ കുറുകെ കടന്നുപോയി. ഒരു കൂട്ടിയിടി നിമിഷംകൊണ്ടാണ് ഒഴിവായത്. അപ്പോൾ എനിക്ക് ആകെ ചെയ്യാവുന്ന കാര്യം വലതുവശത്തുള്ള കുറ്റിച്ചെടികൾക്കിടയിലേക്ക് ഓടിച്ചുകയറ്റുക മാത്രമായിരുന്നു. അതിനപ്പുറം മൃദുവായ എന്തെങ്കിലും ഉണ്ടാകുമെന്നായിരുന്നു പ്രതീക്ഷ.

എനിക്ക് തെറ്റി. എന്റെ കാർ കുറ്റിച്ചെടികൾക്കു പുറത്തുകൂടെ വെണ്ണയിലെന്ന പോലെ തെന്നിമാറി മുന്നോട്ടു കുതിച്ചു. എന്താണു സംഭവിക്കാൻ പോകുന്നതെന്ന് എനിക്ക് മനസ്സിലായി. സീറ്റിൽനിന്നും മാറി പുറത്തേക്ക് ചാടാമായിരുന്നു. എന്നാൽ കാട്ടുറോസയുടെ മുൾവള്ളികൾ

എന്റെ നെഞ്ചിൽ ചുറ്റിപ്പിടിച്ചു എന്റെ ശരീരത്തിനടിയിൽനിന്നും ഏതൊക്കെയോ ഭാരമേറിയ ലോഹക്കഷണങ്ങൾ ഇളകി വായുവിലേക്ക് എറിയപ്പെട്ടു. അമ്പതടി താഴെയുള്ള അരുവിയുടെ ആഴങ്ങളിലേക്കാണതു പോയി വീണത്. കാട്ടുറോസാവള്ളികൾ എന്നെ മോചിപ്പിച്ചു. കുറ്റിച്ചെടികൾക്ക് മീതെയാണു ഞാൻ ആദ്യം ചെന്നുവീണത്. പിന്നെ മെല്ലെ ഒരു വള്ളിക്കുടിലിലേക്ക് പതിച്ചു. അപ്പോൾ എനിക്കുനേരെ നീണ്ടുവന്ന ഒരു കൈയിലേക്ക് എത്തിപ്പിടിക്കാനായി ഞാൻ കാലുകളുയർത്താൻ ശ്രമിക്കവേ ആ കൈകൾ എന്നെ പൊക്കിയെടുത്തു. വല്ലാതെ ഭയപ്പെട്ടുപോയ ഒരു അനുതാപസ്വരം എന്നോടു ചോദിച്ചു. "പരിക്കു വല്ലതും പറ്റിയോ?"

സൺ ഗ്ലാസ് വച്ച് തുകൽ ഓവർകോട്ട് ധരിച്ച ഉയരമുള്ള ഒരു യുവാവ് ക്ഷമാപണരൂപത്തിൽ നോക്കിനില്ക്കുന്നു. സ്വബോധത്തിലേക്ക് തിരിച്ചെത്തിയപ്പോൾ ഞാനൊരു രീതിയിൽ സന്തുഷ്ടനായിരുന്നു. കാറിനെ ഉപേക്ഷിക്കാൻ ഒരു മാർഗ്ഗം വന്നുചേർന്നിരിക്കുന്നു.

"ഞാനാണു സർ, തെറ്റു ചെയ്തത് എന്റെ വിഡ്ഢിത്തങ്ങളിൽ ഒരു കൊലപാതകം കൂടി കൂട്ടിച്ചേർക്കേണ്ടി വന്നില്ലല്ലോ. മോട്ടോർ കാറിലുള്ള എന്റെ സ്കോട്ടിഷ് ടൂർ അവസാനിച്ചിരിക്കുന്നു. ചിലപ്പോൾ അത് ജീവിതത്തിന്റെതന്നെ അന്ത്യമായിപ്പോയേനെ."

അയാൾ ഒരു വാച്ച് പുറത്തെടുത്ത് നോക്കിയശേഷം പറഞ്ഞു.

"നിങ്ങൾ നേരുള്ള ഒരാളാണ്. എനിക്ക് കാൽമണിക്കൂർ സമയം കൂടി ബാക്കിയുണ്ട്. എന്റെ വീട്ടിൽ എത്താൻ രണ്ടു മിനിറ്റു മതി. നിങ്ങൾക്ക് വസ്ത്രം മാറ്റാനും ഭക്ഷണം കഴിക്കാനും ഒന്നു കിടക്കാനുമുള്ള സൗകര്യം എനിക്ക് ഒരുക്കാനാകും. എവിടെയാണ് നിങ്ങളുടെ ബാഗും മറ്റും? കാറിനോടൊപ്പം അതും പോയോ?"

"അതെന്റെ പോക്കറ്റിലുണ്ട്." ഒരു ടൂത്ത് ബ്രഷ് എടുത്തു കാട്ടിക്കൊണ്ട് ഞാൻ പറഞ്ഞു.

"ഞാൻ കോളനിയിൽനിന്നും വരുന്ന ഒരു യാത്രക്കാരനാണ്. ഭാണ്ഡം പേറാതെയാണെന്റെ യാത്ര."

"കോളനിയിൽ നിന്നുള്ളയാൾ! ദൈവമേ, നിങ്ങളെപ്പോലുള്ള ഒരുവനെയാണ് ഞാൻ കാത്തിരിക്കുന്നത്. അങ്ങ് ഒരു സ്വതന്ത്രവ്യാപാരിയാണോ? (ഈസ്റ്റിന്ത്യാ കമ്പനിയോടൊപ്പം ചേർന്നല്ലാതെ കച്ചവടം ചെയ്യുന്നയാൾ: പരിഭാഷകൻ)

അയാൾ എന്താണുദ്ദേശിച്ചത് എന്ന് പൂർണ്ണമായും മനസ്സിലാക്കാതെ ഞാൻ പറഞ്ഞു.

"അതെ."

എന്റെ തോളിൽ തട്ടിയശേഷം അയാളുടെ കാറിലേക്ക് എന്നെ കൊണ്ടുപോയി. മൂന്നു മിനിറ്റേ വേണ്ടിവന്നുള്ളൂ. ഞങ്ങൾ പൈൻമരങ്ങൾക്കിടയിലൂടെ, വേട്ടക്കാർ തങ്ങാനുപയോഗിക്കുന്ന സത്രത്തിന്റെ ആകൃതിയിലുള്ള ഒരു സൗകര്യപ്രദമായ കെട്ടിടത്തിൽ എത്തിച്ചേർന്നു. അയാൾ എന്നെ അകത്തേക്കു ക്ഷണിച്ചു. ആദ്യം കിടക്കമുറിയിലേക്കാണ്

കടന്നത്. ആറേഴു ജോഡി സ്യൂട്ടുകൾ അവിടെ തൂക്കിയിട്ടിട്ടുണ്ടായിരുന്നു. എന്റെ കോട്ട് ഇതിനകം വെറും കീറത്തുണിയായി മാറിക്കഴിഞ്ഞിരുന്നു. അതിൽനിന്നും അല്പം വണ്ണംകൂടിയ നീലനിറത്തിലുള്ള ആ കമ്പിളി കോട്ട് ഞാൻ തെരഞ്ഞെടുത്തു. ഞാൻ ധരിച്ചിരുന്ന വസ്ത്രത്തിൽനിന്നും കാഴ്ചയ്ക്ക് തികച്ചും വിഭിന്നമായിരുന്നു അത്. ഒരു ലിനൻ കോളർ കൂടി ഞാൻ ചോദിച്ചു വാങ്ങി. എന്നിട്ട് ഞങ്ങൾ ഭക്ഷണമുറിയിലേക്കു പോയി. ബാക്കിയായ ഭക്ഷണം പാത്രങ്ങളിൽ അടച്ചു വച്ചിരുന്നു. "ചെറുതായി കഴിക്കാനുള്ള എന്തെങ്കിലും ഇപ്പോൾ എടുത്തോളൂ. മടങ്ങിയെത്തിയ ശേഷം നമുക്ക് അത്താഴം കഴിക്കാം. എനിക്ക് അഞ്ചുമിനിറ്റേ ബാക്കിയുള്ളൂ. എട്ടു മണിക്കുതന്നെ മാസോണിക് ഹാളിൽ എത്തണം. അല്ലെങ്കിൽ എന്റെ ഏജന്റ് എന്നെ നിർത്തിപ്പൊരിക്കും." അയാൾ നെരിപ്പോടിനടുത്തുള്ള പരവതാനിയിലേക്ക് നടന്ന് കഥപറയാൻ തുടങ്ങവേ ഞാൻ ഒരു കപ്പ് കോഫിയും ഉണക്കിയ പന്നിയിറച്ചിയും കഴിച്ചു. ഇറച്ചി തണുത്തിരുന്നു.

"ഞാനാകെ കുഴപ്പത്തിലാണ് മിസ്റ്റർ, അല്ല, താങ്കൾ പേരു പറഞ്ഞില്ല. ടിസ്ഡെൻ? തൊമ്മി ടിസ്ഡെനുമായി എന്തെങ്കിലും ബന്ധം? ഇല്ല. ശരി. ഞാനീ പ്രദേശത്തെ ലിബറൽ സ്ഥാനാർത്ഥിയാണ്. ഇവിടത്തെ പ്രധാന പട്ടണമായ ബ്രാറ്റിൽബണിൽവച്ച് എനിക്കൊരു മീറ്റിങ്ങുണ്ട്. ഇവിടെ ടോറികളുടെ ശക്തികേന്ദ്രമാണ്. കോളനിയിൽനിന്നുള്ള ഒരു പ്രധാനിയായ ക്രംപ്ലെട്ടൺ ഇന്നിവിടെ വന്നു സംസാരിക്കാമെന്ന് ഏറ്റിരുന്നതാണ്. അതിനായുള്ള എല്ലാ ക്രമീകരണങ്ങളും ചെയ്തിരുന്നു. അയാളിപ്പോൾ ടെലഗ്രാം ചെയ്തിരിക്കുന്നു, അയാൾക്ക് ഫ്ളൂവാണെന്ന്. എല്ലാക്കാര്യങ്ങളും ഞാൻ തന്നെ ചെയ്യേണ്ടിയിരിക്കുന്നു. ഞാൻ പത്തുമിനിറ്റ് സംസാരിക്കണം. പോകാൻ സമയമായി. കഴിഞ്ഞ മൂന്നു മണിക്കൂറായി എത്ര തല പുകച്ചിട്ടും പറയാനുള്ള കാര്യങ്ങളെപ്പറ്റി ഒരു രൂപവുമുണ്ടായില്ല. ഇവിടെയാണ് സുഹൃത്തേ താങ്കളുടെ സഹായം വേണ്ടത്. താങ്കൾ ഒരു സ്വതന്ത്രവ്യാപാരിയാണല്ലോ. കോളനികളിലെ വ്യാപാര സംരക്ഷണത്തെപ്പറ്റി താങ്കൾ പറയണം. നിങ്ങൾക്കാവുമ്പോൾ ദീർഘ പ്രഭാഷണങ്ങൾ പരിചിതവുമായിരിക്കുമല്ലോ. നിങ്ങളെ കിട്ടിയതിന് ദൈവത്തെ സ്തുതിക്കുന്നു. ഞാൻ താങ്കളോടിതിന് കടപ്പെട്ടിരിക്കും. സ്വതന്ത്ര വ്യാപാരത്തെപ്പറ്റി എനിക്ക് പരിമിതമായ അറിവേ ഉള്ളൂ. എന്റെ കാര്യം നടക്കണമെങ്കിൽ മറ്റൊരു മാർഗ്ഗവുമില്ല. അയാളുടെ പ്രയാസങ്ങളിൽ മുങ്ങിപ്പോയതു കാരണം അപരിചിതനായ ഒരുവനെ കയറ്റി സംസാരിപ്പിക്കുന്നതിന്റെ അനൗചിത്യം എന്റെ യുവ സുഹൃത്തിന്റെ തലയിൽ കയറുന്നേയില്ല. മാത്രമല്ല ഞാൻ മരണവക്ത്രത്തിൽനിന്നും രക്ഷപ്പെട്ടുവന്നതേയുള്ളൂ. വിലപിടിപ്പുള്ള ഒരു കാറും നഷ്ടമായി. സാഹചര്യങ്ങളുടെ സമ്മർദ്ദത്താൽ എനിക്ക് മറിച്ചൊന്നും ചെയ്യാനുമാവുന്നില്ല. അപ്രകാരം ചെയ്യുന്നതിന്റെ അനൗചിത്യത്തെപ്പറ്റി ചിന്തിക്കുന്നതിന് ഇപ്പോൾ കഴിയില്ല.

"ശരി. പക്ഷേ, ഞാൻ നല്ലൊരു പ്രഭാഷകനല്ല. എന്നാൽ ആസ്ട്രേലിയയെപ്പറ്റി ഞാൻ ചിലതെല്ലാം പറയാം."

എന്റെ വാക്കുകൾ കേട്ട് അയാൾ പ്രായം മറന്ന് ആനന്ദിച്ചു. എന്നിട്ട് ഡ്രൈവിങ് കോട്ട് ഒരെണ്ണം എടുത്ത് എനിക്കു തന്നു. ഡ്രൈവിങ് കോട്ടില്ലാതെ ഇത്ര ദൂരം എങ്ങനെ ഓടിച്ചുവന്നു എന്നയാൾ ചോദിച്ചില്ല. പൊടി നിറഞ്ഞ റോഡിലേക്ക് ഞങ്ങൾ കടക്കുമ്പോൾ അയാൾ അയാളുടെ ജീവിതകഥ പറഞ്ഞു. അയാൾ അനാഥനാണ്. അമ്മാവനാണ് വളർത്തിയത്. അമ്മാവന്റെ പേര് ഓർമ്മയില്ല. അദ്ദേഹം മന്ത്രിസഭയിൽ ഉള്ളയാളാണ്. പ്രഭാഷണങ്ങൾ പത്രത്തിൽ അച്ചടിച്ചു വരാറുണ്ട്. കേംബ്രിഡ്ജിലെ പഠനശേഷം നമ്മുടെ യുവാവ് ലോകം മുഴുവൻ ചുറ്റി സഞ്ചരിച്ചു. തൊഴിൽ കിട്ടാതെ വന്നപ്പോൾ അമ്മാവൻ രാഷ്ട്രീയത്തിൽ ചേരാൻ പറഞ്ഞു. അമ്മാവന് ഏതെങ്കിലും പാർട്ടിയോട് പ്രത്യേകിച്ച് താല്പര്യമുണ്ടായിരുന്നില്ല എന്നു ഞാൻ മനസ്സിലാക്കി "അദ്ദേഹം ഇരുപക്ഷത്തും നില്ക്കും" അയാൾ സന്തോഷത്തോടെ പറഞ്ഞു. രാഷ്ട്രീയത്തോട് അമ്മാവന് പുച്ഛവുമാണ്. എന്നാൽ ഞാൻ ലിബറലാണ്. കാരണം എന്റെ കുടുംബം എക്കാലത്തും വിഗ്ഗുകൾക്കൊപ്പമായിരുന്നു. വിഗ്ഗുകൾ ലിബറൽ പാർട്ടിയിൽ ലയിച്ചപ്പോൾ ഞങ്ങൾ അവർക്കൊപ്പമായി. എന്നാൽ അയാൾക്ക് രാഷ്ട്രീയത്തിൽ ഉറച്ചനിലപാടൊന്നും ഉള്ളതായി തോന്നിയില്ല. മറ്റു കാര്യങ്ങളെപ്പറ്റിയൊക്കെ ശക്തമായ അഭിപ്രായങ്ങൾ ഉണ്ടായിരുന്നു. എനിക്ക് കുതിരകളെപ്പറ്റി ചിലതെല്ലാം അറിയാമെന്നു മനസ്സിലാക്കിയപ്പോൾ അയാൾ കുതിരപ്പന്തയത്തെപ്പറ്റി വാചാലനായി. വെടിവയ്പിൽ കൂടുതൽ പരിശീലനം നേടുന്നുണ്ട്. ചുരുക്കത്തിൽ ഉല്ലാസവാനും ശുദ്ധനുമായ ഒരു ചെറുപ്പക്കാരൻ.

ഞങ്ങൾ കടന്നുപോയപ്പോൾ രണ്ടു പൊലീസുകാർ വാഹനം കൈകാണിച്ചു നിർത്തി. അവർ റാന്തലുകൾ ഞങ്ങളുടെ മുഖത്തേക്കു പ്രകാശിപ്പിച്ചു.

"സർ. ഹാരി ക്ഷമിക്കണം. ഒരു കാർ നിരീക്ഷിക്കാൻ ഞങ്ങൾക്ക് ഉത്തരവു ലഭിച്ചിരുന്നു. വിവരണം താങ്കളുടെ വാഹനത്തിൽനിന്നും ഭിന്നവുമല്ല."

"അപ്പോൾ ശരി."

എന്റെ ആതിഥേയൻ പറഞ്ഞു.

എന്നെ സുരക്ഷിതമാക്കുന്ന കുടില മാർഗ്ഗങ്ങൾക്ക് ഞാൻ ഈശ്വരന് നന്ദി പറഞ്ഞു. അതിനുശേഷം ഞങ്ങൾ സംസാരിച്ചില്ല. നടക്കാൻ പോകുന്ന പ്രഭാഷണത്തെയോർത്തുള്ള സംഘർഷത്തിലായിരുന്നു അയാൾ. അയാളുടെ ചുണ്ടുകൾ വിറച്ചുകൊണ്ടിരുന്നു. കണ്ണുകൾ പതറി. ഒരു രണ്ടാം ദുരന്തത്തിനായി ഞാനും തയ്യാറെടുത്തു. പറയാനുള്ള കാര്യങ്ങളെപ്പറ്റി ആലോചിക്കാൻ ഞാനും ശ്രമിച്ചു. എന്നാൽ മനസ്സ് കല്ലുപോലെയായിക്കഴിഞ്ഞിരുന്നു. അടുത്തതായി ഞാൻ കാണുന്നത് ഞങ്ങൾ കാറിന്റെ ഡോർ തുറന്ന് ഇറങ്ങുന്നതും ബാഡ്ജുകൾ കൈയിൽ പിടിച്ച് ബഹളം വയ്ക്കുന്ന കുറെ മനുഷ്യർ ഓടിക്കൂടുന്നതുമാണ്.

ആ ഹാളിൽ ഏകദേശം അഞ്ഞൂറോളം പേരുണ്ടായിരുന്നു. ഏറെയും വനിതകൾ. കുറേയേറെ കഷണ്ടിക്കാരും ഏതാനും യുവാക്കളും ഉണ്ടായിരുന്നു. മരപ്പട്ടിയെ അനുസ്മരിപ്പിക്കുന്ന ചുവന്ന മൂക്കുള്ള ഒരു മന്ത്രി എഴുന്നേറ്റ് ക്രംപ്ളൻടണിന്റെ അഭാവത്തെപ്പറ്റി വിലപിച്ചു. സ്വന്തം ഫ്ളൂവി

നെപ്പറ്റി ആത്മഗതം ചെയ്തു. 'ആസ്ത്രേലിയൻ ചിന്തയുടെ ആധികാരിക വക്താവ്' എന്ന് ഒരു ബിരുദം എനിക്ക് നല്കാനും അദ്ദേഹം മറന്നില്ല. പൊലീസുകാർ ഇതു കേൾക്കണമേയെന്ന് ഞാൻ പ്രാർത്ഥിച്ചു. അതിനുശേഷം സർ ഹാരി സംസാരിക്കാൻ തുടങ്ങി.

ഇതുപോലൊരു പ്രസംഗം ഞാനിതിനുമുമ്പ് കേട്ടിട്ടില്ല. എങ്ങനെ സംസാരിക്കണമെന്ന് അദ്ദേഹത്തിന് അറിയില്ല. അദ്ദേഹത്തിന്റെ പക്കലുണ്ടായിരുന്ന ഒരുകെട്ട് കുറിപ്പുകളിൽനിന്നും ചിലത് വായിച്ചു. പിന്നെ, വിക്കാൻ തുടങ്ങി. പിന്നീട്, അപ്പപ്പോഴായി കാണാതെ പഠിച്ച ചില വാചകങ്ങൾ ഉരുവിട്ടു. അതിനുശേഷം നിവർന്നുനിന്ന് ഹെന്റി ഇർവിങ്ങിനെപോലെ നിശ്വസിച്ചു. അടുത്തനിമിഷം കുറിപ്പുകൾ വായിക്കാനായി കുനിഞ്ഞു. തികഞ്ഞ അസംബന്ധങ്ങളായിരുന്നു അത്. 'ജർമ്മൻ ശല്യ'ത്തെപ്പറ്റി അദ്ദേഹം സംസാരിച്ചു. ഇതെല്ലാം പാവങ്ങളെ പറ്റിക്കാൻ ടോറികൾ കണ്ടുപിടിച്ചതാണ്. സാമൂഹ്യപരിഷ്കരണങ്ങളെ പിന്നോട്ടടിപ്പിക്കാനാണ്. നമ്മുടെ വിശ്വാസത്തിന്റെ തെളിവായി നാവികസേനയുടെ വലിപ്പം കുറയ്ക്കണം. എന്നിട്ട് അതേ കാര്യം ചെയ്യാൻ ജർമ്മനിക്ക് അന്ത്യശാസനം നല്കണം. അനുസരിച്ചില്ലെങ്കിൽ അവരെ തകർക്കുമെന്ന് പറയണം. ടോറികൾക്ക് ജർമ്മനിയും ബ്രിട്ടണും സമാധാനത്തിന്റെയും പരിഷ്കരണത്തിന്റെയും കൂട്ടാളികളാണ്. അപ്പോൾ ഞാൻ എന്റെ പോക്കറ്റിലുള്ള കറുത്ത ബുക്കിനെപ്പറ്റി ചിന്തിച്ചു. സ്കടറുടെ ചങ്ങാതിമാർ പരിചരിക്കുന്ന സമാധാനവും പരിഷ്കരണവും!

എന്നിട്ടും വിചിത്രമായ രീതിയിൽ എനിക്കാ പ്രസംഗം ഇഷ്ടപ്പെട്ടു. അയാളിൽ കോരിനിറയ്ക്കപ്പെട്ട വൃത്തികേടുകൾ പ്രസംഗത്തിലൂടെ പുറത്തുവന്നിട്ടും അയാളുടെ നന്മ തിളങ്ങിത്തന്നെ നിന്നു. അതെന്റെ മനസ്സിലെ ഭാരം ഇറക്കിവയ്ക്കാനും ഇട നല്കി. ഞാൻ നല്ലൊരു പ്രഭാഷകനൊന്നുമല്ലായിരിക്കാം. എന്നാൽ സർ. ഹാരിയേക്കാൾ ഒരായിരം വട്ടം മെച്ചമായി സംസാരിക്കാൻ എനിക്കു കഴിയും.

തുടക്കം അത്ര മോശമായില്ല. ആസ്ട്രേലിയയെപ്പറ്റി ഓർക്കാൻ കഴിഞ്ഞതെല്ലാം പറഞ്ഞു. ആസ്ട്രേലിയക്കാരാരും അവിടെ ഉണ്ടാകരുതേയെന്നു പ്രാർത്ഥിച്ചു. അവിടത്തെ ലേബർപാർട്ടി, കുടിയേറ്റ നിയമങ്ങൾ സാർവ്വത്രിക സേവനങ്ങൾ എന്നിവയെപ്പറ്റി പറഞ്ഞു. സ്വതന്ത്ര വ്യാപാരത്തെപ്പറ്റി എന്തെങ്കിലും പറഞ്ഞോയെന്ന് ഓർമ്മയില്ല. എന്നാൽ അവിടെ ടോറികൾ ഇല്ലെന്നും ഉള്ളത് ലേബറും ലിബറലും മാത്രമാണെന്നും പറഞ്ഞപ്പോൾ കൈയടികൾ ഉയർന്നു. അതുകേട്ടപ്പോൾ ഞാനല്പം ഉണർന്നു. നമ്മുടെ പിന്തുണയുണ്ടെങ്കിൽ സാമ്രാജ്യത്തിന് മഹത്തായ വ്യാപാരം അവിടെ സംഘടിപ്പിക്കാനാവുമെന്നും ഞാൻ പറഞ്ഞു.

അത്ര വിജയകരമായി പ്രസംഗം എന്ന് എനിക്ക് അഭിപ്രായമില്ല. മന്ത്രിക്ക് എന്റെ പ്രസംഗം അത്ര ഇഷ്ടപ്പെട്ടിട്ടില്ല എന്ന് അയാളുടെ നന്ദിപ്രകാശനത്തിലൂടെ വ്യക്തമായി. ഹാരിയുടെ പ്രസംഗം മഹത്തായ നയതന്ത്രജ്ഞതയ്ക്ക് ഉദാഹരണമാണെന്നും എന്റേത് ഒരു കുടിയേറ്റ ഏജന്റിന്റെ

പ്രസംഗം പോലുണ്ടായിരുന്നു എന്നുമാണ് അയാൾ പറഞ്ഞത്.

തിരികെ കാറിൽ കയറുമ്പോൾ യോഗം കഴിഞ്ഞുകിട്ടിയതിന്റെ ആശ്വാസത്തിലായിരുന്നു എന്റെ ആതിഥേയൻ.

“ശ്രേഷ്ഠമായ പ്രസംഗമായിരുന്നു താങ്കളുടേത് മിസ്റ്റർ റ്റിസ്ഡെൻ”

അയാൾ പറഞ്ഞു.

“ഇതാ താങ്കൾ എന്റെ വീട്ടിൽ എത്തിക്കഴിഞ്ഞു. ഞാൻ ഒറ്റയ്ക്കാണ്. ഒന്നോ രണ്ടോ ദിവസം ഇവിടെ താമസിച്ചാൽ ഉഗ്രൻ മീൻപിടുത്തം പരിചയിക്കാം.”

നല്ല ചൂടൻ അത്താഴമായിരുന്നു അത്. ഞാനാകട്ടെ അത് വളരെയധികം ആഗ്രഹിച്ചിരുന്നുതാനും. വയറു നിറയെ മദ്യപിച്ചു. പുകവലി ഒരു ആഹ്ലാദം പകർന്നു. നെരിപ്പോടിൽ വിറക് എരിയുന്ന ശബ്ദം കേൾക്കാം. എന്റെ കാർഡ് മേശമേൽ വയ്ക്കാൻ സമയമായെന്ന് എനിക്കു തോന്നി. അയാളുടെ മുഖത്തേക്കു നോക്കിയിരിക്കുമ്പോൾ വിശ്വസിക്കാൻ പറ്റിയ ഒരുവനാണെന്നു തോന്നി.

“ശ്രദ്ധിക്കൂ, മിസ്റ്റർ ഹാരി. എനിക്ക് വളരെ പ്രധാനപ്പെട്ട ചിലതു പറയാനുണ്ട്. താങ്കൾ ഒരു നല്ല മനുഷ്യനാണെന്ന വിശ്വാസത്താൽ ഞാൻ എല്ലാം തുറന്നു പറയാൻ ആഗ്രഹിക്കുന്നു. എവിടന്നാണ് താങ്കൾ സംസാരിച്ച ആ വിഷമയമായ വൃത്തികേടുകൾ താങ്കൾക്ക് കിട്ടിയത്.”

അയാളുടെ മുഖം മ്ലാനമായി.

“അത് അത്രയ്ക്ക് മോശമായിരുന്നോ? ഞാൻ വളരെ ചുരുക്കിയേ പറഞ്ഞുള്ളൂ. എനിക്ക് അധികവും കിട്ടിയത് ‘പ്രോഗ്രസീവ് മാഗസി’നിൽ നിന്നുമാണ്. പിന്നെ കുറെ ലഘുലേഖകൾ ആ ഏജന്റു തന്നിരുന്നു. ജർമ്മനി നമ്മോട് ഒരിക്കലും യുദ്ധം ചെയ്യില്ല എന്നു തന്നെയല്ലേ താങ്കളും കരുതുന്നത്?”

“ആറാഴ്ചയ്ക്കകം അതിനുള്ള ഉത്തരം കിട്ടും. അരമണിക്കൂർ ഞാൻ പറയുന്നത് ശ്രദ്ധിക്കുമെങ്കിൽ ഞാനൊരു കഥ പറയാം.”

പ്രകാശമാനമായ ആ മുറിയിൽ മാനിന്റെ തലയും ചുമരിൽ പഴയ ചിത്രങ്ങളും കണ്ടു. ഹാരി അസ്വസ്ഥനായി നെരിപ്പോടിനടുത്തുള്ള കല്ലിനോട് ചേർന്നുനില്ക്കുന്നു. ഞാൻ ചാരുകസേരയിൽ കിടന്നുകൊണ്ട് സംസാരിക്കുന്നു. ഞാൻ വേറൊരു മനുഷ്യനായി എന്നെ സങ്കല്പിച്ചു. ഞാൻ സംസാരിക്കുന്നത് ഞാൻ തന്നെ മാറിനിന്നു കേൾക്കുന്നു. എന്റെ കഥ എത്രമാത്രം വിശ്വസനീയമാണെന്നു പരിശോധിക്കുന്നു. ഇപ്പോഴാണ് ആദ്യമായി ഒരാളോട് യാഥാർത്ഥ്യം വെളിപ്പെടുത്തുന്നത്. ചുരുങ്ങിയത് യാഥാർത്ഥ്യമെന്ന് ആത്മാർത്ഥമായി ഞാൻ കരുതുന്നത്. അത് എനിക്കു ചെറിയ ആശ്വാസമല്ല നല്കിയത്. എന്റെ മനസ്സിൽ തിങ്ങിനിറഞ്ഞുനിന്ന കാര്യങ്ങൾ പുറത്തുവിടാനായി. ഞാൻ വിശദാംശങ്ങൾ ഒന്നും വിട്ടുകളഞ്ഞുമില്ല. അയാൾ സ്കടറെപ്പറ്റിയും പാല്ക്കാരനെപ്പറ്റിയും നോട്ടുപുസ്തകത്തെപ്പറ്റിയും ഗാലോവേയിലെ എന്റെ ചെയ്തികളെപ്പറ്റിയും മനസ്സിലാക്കി. ഇപ്പോൾ അയാൾ വളരെ അതിശയിച്ചുകൊണ്ട് നെരിപ്പോടിനരികിലേക്കും നീങ്ങിനിന്നു.

“നിങ്ങളുടെ മുന്നിൽ നില്ക്കുന്ന ഈ മനുഷ്യൻ പോർട്ട്ലാന്റ് പ്ലേസ് കൊലപാതക കേസിൽ അന്വേഷിക്കപ്പെടുന്നവനാണ്. പൊലീസ് സ്റ്റേഷനിലേക്ക് കാറയച്ച് താങ്കൾക്ക് പൊലീസിനെ വരുത്താം. എനിക്ക് ഇനിയും ഏറെ പോകാനില്ലെന്ന് എനിക്കറിയാം. എന്റെ അറസ്റ്റ് കഴിഞ്ഞ് ഒരു മണിക്കൂറിനകം ഒരു അപകടമുണ്ടാവും. അതിൽ എന്റെ വാരിയെല്ലുകൾക്കിടയിലൂടെ ഒരു കത്തി കുത്തിയിറക്കപ്പെടും. അതെന്തായാലും നിയമങ്ങൾ അനുസരിക്കുന്ന ഒരു പൗരൻ എന്ന നിലയിൽ താങ്കൾ അതു ചെയ്യണം. ഒരുപക്ഷേ, ഒരുമാസത്തിനുള്ളിൽ താങ്കൾക്ക് പരിതപിക്കേണ്ടി വന്നേക്കാം. എന്നാൽ അതിനെപ്പറ്റിയൊന്നും ഇപ്പോൾ ചിന്തിക്കേണ്ടതില്ല.”

അയാൾ ഉറച്ച കണ്ണുകളോടെ എന്നെ നോക്കുന്നുണ്ടായിരുന്നു.

“റൊഡേഷ്യയിൽ എന്തായിരുന്നു നിങ്ങൾക്ക് ജോലി, മിസ്റ്റർ. ഹാനി”

“മൈനിങ് എഞ്ചിനീയർ. അതിൽനിന്നും ഞാൻ ആവശ്യത്തിന് സമ്പാദിച്ചു. അതിനായി നല്ലൊരു സമയവും ചെലവിട്ടു.

“അതു നിങ്ങളുടെ ഞരമ്പുകളെ വലിച്ചുമുറുകുന്ന ജോലിയായിരുന്നില്ല, അല്ലേ?”

ഞാൻ ചിരിച്ചു.

“അതെ. അതുകൊണ്ട് എന്റെ ഞരമ്പുകൾ ഇപ്പോൾ നല്ല അവസ്ഥയിലാണ്.” വേട്ടയ്ക്ക് ഉപയോഗിക്കുന്ന ഒരു കത്തി ഞാൻ ചുമരിൽനിന്നും എടുത്തു. ഞാൻ അതുവച്ച് പഴയൊരു മോഷണാതന്ത്രമെടുത്തു. കത്തി അല്പം ഉയർത്തിയിട്ട് ചുണ്ടുകൾ കൊണ്ടതിനെ പിടിച്ചു. അത്തരത്തിൽ ചെയ്യാൻ ദൃഢതയുള്ളൊരു ഹൃദയം വേണം.

അയാൾ എന്റെ പ്രവൃത്തി പുഞ്ചിരിയോടെ നോക്കിനിന്നു.

“എനിക്ക് തെളിവുകളൊന്നും വേണ്ട. ആ പ്രസംഗ പീഠത്തിൽ ഞാൻ ഒരു കഴുതയായിരിക്കാം. എന്നാൽ എനിക്കൊരു മനുഷ്യനെ വിലയിരുത്താനാവും. താങ്കൾ ഒരു കൊലപാതകിയോ വിഡ്ഢിയോ അല്ല. താങ്കൾ പറയുന്നത് സത്യമാണെന്ന് എനിക്ക് ഉറപ്പുണ്ട്. ഞാൻ നിങ്ങളെ തുണയ്ക്കാൻ പോകുന്നു. ഇപ്പോൾ എന്താണു ഞാൻ ചെയ്യേണ്ടത്?”

“ഒന്നാമതായി, ഞാൻ താങ്കളുടെ അമ്മാവന് ഒരു കത്ത് നല്കാം. ആ കത്ത് ജൂൺ 15 നകം സർക്കാർ അധികാരികൾക്ക് മുന്നിലെത്തണം.”

അയാൾ തന്റെ താടി തടവി.

“അതുകൊണ്ട് താങ്കൾ ഉദ്ദേശിക്കുന്ന കാര്യം നടക്കില്ല. ഈ വിദേശ കാര്യങ്ങളും എന്റെ അമ്മാവനും തമ്മിൽ ഒരു ബന്ധവുമില്ല. നിങ്ങൾക്കൊരിക്കലും അദ്ദേഹത്തെ ഒരു കാര്യം പറഞ്ഞ് ബോദ്ധ്യപ്പെടുത്താനുമാവില്ല. ഞാൻ കുറെക്കൂടി മെച്ചപ്പെട്ട ഒരു കാര്യം ചെയ്യാം. വിദേശ കാര്യാലയത്തിലെ സ്ഥിരം സെക്രട്ടറിക്ക് ഞാൻ എഴുതാം. അദ്ദേഹം എന്റെ തലതൊട്ടപ്പനും അഭ്യുദയകാംക്ഷിയുമാണ്. എന്താണ് നിങ്ങൾ ആഗ്രഹിക്കുന്നത്?”

അയാൾ മേശയ്ക്കു മുന്നിലിരുന്ന് ഞാൻ പറഞ്ഞുകൊടുത്ത കാര്യങ്ങൾ എഴുതിയെടുത്തു. അതിന്റെ ചുരുക്കം ഇപ്രകാരമായിരുന്നു. റ്റിസ്

ഡൺ എന്നൊരാൾ (ആ പേരിൽത്തന്നെ ഉറച്ചുനില്ക്കാൻ ഞാൻ തീരുമാനിച്ചു) ജൂൺ 15 നു മുമ്പ് അവിടെ എത്തും. അദ്ദേഹത്തെ നന്നായി സ്വീകരിക്കണം. അദ്ദേഹം ബ്ലാക്ക് സ്റ്റോൺ, ആനി ലോറി എന്നീ അടയാള പദങ്ങൾ പറയും.

"നന്നായി. അതാണ് ശരിയായ ശൈലി. എന്റെ തലതൊട്ടപ്പന്റെ പേര് സർ. വാൾട്ടർ ബുള്ളിവൻ എന്നാണ്. താങ്കൾക്ക് അദ്ദേഹത്തെ അദ്ദേഹത്തിന്റെ ഗ്രാമീണ വസതിയായ 'വിറ്റ്സുൺടൈ'ടിൽ കാണാനാകും. അത് കെന്നെറ്റിലെ ആർട്ടിൻസ് വെല്ലിനു സമീപമാണ്. അതു ചെയ്തു കഴിഞ്ഞു. അടുത്തത്?"

താങ്കൾക്ക് ഏകദേശം എന്റെ ഉയരമാണ്. താങ്കൾക്കുള്ളതിൽവച്ച് ഏറ്റവും പഴക്കം ചെന്നൊരു കമ്പിളി കോട്ടു നല്കുക. ഇന്നു വൈകുന്നേരം ഞാൻ നശിപ്പിച്ച കോട്ടിന്റെ നിറത്തിന് എതിരായ ഏതും മതിയാവും. ഈ പരിസര പ്രദേശങ്ങളുടെ ഒരു ഭൂപടം തരണം, ഭൂമിയുടെ കിടപ്പ് മനസ്സിലാക്കാൻ. പൊലീസ് എന്നെ അന്വേഷിച്ചുവരികയാണെങ്കിൽ താഴ്വാരത്തുള്ള കാർ കാട്ടിക്കൊടുക്കുക. മറ്റേക്കൂട്ടരാണ് എത്തുന്നതെങ്കിൽ താങ്കളുടെ യോഗത്തിനുശേഷം ഞാൻ തെക്കോട്ടുള്ള എക്സ്പ്രസ് ട്രെയിനിൽ പോയി എന്നു പറയണം.

അദ്ദേഹം അക്കാര്യങ്ങൾ ചെയ്യുകയോ ചെയ്യാമെന്ന് ഉറപ്പിക്കുകയോ ചെയ്തു. ഞാൻ എന്റെ ശേഷിച്ച താടിവടിച്ചു മാറ്റിയിട്ട് പഴയ കോട്ടിനുള്ളിലേക്ക് കയറി. അത് ഒരു നെരിപ്പോടുപോലെ തന്നെയുണ്ട്. കൈയിൽ കിട്ടിയ ഭൂപടം വഴി ചുറ്റുപാടുകളെപ്പറ്റി ധാരണയുണ്ടാക്കി. അതിൽനിന്നും അറിയാനാഗ്രഹിച്ച രണ്ടു കാര്യങ്ങൾ മനസ്സിലായി. തെക്കുഭാഗത്തേക്കുള്ള മുഖ്യ തീവണ്ടിപ്പാത അവിടെ ചെന്നുചേരും? ഏറ്റവും അടുത്തുള്ള വനപ്രദേശം ഏതാണ്?

രണ്ടു മണിക്ക് അദ്ദേഹം എന്നെ പുകവലി മുറിയിലെ ചാരുകസേരയിൽനിന്ന് എന്നെ ഇരുട്ടിലേക്കു നയിച്ചു. ടൂൾ റൂമിൽ കിടന്നിരുന്ന ഒരു പഴയസൈക്കിൾ അവിടെ കണ്ടു. അതെനിക്ക് കൈമാറി.

"ആദ്യം വലതുവശത്തേക്ക് തിരിഞ്ഞ് ഫർ മരങ്ങൾക്കടുത്തേക്കു നീങ്ങുക. പുലരുമ്പോൾ ഒരു മലമ്പ്രദേശത്ത് എത്തിച്ചേരും." അപ്പോൾ ഞാൻ യന്ത്രമെടുത്ത് ചതുപ്പിലേക്കെറിഞ്ഞ് തരിശു നിലങ്ങളിലൂടെ നടന്നു പോകണം. "ഒരാഴ്ചക്കാലം നിങ്ങൾ ആട്ടിടയന്മാർക്കൊപ്പം കൂടണം. ന്യൂഗുനിയയിലേതു പോലെ സുരക്ഷിതനായിരിക്കും."

പ്രഭാതത്തിന്റെ ആദ്യകിരണങ്ങൾ പ്രത്യക്ഷമാകുമ്പോൾ ഞാൻ സൈക്കിൾ ചവിട്ടി ഒരു മലമ്പ്രദേശത്ത് എത്തിക്കഴിഞ്ഞിരുന്നു. ഉദയത്തിനു മുമ്പ് മൂടൽമഞ്ഞ് അകന്നിരുന്നതിനാൽ പച്ച പുതച്ച വലിയൊരു താഴ്വാരം വ്യക്തമായി കണ്ടു. അകലെ ചക്രവാളം തെളിഞ്ഞു. ഇവിടെ വച്ച് എന്തായാലും എനിക്കെന്റെ ശത്രുക്കളെപ്പറ്റിയുള്ള ആദ്യവിവരങ്ങൾ കിട്ടും.

കണ്ണടകാരനായ റോഡു പണിക്കാരന്റെ സാഹസങ്ങൾ

ഞാൻ മലമുകളിലിരുന്ന് ആ സ്ഥലമാകെ നിരീക്ഷിച്ചു. എനിക്കു പിറകിൽ ചുരം കയറിവരുന്നൊരു റോഡുകാണാം. താഴ്‌വാരം ഏതോ നദീതടമാണ്. മുൻവശത്ത് ഒരു മൈലോളം വരുന്ന ചതുപ്പുനിലങ്ങളാണ്. അവിടെ തക്ഷകപ്പുല്ല് തഴച്ചു വളർന്നു നില്ക്കുന്നുണ്ട്. അതിനപ്പുറം റോഡ് താഴ്‌വാരത്തിലേക്ക് ഇറങ്ങിപ്പോകുന്നു. പിന്നെ അനന്തതയിൽ ലയിച്ചു ചേരുന്ന വിശാലമായ സമതലം. ഇടത്തും വലത്തും ഉയർന്ന പാൻകേക്കു പോലുള്ള പച്ചക്കുന്നുകളാണ്. എന്നാൽ തെക്കുഭാഗം - അതായത് ഇടതു വശത്ത് - കുറ്റിക്കാടുകൾ നിറഞ്ഞ മലകളാണ്. എനിക്ക് ഒളിവിൽ കഴി യാൻ പറ്റിയ ഇടമായി ഞാൻ ഭൂപടത്തിൽ അടയാളപ്പെടുത്തി വച്ചിട്ടു ള്ളത് ഈ പ്രദേശമാണ്. ഏറ്റവും ഉയർന്ന ഒരു പ്രദേശത്തിന്റെ ഒത്തനടു വിലാണ് ഇപ്പോൾ നില്ക്കുന്നത്. മൈലുകൾക്കപ്പുറമുള്ള കാഴ്ചവരെ എനിക്കു കാണാം. റോഡിനു താഴെയുള്ളൊരു പുൽമേടിൽ ഏകദേശം അരമൈൽ അകലത്തിൽ ഒരു വീട്ടിൽനിന്നും പുക ഉയരുന്നു. അതുമാ ത്രമാണ് മനുഷ്യവാസമുണ്ടെന്നു തെളിയിക്കുന്ന ഏക അടയാളം. അല്ലെ ങ്കിൽ ഈ പ്രദേശം കുളക്കോഴികളുടെ കൂജനത്താലും കാട്ടരുവിയുടെ ആരവത്താലും മാത്രം മുഖരിതമായിരുന്നേനെ.

ഇപ്പോൾ സമയം ഏഴു മണിയോടടുക്കുന്നു. ആകാശത്ത് യന്ത്രപ്പ ക്ഷിയുടെ ശബ്ദത്തിനായി ഞാൻ ഒരിക്കൽകൂടി കാതോർത്തു. അനുകൂ ലമെന്ന് ഞാൻ കരുതിയ ഈ സ്ഥലം യഥാർത്ഥത്തിൽ ഒരു കെണിയായി ത്തീരാൻ ഇടയുണ്ട്. എന്നെ മറച്ചുപിടിക്കാൻ ഒരു കുരുവിയുടെ നിഴൽപോ ലുമില്ല.

ആശയറ്റ് നിശ്ശബ്ദനായി ഇരിക്കുമ്പോൾ ആകാശത്ത് വിമാനത്തിന്റെ ഇരമ്പൽ അടുത്തടുത്തു വരുന്നതായി കേട്ടു. അതേത്തുടർന്ന് കിഴക്കു

ഭാഗത്തുനിന്നും ഒരു വിമാനം വരുന്നതു കണ്ടു. അത് വളരെ ഉയരത്തിലാണ്. ഞാൻ നോക്കിയിരിക്കെ ആ വിമാനം കുത്തനെ താണ് വട്ടമിട്ടു പറക്കാൻ തുടങ്ങി. ഇരപിടിക്കാനായി താണുവരുന്ന ഒരു പരുന്തിനെ ആ കാഴ്ച അനുസ്മരിപ്പിച്ചു. വിമാനം വളരെ താണുപറക്കാൻ തുടങ്ങി. അതിനുള്ളിലെ നിരീക്ഷകൻ എന്നെ കണ്ടുകഴിഞ്ഞു. ഒരാൾ ദൂരദർശിനി വഴി എന്നെ നിരീക്ഷിക്കുന്നത് എനിക്കിപ്പോൾ കാണാം. പെട്ടെന്ന് അത് ആകാശത്തേക്ക് ഉയർന്നുപൊങ്ങി. അടുത്ത് എനിക്ക് കാണാനായത് വിമാനം കിഴക്കുഭാഗത്തേക്ക് പറന്ന് അകലുന്നതാണ്. പ്രഭാതത്തിലെ പ്രസന്നമായ നീലാകാശത്ത് അത് എനിക്ക് വ്യക്തമായി കാണാനായി.

ചില ഭ്രാന്തൻ ചിന്തകൾ എന്നിൽ ഉടലെടുത്തു. ശത്രുക്കൾ എന്നെ കണ്ടെത്തിക്കഴിഞ്ഞു. അടുത്തഘട്ടം എന്നെ വളഞ്ഞുപിടിക്കലാണ്. അവർക്ക് ഏതു സൈന്യത്തെയാണ് വിന്യസിക്കാനാവുക എന്നെനിക്ക് അറിയില്ല. എന്തുതന്നെയായാലും മതിയായ സേന ഉണ്ടാവും. വിമാനം എന്റെ സൈക്കിൾ കണ്ടിരിക്കുന്നു. അതിനാൽ ഞാൻ റോഡുവഴി രക്ഷപ്പെടുമെന്ന് അവർ കണക്കാക്കുന്നുണ്ടാവും. അതിനർത്ഥം ഇടത്തോ വലത്തോ ഉള്ള തരിശുഭൂമി ഒരു സാദ്ധ്യതയാണെന്നാണ്. ഹൈവേ വിട്ട് ഏതാനും വാര അകലേക്ക് സൈക്കിൾ ഉരുട്ടി കീരിപ്പന്നകൾ വളർന്നുനില്ക്കുന്ന കുഴിയിലേക്കതിനെ ഉന്തിയിട്ടു. ആമ്പൽപ്പൂക്കൾക്കിടയിലൂടെ അത് ആണ്ടുപോയി. ഞാൻ ഒരു കുന്നിനു മുകളിൽ കയറിനിന്ന് നോക്കിയപ്പോൾ രണ്ട് താഴ്വാരങ്ങൾ എന്റെ ശ്രദ്ധയിൽവന്നു. അതിലൂടെ കടന്നുപോയ ഒരു വെളുത്ത പാതയെക്കാൾ കൂടുതൽ ഭയപ്പെടുത്തുന്നതായി മറ്റൊന്നുമുണ്ടായിരുന്നില്ല.

ഒരു എലിയെ ഒളിപ്പിക്കാൻ പോലും കഴിയാത്ത ഒരിടമാണത് എന്നു ഞാൻ നേരത്തെ സൂചിപ്പിച്ചിരുന്നല്ലോ. ദിവസം മുന്നോട്ടു നീങ്ങിയതോടെ സൂര്യന്റെ പ്രസന്നമായ മൃദുകിരണങ്ങൾ പ്രകാശം നിറച്ചു. അപ്പോൾ ആ പ്രദേശത്തിന് ആഫ്രിക്കയിലെ പുൽമേടുകളുടെ ഗന്ധമായിരുന്നു. മറ്റൊരു സന്ദർഭത്തിലായിരുന്നുവെങ്കിൽ ആ സ്ഥലം എന്നെ അങ്ങേയറ്റം ആകർഷിച്ചേനെ. എന്നാലിപ്പോഴത് ശ്വാസം മുട്ടിക്കുന്നപ്പോലെ തോന്നി. ഈ ചതുപ്പ് നിലങ്ങൾ ജയിൽച്ചുമരുകളാണെന്നും മലയിലെ ഇളംകാറ്റ് കിടങ്ങിനുള്ളിലെ നിശ്വാസമാണെന്നും എനിക്കു തോന്നി.

ഞാൻ നാണയം ഉയർത്തിയിട്ടു. തലയോ വാലോ? തലയാണെങ്കിൽ ഇടതുഭാഗത്തേക്കും വാലാണെങ്കിൽ വലതുഭാഗത്തേക്കും പോകണം. അതിനാൽ ഇടതുഭാഗത്തേക്കു തിരിച്ചു. നടന്നുനടന്ന് ഒരു കുന്നിന്റെ നെറ്റിത്തടത്തിൽ എത്തി. അത് ഒരു കല്ലുപാകിയ മതിൽകെട്ടിന് ഓരം ചേർന്നുള്ള വഴിയായിരുന്നു. അവിടെ നിന്നാൽ ഹൈവേയുടെ വിദൂരദൃശ്യം കാണാം. പത്തു മൈലെങ്കിലും അകലെയാണത്. ഹൈവേയിൽ കാഴ്ച എത്തിച്ചേരുന്നിടത്ത് എന്തോ ചലിക്കുന്നതായി കണ്ടു. ഒരു മോട്ടോർ കാറാവാം അത്. ഞാൻ നില്ക്കുകയായിരുന്ന കുന്നിനപ്പുറം വളർന്നു ചുരുണ്ടു കടും പച്ചനിറത്തിലുള്ള പായൽക്കൂട്ടം കണ്ടു. അവ മരങ്ങൾ

തിങ്ങിനില്ക്കുന്ന താഴ്‌വാരത്തിലേക്ക് ചരിഞ്ഞുനില്ക്കുന്നു. ആഫ്രിക്കയിലെ പുൽമേടുകളിലുള്ള ജീവിതം എനിക്ക് പരുന്തിന്റെ കണ്ണുകൾ നല്കി. മറ്റുള്ളവർക്ക് ടെലിസ്കോപ്പിലൂടെ മാത്രം കാണാവുന്ന കാര്യങ്ങൾ എനിക്ക് നഗ്നനേത്രങ്ങൾ കൊണ്ടു കാണാം. ദൂരെ മലഞ്ചെരുവിൽ, ഏകദേശം രണ്ടു മൈലുകൾക്കപ്പുറം, കുറെയേറെ മനുഷ്യർ നടന്നുനീങ്ങുന്നു. വേട്ടയ്ക്കായി കാടിളക്കുന്നവരുടെ സംഘമായിരിക്കാം അത്.

ചക്രവാളത്തിനപ്പുറമുള്ള കാഴ്ചകൾ മെല്ലെ മറഞ്ഞു. ഹൈവേക്കപ്പുറം കാണണമെങ്കിൽ കൂടുതൽ ഉയരത്തിലുള്ള മലകൾ കയറണം. വിദൂരതയിൽ കണ്ട കാർ അടുത്തടുത്ത് വരുന്നുണ്ടെങ്കിലും ഇനിയുമത് ഏറെ അകലെത്തന്നെയാണ്. കയറ്റങ്ങളും വളവുകളും പിന്നിട്ടുവേണം അതിന് മുന്നോട്ടു നീങ്ങാൻ. ഞാൻ പതുങ്ങിപ്പതുങ്ങി ഓടാൻ തുടങ്ങി. ഓട്ടത്തിനിടയിൽ കുന്നിന്റെ നെറുക നിരീക്ഷിച്ചുകൊണ്ടിരുന്നു. തോന്നലോ യാഥാർത്ഥ്യമോ? ഒന്നോ രണ്ടോ അതിലധികം പേരോ അരുവിക്കക്കരെയുള്ള താഴ്‌വാരത്തൂടെ നീങ്ങുന്നത്.

നിങ്ങൾ നാലുവശത്തുനിന്നും വളയപ്പെടുന്നുവെങ്കിൽ രക്ഷപ്പെടാൻ ഒരു മാർഗ്ഗമേ മുന്നിലുള്ളൂ. സൗകര്യമുള്ള ഒരിടത്ത് ഒളിച്ചിരിക്കും. നിങ്ങളുടെ ശത്രുക്കൾ നിങ്ങളെ കാണാനാകാതെ മടങ്ങിപ്പോകുന്നു. അതു നല്ലൊരു ചിന്തതന്നെ. എന്നാൽ മേശവിരിപോലെ എല്ലാം വ്യക്തമാകുന്ന ഒരിടത്ത് നിങ്ങൾ എവിടെ ഒളിച്ചിരിക്കും? വേണമെങ്കിൽ ചെളിയിൽ ഉടൽ മുഴുവൻ ആഴ്ത്താം. അല്ലെങ്കിൽ വെള്ളത്തിനടയിൽ മുങ്ങിക്കിടക്കാം. അതുമല്ലെങ്കിൽ ഉയരമുള്ള ഏതെങ്കിലും മരത്തിലൊളിക്കാം. എന്നാൽ ഇവിടെ ചെളിയോ വെള്ളമോ മരമോ ഇല്ല. ചെറിയൊരു നീർച്ചാൽ ഉണ്ടെന്നുവേണമെങ്കിൽ പറയാം. കുറെ കുറ്റിച്ചെടികളും മൊട്ടക്കുന്നും വെളുത്തപാതയും മാത്രമാണ് ഞാൻ മുന്നിൽ കാണുന്നത്.

***

റോഡിന്റെ ഇടുങ്ങിയ ഒരിടത്ത് ഒരുകൂട്ടം കല്ലുകൾക്കരികിൽ ഞാനൊരു റോഡു പണിക്കാരനെ കണ്ടു.

അയാൾ പണി ചെയ്യാനായി അപ്പോൾ എത്തിച്ചേർന്നതേയുള്ളൂ. കൈയിലുള്ള ചുറ്റികകൊണ്ട് പാറ അടിച്ചുടയ്ക്കുകയാണ്.

സംശയത്തോടെ എന്നെയൊന്നു നോക്കിയശേഷം അയാൾ കോട്ടുവായിട്ടു.

"കാലിവളർത്തൽ ഉപേക്ഷിച്ച ദിവസം മുതൽ തുടങ്ങിയതാണീ ദുരിതം."

അയാൾ ആത്മഗതംപോലെ പറഞ്ഞു.

"അവിടെയാവുമ്പോൾ ഞാൻ തന്നെയായിരുന്നു എന്റെ യജമാനൻ. ഇപ്പോൾ ഞാൻ സർക്കാരിന്റെ അടിമയായി. ഇപ്പോഴിതാ എന്നെ റോഡരികിൽ കെട്ടിയിരിക്കുന്നു. പെടാപ്പാടുപെട്ടിട്ട് മുലകുടി മാറാത്ത കുട്ടിയെപ്പോലെ മടങ്ങിപ്പോകണം."

അയാൾ ചുറ്റിക ചുഴറ്റി പാറമേൽ അടിച്ചു. പിന്നെ, ചുറ്റിക താഴെയിട്ട് രണ്ടു കൈകൊണ്ടു ചെവികൾ പൊത്തി പ്രാർത്ഥന പോലെ പറഞ്ഞു.

"കരുണയുണ്ടാകേണമേ. എന്റെ തല പൊട്ടുന്നു."

വന്യമായ ശരീരമായിരുന്നു അയാളുടേത്. ഏകദേശം എന്റെ വലിപ്പം വരും. എന്നാൽ അല്പം കൂനിയിട്ടാണ്. ഒരാഴ്ചയായിട്ടുണ്ടാവും ഷൗരം ചെയ്തിട്ട്. മുഖത്ത് വലിയൊരു കണ്ണടയുണ്ട്.

"എനിക്കിതു ചെയ്യാനാവില്ല. സർവ്വേയർ ഇപ്പോഴെത്തി എന്റെ കാര്യം റിപ്പോർട്ട് ചെയ്യും. എനിക്ക് ഒന്നു കിടക്കണം." അയാൾ വിളിച്ചു പറഞ്ഞു.

കാര്യം ഏറക്കുറെ വ്യക്തമായിരുന്നെങ്കിലും എന്താണു കുഴപ്പമെന്നു ഞാൻ ചോദിച്ചു.

"ഞാനൊരു കുടിയനല്ലെന്നതാണെന്റെ കുഴപ്പം. കഴിഞ്ഞരാത്രി എന്റെ മകളുടെ വിവാഹമായിരുന്നു. അവർ കൂട്ടുകാർക്കൊപ്പം വെളുപ്പാൻ കാലത്ത് നാലുവരെ ആടിയുംപാടിയും കഴിച്ചുകൂട്ടി. ഞാൻ ചില പിള്ളാർക്കൊപ്പം അല്പം കഴിച്ചു. ഇപ്പോഴീ സ്ഥിതിയിലുമായി. വീഞ്ഞ് ചുവന്നതാണെങ്കിൽ ഇനിമേൽ ഞാനതിലേക്ക് നോക്കുകപോലുമില്ല."

അയാൾ കിടക്കയിൽ വീഴേണ്ട അവസ്ഥയിലാണെന്ന കാര്യത്തിൽ ഞാൻ യോജിച്ചു.

"പറയാനെളുപ്പമാണ്. പക്ഷേ, എനിക്കിന്നലെ ഒരു പോസ്റ്റ്കാർഡ് കിട്ടിയിരുന്നു. പുതിയ റോഡ് സർവ്വേയർ ഇന്ന് പരിശോധനയ്ക്കെത്തും. എന്നെ കാണാതിരിക്കുകയോ കുഴപ്പത്തിൽ കാണുകയോ ചെയ്താൽ എന്റെ കാര്യം കഴിഞ്ഞു. വേണമെങ്കിൽ വീട്ടിൽ പോയിക്കിടന്നിട്ട് സുഖമില്ല എന്നു പറയാം. അതുമെന്നെ സഹായിക്കില്ല. വന്നുനോക്കി രോഗമൊന്നും ഇല്ലെന്നു കണ്ടുപിടിച്ചാലോ. എന്തായാലും എന്റെ കഥകഴിഞ്ഞതു തന്നെ."

അപ്പോൾ എനിക്കൊരു ഉൾപ്രേരണയുണ്ടായി.

"പുതിയ സർവ്വേയർക്ക് നിങ്ങളെ അറിയാമോ?"

"ഇല്ല." അയാൾ ജോലിയിൽ പ്രവേശിച്ചിട്ട് ഒരാഴ്ച ആകുന്നേയുള്ളൂ. അദ്ദേഹം ഒരു മോട്ടോർ കാറിൽ എത്തും. ഒച്ചിനെപ്പോലെ തലനീട്ടി ചില അഴകുഴമ്പൻ ചോദ്യങ്ങൾ ചോദിക്കും."

"എവിടെയാണ് നിങ്ങളുടെ വീട്."

അരുവിയുടെ സമീപത്ത് ഞാൻ മുമ്പുകണ്ട വീടിരുന്ന സ്ഥലത്തേക്കയാൾ വിറയ്ക്കുന്ന വിരലുകൾ ചൂണ്ടി.

"ശരി. പോയിക്കിടന്നോളൂ. സമാധാനത്തോടെ ഉറങ്ങൂ. ഞാൻ നിങ്ങൾ ചെയ്യേണ്ട ജോലിചെയ്യാം. സർവ്വേയർ എത്തിയാൽ മറുപടി പറഞ്ഞോളാം."

അയാൾ നിർവ്വികാരനായി എന്നെ നോക്കി. എന്നിട്ട് തലച്ചോറിൽ എന്തോ കയറിയിട്ടെന്നപോലെ മദ്യപന്മാരുടെ നിഷ്കളങ്കമായ ചിരി

ചിരിച്ചു.

"നിങ്ങളാണ് ശരിയായ സുഹൃത്ത്. ഈ പണി എളുപ്പത്തിൽ ചെയ്യാവുന്നതേയുള്ളൂ. ആ കല്ലെല്ലാം ഞാൻ ഉടച്ചുകഴിഞ്ഞു. ഉച്ചയ്ക്കു മുമ്പ് തീർക്കാനാവും. ചെറുതായൊന്നു തട്ടിനിരത്തിയാൽ മതിയാവും. മറ്റൊരു ദിവസം രാവിലെ മുതൽ നിരത്താനുള്ള ചല്ലി ഞാൻ അടിച്ചിട്ടിട്ടുണ്ട്. എന്റെ പേര് അലക്സാണ്ടർ ടേൺബുൾ എന്നാണ്. ഏഴു കൊല്ലമായി ഈ പണിയാണ് ചെയ്യുന്നത്. അതിനുമുമ്പ് ഇരുപതു കൊല്ലത്തോളം കാലികളെ മേയ്ച്ചു. കൂട്ടുകാർ എന്നെ 'എക്കി'യെന്നാണ് വിളിക്കുന്നത്. ചിലപ്പോൾ 'സ്പെക്കി'യെന്നും. കണ്ണട വയ്ക്കുന്നവനായതുകൊണ്ടാണങ്ങനെ. നിങ്ങൾ സർവ്വേയറോട് ഒന്നു സംസാരിച്ചാൽ മതി. അങ്ങേർക്ക് സന്തോഷമാവും. ഞാൻ ഉച്ചയ്ക്കുമുമ്പ് തിരിച്ചെത്താം."

ഞാനയാളുടെ കണ്ണടയും മുഷിഞ്ഞ കോട്ടും തൊപ്പിയും വാങ്ങി. ഞാൻ ധരിച്ചിരുന്ന വസ്ത്രവുമെല്ലാം അഴിച്ചുമാറ്റി അയാളുടെ കൈയിൽ കൊടുത്തിട്ട് വീട്ടിൽ കൊണ്ടുപൊയ്ക്കൊള്ളാൻ പറഞ്ഞു. അയാളുടെ കളിമണ്ണിലുള്ള പൈപ്പ് വാങ്ങിവച്ചു. ഞാൻ ചെയ്യേണ്ട കാര്യമെല്ലാം അയാൾ വിശദീകരിച്ചു. കൂടുതൽ പറയാൻ നില്ക്കാതെ അയാൾ കിടക്കയിലേക്ക് ഓടി. കിടക്കയായിരുന്നു അപ്പോൾ അയാളുടെ മുഖ്യപ്രശ്നം. അവിടെയിരുന്ന കുപ്പിയുടെ അടിത്തട്ടിൽ അല്പം ബാക്കിയുണ്ടായിരുന്നു. എന്റെ ചങ്ങാതിമാർ എത്തിച്ചേരും വരെ അയാൾക്ക് ഒരു കുഴപ്പവും ഉണ്ടാവരുതേയെന്നു ഞാൻ പ്രാർത്ഥിച്ചു.

ഞാൻ അയാളുടെ വസ്ത്രങ്ങൾ ധരിച്ചു. വൃത്തികെട്ട, നീലയും വെള്ളയും കള്ളികളുള്ള, നീണ്ടൊരു കോട്ടായിരുന്നു അത്. നിലം ഉഴുന്ന ആളുകൾ ധരിക്കുന്നതുപോലുള്ളത്. കോട്ടിന്റെ കഴുത്ത് അഴുക്കുപിടിച്ച് തവിട്ടുനിറമായിക്കഴിഞ്ഞിരുന്നു. കൈകൾ മടക്കിവച്ചു. കൊല്ലന്മാരുടെ കോട്ടിന്റെ കൈകളെ അത് അനുസ്മരിപ്പിച്ചു. സൂര്യരശ്മികളേറ്റു നരച്ചതിനു പുറമേ അങ്ങിങ്ങ് ചില പാടുകളും അതിൽ കാണപ്പെട്ടു. ഏറെ നടന്നതിനാൽ എന്റെ ബൂട്ടുകൾ പൊടിയേറ്റ് വെളുത്തിരുന്നു. ട്രൗസറിന്റെ അറ്റം വള്ളികൊണ്ട് കെട്ടി. ഞാൻ എന്റെ മുഖത്ത് ചില്ലറ മിനുക്കുപണികൾ ചെയ്തു. കൈക്കുമ്പിൾ നിറയെ പൊടിമണ്ണെടുത്ത് കഴുത്തിനുചുറ്റും തേച്ച് അടയാളമുണ്ടാക്കി. ടേൺ ബുള്ളിന്റെ ഞായറാഴ്ചയിലെ ആഘോഷത്തിന്റെ ബാക്കിയായി ഞാനതു ശ്രദ്ധിച്ചിരുന്നു. ഈർപ്പമുള്ള മണ്ണ് കുറെയെല്ലാം മുഖത്തും തേച്ചുപിടിപ്പിച്ചു. ഒരു റോഡുപണിക്കാരന്റെ കണ്ണുകൾ അല്പം നീരുവന്നവയായിരിക്കും. മണ്ണു പുരണ്ട കൈകൾകൊണ്ട് നന്നായി കണ്ണു തിരുമ്മിയപ്പോൾ ഉദ്ദേശിച്ച ഫലമുണ്ടായി.

സർ ഹാരി തന്നയച്ച സാന്റ്‌വിച്ച് എന്റെ കോട്ടിനൊപ്പം പോയി. എന്നാൽ ആ റോഡു പണിക്കാരൻ തന്റെ തൂവാലയിൽ പൊതിഞ്ഞുവച്ച ഉച്ചഭക്ഷണം എന്നെ കാത്തിരിപ്പുണ്ട്. വെണ്ണ പുരട്ടി മൃദുവാക്കിയ ഒരു അട്ടി ഒറട്ടി അയാൾ കരുതിയിരുന്നു. അങ്ങേയറ്റം സ്വാദിഷ്ഠമായ ഭക്ഷണം. പാത്രത്തിൽ കരുതിയിരുന്ന തണുത്ത ചായ ഒന്നു രണ്ടു കവിൾ അക

ത്താക്കി. തൂവാലയിൽ ടേൺബുളിന്റെ മേൽവിലാസത്തിൽ എത്തിയ പേപ്പർ ചുരുട്ടിവച്ചിരുന്നു. ഉച്ചമയക്കത്തിനായി കരുതിയാവും. ഞാൻ എല്ലാം തൂവാലയ്ക്കകത്താക്കി ബന്ധിച്ചു. ന്യൂസ് പേപ്പറും യഥാസ്ഥാനത്തുവച്ചു.

എന്റെ ബൂട്ടിന്റെ കാര്യത്തിൽ എനിക്കത്ര തൃപ്തിയുണ്ടായിരുന്നില്ല. എന്നാൽ കല്ലുകൾ വീണു ചുളുങ്ങിയും പൊടികടിച്ചും അത് ഒരു റോഡുപണിക്കാരന്റെ ബൂട്ടുപോലെ ആയിക്കഴിഞ്ഞിരുന്നു. ബൂട്ടിന്റെ അഗ്രങ്ങൾ തമ്മിലുള്ള സാദൃശ്യം പോയിക്കിട്ടുന്നതുവരെ എന്റെ ഉൽക്കണ്ഠ അടങ്ങിയില്ല. എന്നെത്തേടിയിറങ്ങിയിട്ടുള്ള കൂട്ടരുടെ കണ്ണുകളിൽ ചെറിയ കാര്യംപോലും പെടാതെ പോയില്ല. എന്റെ ബൂട്ടിന്റെ ചരടുകളിലൊന്ന് വലിച്ചുപൊട്ടിച്ച് വീണ്ടും കെട്ടി. മറ്റേ ബൂട്ടിന്റെ കെട്ട് അയച്ചിട്ടു. നരച്ച സോക്സ് അതിലൂടെ പുറത്തു കാണാമെന്നായി. റോഡിൽ എന്തിന്റെയെങ്കിലും സൂചനകൾ കാണാനായില്ല. അരമണിക്കൂർ മുമ്പ് ഞാൻ നിരീക്ഷിച്ച കാർ വീട്ടിലേക്ക് പോയിട്ടുണ്ടാവും.

മണ്ണിടിക്കൽ പൂർത്തിയായി. ഉന്തുവണ്ടിയിൽ മണ്ണുകയറ്റി ഏതാനും വാര അകലെ കൊണ്ടിടുകയാണു ഞാൻ. അപ്പോൾ റെഡേഷ്യയിൽ വച്ച് പഴയൊരു പരിശീലന വിദ്യാർത്ഥി പറഞ്ഞത് എന്റെ ഓർമ്മയിലെത്തി. വിചിത്രമായ പല കാര്യങ്ങളും ചെയ്യുന്നവനായിരുന്നു അയാൾ. നിങ്ങൾ ഒരുഭാഗം അഭിനയിക്കുകയാണെങ്കിൽ അതായി മാറുന്നതാണതിന്റെ വിജയരഹസ്യമെന്ന് ഒരിക്കലയാൾ പറഞ്ഞു. നിങ്ങൾ ചെയ്യുന്ന കാര്യത്തെപ്പറ്റി നിങ്ങൾക്കുതന്നെ നല്ല ബോദ്ധ്യമുണ്ടെങ്കിൽ മാത്രമേ അതിനു കഴിയൂ. അതിനാൽ ഞാൻ മറ്റെല്ലാ ചിന്തകളും മാറ്റിവച്ച് ഒരു റോഡുപണിക്കാരനായി. നേരത്തെ വിദൂരതയിൽ കണ്ട വെള്ളച്ചായം പൂശിയവീട് എന്റെ വീടായി. അവിടെ ആടുമേച്ചു നടന്ന നാളുകൾ ഓർത്തെടുത്തു. വിലകുറഞ്ഞ വിസ്കിയും അകത്താക്കി പെട്ടിക്കിടക്കയ്ക്കത്ത് സുഖമായി ഉറങ്ങാൻ മനസ്സിനെ പാകമാക്കി. എന്നിട്ടും ആ വെളുത്ത റോഡിൽ ഒന്നും പ്രത്യക്ഷപ്പെട്ടില്ല.

കുറ്റിച്ചെടികൾക്കിടയിൽനിന്നും വല്ലപ്പോഴും ഓരോ ചെമ്മരിയാട് വന്ന് എന്നെ തുറിച്ചുനോക്കി. ഒരു കുളക്കോഴി നീർച്ചാലിൽ മുങ്ങി മത്സ്യം പിടിച്ചു. അതെന്നെ ശ്രദ്ധിച്ചില്ല. വല്ല മൈൽക്കുറ്റിയോ മറ്റോ ആണെന്നു കരുതിക്കാണും. ഉന്തുവണ്ടിയിൽ കല്ലുകൾ കയറ്റിക്കൊണ്ടു പോകുന്നതിൽ ഞാൻ ഒരു വിദഗ്ദ്ധനായിക്കഴിഞ്ഞിരുന്നു. എന്റെ ശരീരമാകെ ചൂടായി. മുഖത്ത് പറ്റിപ്പിടിച്ച പൊടി കുഴമ്പുരൂപത്തിലായിക്കഴിഞ്ഞു. ഞാൻ മണിക്കൂറുകൾ എണ്ണി. വൈകുന്നേരമായാലെങ്കിലും ടേൺബുളിന്റെ ഈ വിരസമായ പണിക്ക് വിരാമമിടാമല്ലോ എന്നു ചിന്തിച്ചു.

പെട്ടെന്ന് റോഡിൽ പരുപരുത്ത ഒരു ശബ്ദം കേട്ടു. നോക്കുമ്പോൾ രണ്ടുപേർക്കിരിക്കാവുന്ന ഒരു ഫോർഡ് വണ്ടിയിൽ തൊപ്പി ധരിച്ചൊരു ചെറുപ്പക്കാരനിരിക്കുന്നു.

"നിങ്ങളാണോ അലക്സാണ്ടർ ടേൺബുൾ? ഞാനാണ് റോഡ്

സർവ്വേയർ. ബ്ലാക്ക് ഹോവ് ഫൂട്ടിലാണ് നിങ്ങൾ താമസിക്കുന്നത്. ലെയ്സ് ലാബയർ മുതൽ റിഗ്സ് വരെയുള്ള റോഡിന്റെ ചുമതല നിങ്ങൾക്കാണ്. കൊള്ളാം. നല്ല റോഡ്. നന്നായി നിർമ്മിച്ചിരിക്കുന്നു മിസ്റ്റർ ടേൺബുൾ. ഒരു മൈൽ ദൂരം അല്പം കൂടി മെച്ചപ്പെടുത്തണം. അറ്റം വൃത്തിയാക്കുകയും വേണം. അക്കാര്യം ശ്രദ്ധിക്കുമല്ലോ? അടുത്തവട്ടം കാണുമ്പോൾ എന്നെ ഓർമ്മിക്കണം."

പേടിമാറാത്ത സർവ്വേയറെ സംബന്ധിച്ചിടത്തോളം എന്റെ വേഷവിധാനം കുറ്റമറ്റതായിരുന്നെന്നു തീർച്ച. ഞാനെന്റെ തൊഴിലിൽ വ്യാപൃതനായി. പ്രഭാതം പോയി മദ്ധ്യാഹ്നമായി. റോഡിൽ മറ്റു ഗതാഗതങ്ങളൊന്നുമുണ്ടാകാത്തതിൽ ഞാൻ സന്തുഷ്ടനുമായിരുന്നു. ഒരു ബേക്കറി വാഹനം കുന്നുകയറി വന്നു. ഞാൻ ഒരു പാക്കറ്റ് ഇഞ്ചി ബിസ്കറ്റ് വാങ്ങി ടൗസറിന്റെ പോക്കറ്റിലിട്ടു. അടിയന്തരഘട്ടങ്ങളിൽ ഉപയോഗം വന്നേക്കും. ആടുകളെ തെളിച്ചുകൊണ്ട് ചിലർ കടന്നുപോയി. അവരുടെ ചോദ്യം എന്നെ അല്പം വിഷമിപ്പിക്കാതിരുന്നില്ല.

"സ്പെക്കിക്കെന്തുപറ്റി?"

"വയറുവേദന വന്ന് കിടപ്പിലാണ്."

ഞാൻ മറുപടി നല്കി.

ഉച്ചയോടടുത്തു. ഒരു വലിയ കാർ കയറ്റംകയറിവരുന്നുണ്ടായിരുന്നു. കാർ എന്നെ കടന്ന് ഏതാനും വാര മുന്നോട്ടുപോയി നിന്നു. മൂന്നു പേർ അതിൽനിന്നും ഇറങ്ങി. കാലുകൾ നിവർത്താനായിരിക്കണം. ഉലാത്തിക്കൊണ്ട് അവർ എനിക്കു നേരെ വന്നു.

ഗാലോവേയിലെ സത്രത്തിന്റെ ജനാലയിലൂടെ ഞാൻ കണ്ടവരായിരുന്നു അതിൽ രണ്ടുപേർ. മെലിഞ്ഞ് ഇരുണ്ട് മൂർച്ചയുള്ള ഒരുവൻ. മറ്റേയാൾ എപ്പോഴും ചിരിക്കുന്ന മുഖമുള്ളവൻ. മൂന്നാമനെ കണ്ടിട്ട് നാട്ടുകാരനാണെന്നു തോന്നി. ഒരു മൃഗപരിപാലകൻ അല്ലെങ്കിൽ കർഷകൻ. ഗ്രാമീണ വേഷമാണ് അയാൾ ധരിച്ചിരുന്നത്. അയാളുടെ കണ്ണുകൾ തിളങ്ങുന്നതും കോഴിയുടേതുപോലെ ജാഗരൂകവുമായിരുന്നു.

"സുപ്രഭാതം. നല്ല ജോലിയാണല്ലോ താങ്കളുടേത്?" മൂന്നാമൻ എന്നെ നോക്കി പറഞ്ഞു.

അവർ വരുന്നത് ഞാൻ ശ്രദ്ധിച്ചില്ല. അടുത്തെത്തിയപ്പോൾ ഒരു യഥാർത്ഥ റോഡു പണിക്കാരനെപ്പോലെ വളരെ പണിപ്പെട്ട് തിരിഞ്ഞു നോക്കി. ഇടയ്ക്കിടെ തുപ്പിക്കൊണ്ടിരുന്നു. അത് സ്കോട്ട്ലന്റിലെ രീതിയായി ഞാൻ നിരീക്ഷിച്ചിരുന്നു. സംസാരിക്കാൻ തുടങ്ങും മുമ്പ് തുപ്പുക. ഒന്നും വിട്ടുകളയാത്ത മൂന്നു ജോഡി കണ്ണുകൾ എന്നെ സൂക്ഷ്മമായി പരിശോധിക്കുന്നുണ്ടായിരുന്നു.

"നല്ല ജോലികളും സൂക്ഷ്മ ആവശ്യമുള്ള ജോലികളുമുണ്ട്. ഈ നാട്ടിൻപ്രദേശത്ത് കുഷനിലിരുന്ന് നിങ്ങളൊക്കെ ഇങ്ങനെ വരാതിരുന്നെങ്കിൽ! നിങ്ങളും നിങ്ങളുടെ ഈ കാറുകളുമാണ് റോഡുകൾ തകർക്കുന്നത്. ഞങ്ങൾക്ക് അധികാരമുണ്ടായിരുന്നെങ്കിൽ നിങ്ങളെക്കൊണ്ട്

മറുപടി പറയിപ്പിച്ചേനെ."

ടേൺബുള്ളിന്റെ തൂവാലപ്പൊതിയിലെ ന്യൂസ് പേപ്പറിലാണ് തിളങ്ങുന്ന കണ്ണുകളുള്ളവന്റെ നോട്ടം.

"പേപ്പർ സമയത്തുതന്നെ കിട്ടി, അല്ലേ?" ഞാൻ അശ്രദ്ധനായി പറഞ്ഞു.

"അതെ. കൃത്യസമയത്ത്? ആ പേപ്പർ കഴിഞ്ഞ ശനിയാഴ്ചയിലേതാണെന്നാണ് തോന്നുന്നത്. ഞാനെപ്പോഴും ചില ദിവസങ്ങൾ പിന്നിലാണ്."

അയാൾ കുനിഞ്ഞ് ആ പത്രം കൈയിലെടുത്ത് തലക്കെട്ടു നോക്കി തിരികെവച്ചു. അപ്പോഴേക്കും ഒരു ജർമ്മൻ ശബ്ദം അയാളുടെ ശ്രദ്ധ അങ്ങോട്ടാകർഷിച്ചു.

"നല്ല ബൂട്ടാണല്ലോ. ഇതിവിടെ നിർമ്മിച്ചതാവാൻ ഇടയില്ലല്ലോ?"

"ശരിയാണ്. അത് ലണ്ടനിൽ നിർമ്മിക്കപ്പെട്ടതാണ്. വേട്ടയ്ക്ക് വന്ന ഒരാൾ കഴിഞ്ഞവർഷം തന്നതാണ്. അയാളുടെ പേര്..." ഞാൻ ചിന്തിക്കുന്നതായി ഭാവിച്ച് തല ചൊറിഞ്ഞു.

മെലിഞ്ഞ മനുഷ്യൻ ജർമ്മൻ ഭാഷയിൽ പറഞ്ഞു.

"നമുക്ക് പോകാം. ഇയാൾ കുഴപ്പക്കാരനല്ല." അവർ അവസാനമായി ഒരു ചോദ്യം ചോദിച്ചു.

"അതിരാവിലെ ഇതുവഴി ആരെങ്കിലും പോകുന്നത് കണ്ടോ? കാൽനടയായോ സൈക്കിളിലോ?"

വെളുപ്പാൻകാലത്ത് ഒരുവൻ അതിവേഗത്തിൽ സൈക്കിൾ ചവിട്ടിപ്പോകുന്നതു കണ്ടു എന്നുപറഞ്ഞ് ഞാൻ കെണിയിൽ വീഴാൻ തുടങ്ങുകയായിരുന്നു. അതിലെ അപകടം പെട്ടെന്ന് മനസ്സിലായി. ആഴത്തിൽ ചിന്തിക്കുന്നതായി ഭാവിച്ച്, ഒടുവിൽ ഇങ്ങനെ പറഞ്ഞു.

"ഞാൻ നേരത്തേ എണീറ്റില്ല. ഇന്നലെ രാത്രി എന്റെ മകളുടെ വിവാഹമായിരുന്നു. ആഘോഷങ്ങൾ തീരാൻ ഏറെ വൈകി. ഞാൻ വാതിൽ തുറന്നപ്പോൾത്തന്നെ ഏഴുമണി കഴിഞ്ഞു. അപ്പോൾ റോഡിൽ ആരുമുണ്ടായിരുന്നില്ല. ഞാനിവിടെ വന്നതിൽപ്പിന്നെ നിങ്ങളല്ലാതെ കടന്നുപോയത് ഒരു ബേക്കറിക്കാരനും ഒരു ഇടയനും മാത്രമാണ്."

അവരിലൊരുവൻ എനിക്കൊരു ചുരുട്ടു നല്കി. അതിന് ഇഞ്ചിയുടെ മണമായിരുന്നു. ടേൺബുള്ളിന്റെ തൂവാലപ്പൊതിക്കുള്ളിൽ ഞാനതു വച്ചു. അവർ കാറിൽ കയറി. അവർ മിനിട്ടുകൾക്കുള്ളിൽ കാഴ്ചയിൽനിന്നും മറഞ്ഞു.

ആശ്വാസംകൊണ്ട് എന്റെ ഹൃദയം ശാന്തമായി. എന്നാൽ ഉന്തുവണ്ടിയിൽ കല്ലുകൊണ്ടു പോകുന്ന പ്രവൃത്തി തുടർന്നുകൊണ്ടേയിരുന്നു. പത്തുമിനിറ്റു കഴിഞ്ഞിട്ടുണ്ടാവണം, ആ കാർ തിരികെവരുന്നതു കണ്ടു. അതു കടന്നുപോയപ്പോൾ അതിനുള്ളിലിരുന്ന ഒരാൾ എനിക്കുനേരെ കൈവീശി. അവർ ഒന്നും സാഹചര്യത്തിനു വിട്ടുകൊടുക്കാൻ തയ്യാറല്ലായിരുന്നു.

ടേൺബുള്ളിന്റെ റൊട്ടിയും വെണ്ണയും ഞാൻ തിന്നു തീർത്തു. വൈകാതെ തന്നെ ഞാൻ കപ്പുകളെല്ലാം മാറ്റിക്കഴിഞ്ഞിരുന്നു. അടുത്ത ഘട്ടമെന്തെന്ന് സന്ദേഹംപൂണ്ടുനിന്നു. റോഡു പണി ഇനിയും നീട്ടിക്കൊണ്ടു പോകാനാവില്ല. ദൈവം ടേൺബുള്ളിനെ മുറിക്കകത്തുതന്നെ കാത്തു. അയാൾ ഇടയ്ക്കു കയറി വന്നിരുന്നുവെങ്കിൽ എല്ലാം കുഴപ്പത്തിലായേനെ. താഴ്‌വാരം സുരക്ഷിതമാണെന്നു തോന്നിയില്ല. ഏതു വഴിയിലൂടെ പോയാലും എന്നെ അന്വേഷിക്കുന്നവർക്കു മുന്നിൽ ചെന്നുപെടാം. പക്ഷേ, ഇവിടെയിങ്ങനെ തുടരാനാവില്ല. പുറത്തു കടന്നേ പറ്റൂ. ചാരക്കണ്ണുകൾക്കു കീഴിൽ ഒരു മനുഷ്യനും ഏറെ നേരം പിടിച്ചുനില്ക്കാനാവില്ല.

അഞ്ചുമണി ആകുംവരെ ഞാൻ അവിടെത്തന്നെ തുടർന്നു. മലമടക്കുകളിലെ അന്ധകാരത്തിൽ പെട്ടുപോകാതെ ടേൺബുള്ളിന്റെ വീട്ടിലേക്ക് പോകാൻ ഞാൻ തീരുമാനിച്ചു. പെട്ടെന്ന് ഒരു കാർ റോഡിൽ പ്രത്യക്ഷമായി. അത് എന്റെ നേരെയാണു വരുന്നത്. കാർ വേഗത കുറച്ചു. കാറ്റ് ഒന്നു വീശിയടിച്ചു. കാറിലിരുന്നവർ സിഗരറ്റിനു തീകൊടുക്കാൻ തുടങ്ങി.

ബാഗുകൾ കുത്തിനിറച്ച് വിനോദസഞ്ചാരികളായ യാത്രാക്കാരാണ്. അതിനകത്ത് ഒരാൾ ഇരുന്നിരുന്നു. എന്നെ അത്ഭുതപ്പെടുത്തിക്കൊണ്ട് അയാളെ ഞാൻ തിരിച്ചറിഞ്ഞു. അയാളുടെ പേര് മർമഡ്യൂക്ക് ജോപ്‌ലി എന്നാണ്. അയാൾ സൃഷ്ടിക്കുതന്നെ ഒരു അപവാദമാണ്. ഒരു ചോരകുടിയൻ സ്റ്റോക്ബ്രോക്കർ. മുഖസ്തുതിക്കാരായ മൂത്തമക്കളേയും അവരുടെ ചങ്ങാതിമാരേയും വിഡ്ഢിക്കൂഷ്മാണ്ഡങ്ങളായ വൃദ്ധകളെയുമാണ് അയാൾ അതിന് ഉപയോഗിച്ചിരുന്നത്.

നാട്ടിൻപുറങ്ങളിൽ ആഴ്ചാന്ത്യങ്ങളിൽ അരങ്ങേറുന്ന ഫുട്ബോൾ, പോളോ മത്സരങ്ങൾക്കിടയിൽ വച്ചാണ് ഞാൻ അയാളെ പരിചയപ്പെട്ടത്. അയാൾ ഉപജാപങ്ങൾ പ്രചരിപ്പിക്കുന്ന കാര്യത്തിൽ കുപ്രസിദ്ധനായ ഒരുവനാണ്. ഒരു നുണ പ്രചരിപ്പിക്കാനായി അയാൾ വേണമെങ്കിൽ മൈലുകളോളം ഇഴഞ്ഞുനീങ്ങാൻ മടി കാണിക്കില്ല. ലണ്ടനിൽ ഞാനെത്തിയപ്പോൾ അയാളുടെ സ്ഥാപനവുമായി ചില ബിസിനസ് പരിചയപ്പെടുത്തലുകൾ ലഭിച്ചിരുന്നു. അയാളുടെ ക്ലബ്ബിൽ അത്താഴത്തിനായി എന്നെ ക്ഷണിക്കാവുന്നിടത്തോളം അതു വളർന്നിരുന്നു.

അവിടെവച്ച് അയാളുടെ ഭാര്യയെപ്പറ്റിയുള്ള പൊങ്ങച്ച വർത്തമാനങ്ങൾ എന്നെ ഏറെ മടുപ്പിച്ചിരുന്നു. എന്തുകൊണ്ടാണ് ആളുകൾ ഇയാളെ തൊഴിക്കാത്തതെന്ന് ഞാൻ ചിലരോട് ചോദിക്കുകയും ചെയ്തിരുന്നു. അപ്പോൾ അവർ പറഞ്ഞത് ഇംഗ്ലീഷുകാർക്ക് പൊതുവിൽ സ്ത്രീകളോടല്പം ബഹുമാനം കൂടുതലാണ് എന്നായിരുന്നു.

അതെന്തായാലും അയാളിതാ മോടിയായി വസ്ത്രം ധരിച്ച് പുത്തനൊരു കാറിൽ ചങ്ങാതിമാരെയാരെയോ കാണാനുള്ള പുറപ്പാടിലാണ്. പെട്ടെന്നുണ്ടായ ഒരു പരിഭ്രാന്തിയിൽ ഞാൻ ഓടിച്ചെന്ന് അയാളുടെ ചുമ

ലിൽ പിടിച്ചു.

“ഹല്ലോ ജോപ്ലി. സുഹൃത്തേ കണ്ടതിൽ വലിയ സന്തോഷം.”

അയാളാദ്യമൊന്നു ഞെട്ടി. എന്നെ തുറിച്ചു നോക്കുമ്പോൾ അയാളുടെ വായ് തുറന്നിരുന്നു.

“ഏതു ചെകുത്താനാണ് താൻ?”

അയാൾ രോഷത്തോടെ ചോദിച്ചു.

“എന്റെ പേര് ഹാനി. റൊഡേഷ്യയിൽനിന്നുള്ള ആൾ. ഓർക്കുന്നില്ലേ?”

“ദൈവമേ... ആ കൊലപാതകി.”

“ശരിയാണ്. ഞാൻ പറയും പോലെ ചെയ്തില്ലെങ്കിൽ ഉടൻ രണ്ടാമതൊരു കൊല ഇവിടെ നടക്കും. പെട്ടെന്ന് ആ കോട്ടും തൊപ്പിയും ഊരിത്തരൂ.”

പേടിച്ച് ജീവൻപോയ അയാൾ ഞാൻ ആവശ്യപ്പെട്ടപോലെ ചെയ്തു. എന്റെ മുഷിഞ്ഞ കോട്ടിനു പുറത്തൂടെ ഞാനാ പുതിയ ഡ്രൈവിങ് കോട്ട് ധരിച്ചു. തുടക്കം മുതൽ ഒടുക്കം വരെ ബട്ടണുകൾ ഉള്ളതിനാൽ എനിക്ക് അകത്തുള്ള വൃത്തികേട് ഭദ്രമായി മറയ്ക്കാൻ കഴിഞ്ഞു. തൊപ്പിയെടുത്ത് തലയിൽവച്ചശേഷം അയാളുടെ കൈയുറകൾ ഊരിവാങ്ങി. പൊടിയടിച്ച് വൃത്തിഹീനമായി നിന്ന റോഡു പണിക്കാരൻ നിമിഷങ്ങൾക്കുള്ളിൽ സ്കോട്ട്ലന്റിലെ ഏറ്റവും വൃത്തിയുള്ള വണ്ടിയോടിപ്പുകാരനായി. ജോപ്ലിയുടെ തലയിൽ ടേൺബുള്ളിന്റെ തൊപ്പിവച്ചു കൊടുത്തു. അതവിടെ വച്ചോളൂവെന്ന് അയാളോട് പറയുകയും ചെയ്തു.

ഞാൻ ഏറെ പാടുപെട്ട് കാർ തിരിച്ചു. അയാൾ വന്ന വഴിയേ തിരികെപ്പോകാനായിരുന്നു എന്റെ പദ്ധതി. ഒരിക്കൽ ആ കാർ കണ്ടവർ പിന്നീടതിനെ ശ്രദ്ധിക്കാൻ ഇടയില്ല. മാത്രമല്ല മർമ്മയുടെ രൂപത്തിന് ഞാനുമായി സാദൃശ്യമേതുമില്ല.

“അപ്പോൾ എന്റെ കുഞ്ഞേ, മര്യാദയ്ക്ക് നല്ല കുട്ടിയായി ഇരുന്നാൽ ഞാനൊന്നും ചെയ്യില്ല. ഒന്നോ രണ്ടോ മണിക്കൂർ നേരത്തേക്ക് താങ്കളുടെ കാർ കടം കൊള്ളുന്നു എന്നു കരുതിയാൽ മതി. വായ തുറക്കുകയോ വേലത്തരങ്ങൾ വല്ലതും കാട്ടുകയോ ചെയ്താൽ മുകളിൽ ദൈവം ഉണ്ട് എന്നതുപോലെ ഉറപ്പാണ് ഞാൻ നിന്റെ കഴുത്തു ഞെരിക്കും എന്നുള്ളതും.

സായാഹ്നത്തിലെ ഡ്രൈവിങ് ഞാൻ ശരിക്കും ആസ്വദിച്ചു. താഴ്വാരത്തിലൂടെ ഏകദേശം എട്ടുകിലോമീറ്റർ പിന്നിട്ടു. ഒന്നോ രണ്ടോ ഗ്രാമങ്ങൾ പിന്നിട്ടുണ്ടാവണം, അപ്പോൾ റോഡുവക്കിൽ നില്ക്കുന്ന വിചിത്രരൂപത്തിലുള്ള ചില മനുഷ്യരെ എനിക്ക് ശ്രദ്ധിക്കാതിരിക്കാനായില്ല. അവർ കാവല്ക്കാരാണെന്നു തോന്നുന്നു. അവരുടെ പിടിയിൽ പെടുകയാണെങ്കിൽ അവർക്കെന്നോട് പലതും പറയാൻ കാണും. അവർ എനിക്കു നേരെ നോക്കി. അതിലൊരുവൻ എന്നെ സല്യൂട്ട് ചെയ്തു. ഉടൻ ഞാനതു മടക്കി നല്കി.

രാത്രിയായപ്പോൾ കുന്നുകളുടെ ഇടയിൽ അധികമാരും സഞ്ചരിക്കാൻ ഇടയില്ലാത്തതെന്നു ഞാൻ ഭൂപടത്തിൽനിന്നും മനസ്സിലാക്കിയ ഒരു സ്ഥലത്ത് എത്തിച്ചേർന്നു. ഗ്രാമങ്ങളും കൃഷിയിടങ്ങളും പിന്നിട്ടു. വഴിയോരങ്ങളിൽ വീടുകൾ കണ്ടു. ഒറ്റപ്പെട്ട ഒരു ചതുപ്പു പ്രദേശത്ത് ഞങ്ങൾ എത്തിയപ്പോൾ ഇരുട്ട് കനത്തിരുന്നു. പായൽച്ചെടികൾക്കിടയിൽ രാത്രിക്ക് കൂടുതൽ ഇരുട്ട് കൈവന്നു. ഞങ്ങൾ അവിടെ കാർ നിർത്തി. വിനീതഭാവത്തിൽ ഞാൻ കാർ തിരിച്ചിട്ട് അയാൾക്ക് മടങ്ങാൻ സൗകര്യമൊരുക്കി.

"ആയിരം നന്ദി. പ്രതീക്ഷിച്ചതിനേക്കാൾ പ്രയോജനം നിന്നെക്കൊണ്ടുണ്ടായി. നീയിതാ മോചിതനായി. ഇനി പൊലീസിനെ കണ്ടെത്തിക്കോളൂ."

കാറിന്റെ പിൻവെട്ടം മറയുന്നതും നോക്കി ഞാൻ കുന്നിൻചെരുവിലിരുന്നു. ചെയ്തുകൂട്ടുന്ന കുറ്റങ്ങളെപ്പറ്റി ഞാൻ ആലോചിച്ചു. ആളുകൾ വിശ്വസിക്കുന്നപോലെ ഞാനൊരു കൊലപാതകിയല്ല. എന്നാൽ ഞാനൊരു നുണയനായിക്കഴിഞ്ഞിരിക്കുന്നു. നാണംകെട്ട കാപട്യക്കാരനും വിലപിടിപ്പുള്ള കാറുകൾ തട്ടിയെടുക്കുന്ന കൊള്ളക്കാരനുമായി കഴിഞ്ഞിരിക്കുന്നു.

കഷണ്ടിക്കാരനായ പുരാവസ്തു ഗവേഷകന്റെ സാഹസങ്ങൾ

ഉരുളൻ പാറയുടെ മറവിൽ കാട്ടുതുമ്പകൾ വളർന്ന് ചാഞ്ഞ് മെത്ത പോലെയായ ഒരിടത്ത് ഞാൻ രാത്രി ചെലവിട്ടു. തുളച്ചു കയറുന്ന തണുപ്പിൽ ഞാനാകെ മരവിച്ചു. സംരക്ഷണ കവചമൊരുക്കാൻ ഒരു കോട്ടു പോലും ഉണ്ടായിരുന്നില്ല. അതെല്ലാം ടേൺബുള്ളിന്റെ വീട്ടിലായിരിക്കുമിപ്പോൾ. സ്കടറുടെ നോട്ട്ബുക്ക്, എന്റെ വാച്ച്, പൈപ്പ്, പുകയില സഞ്ചി എന്നിവയെല്ലാം അതോടൊപ്പമുണ്ട്. ബെൽറ്റിനുള്ളിൽ കരുതിയിരുന്ന സ്വർണ്ണനാണയങ്ങൾ മാത്രമാണ് ആകെയുള്ള സൂക്ഷിപ്പ്. പിന്നെ പോക്കറ്റിൽ കരുതിയിരുന്ന ഒരു പാക്കറ്റ് ഇഞ്ചി ബിസ്കറ്റിന്റെ പകുതിയും.

ബിസ്കറ്റത്രയും ഒറ്റയടിക്ക് അകത്താക്കി ഞാൻ കൂടുതൽ ചൂടുകിട്ടുമെന്ന പ്രതീക്ഷയോടെ കാട്ടുതുമ്പകൾക്കിടയിലേക്ക് നുഴഞ്ഞുകയറി. എന്റെയുള്ളിലെ ഊർജ്ജം ഉണർന്നു പ്രവർത്തിക്കാൻ തുടങ്ങി. ഈ ഒളിച്ചുകളി ഞാൻ ആസ്വദിക്കാൻ തുടങ്ങുകയാണ്. അത്ഭുതകരമാംവിധത്തിൽ ഭാഗ്യം എന്നെ ഇതുവരെ തുണച്ചു. പാല്ക്കാരൻ, സാഹിത്യകുതുകിയായ സത്രം സൂക്ഷിപ്പുകാരൻ, സർ. ഹാരി, റോഡുപണിക്കാരൻ, വിഡ്ഢിയായ മർമ്മി എല്ലാവരും ഞാനർഹിക്കാത്ത സൗഭാഗ്യങ്ങളായി. ആദ്യവിജയം നല്കിയ ആത്മവിശ്വാസം ചെറുതായിരുന്നില്ല. വിശപ്പായിരുന്നു മുഖ്യപ്രശ്നം. നഗരമദ്ധ്യത്തിൽ ഒരു ജൂതൻ സ്വയം വെടിവച്ചു മരിക്കുകയും പൊലീസ് പ്രേതവിചാരണ നടത്തുകയും ചെയ്താൽ ഇപ്രകാരം എഴുതും. 'മരണപ്പെട്ടവൻ ആരോഗ്യവാനായിരുന്നു.' ഞാനാണ പ്രകാരം കാണപ്പെടുന്നതെങ്കിൽ എഴുതുക ആരോഗ്യമില്ലാത്ത ഒരുവൻ എന്നായിരിക്കും. ഞാൻ കഴിച്ച ഇഞ്ചി ബിസ്കറ്റ് എന്റെ വിശപ്പ് വർദ്ധിപ്പിച്ചു. അപ്പോൾ ലണ്ടനിൽവച്ച് ഞാനൊരിക്കലും വിലകല്പിക്കാത്ത നല്ല ഭക്ഷണങ്ങളുടെ ഓർമ്മകൾ മനസ്സിലേക്ക് ഇരച്ചുകയറി. പാഡോക്ക് തയ്യാറാക്കിത്തരുമായിരുന്ന മൊരിച്ചെടുത്ത ഇറച്ചി, ഉണക്കപ്പന്നിയിറച്ചി

യുടെ കൊതിയൂറും ഗന്ധം, മസാല പുരട്ടി ചന്തം വരുത്തിയ മുട്ട. ഇതിന്റെയൊക്കെ നേരെ എത്രവട്ടം മുഖംതിരിച്ചു പോയിട്ടില്ല! ക്ലബ്ബുകളിൽ തയ്യാറാക്കുന്ന കട്‌ലറ്റുകൾ തണുത്ത മേശമേൽ എടുത്തു കഴിക്കാൻ പരുവത്തിൽവച്ചിട്ടുള്ള തുടയിറച്ചി. ഇതിനൊക്കെവേണ്ടി എന്റെ ആത്മാവ് കൊതിച്ചു. പലതരം ഇറച്ചി വിഭവങ്ങളിലേക്ക് സഞ്ചരിക്കാൻ തുടങ്ങിയ മനസ്സ് ഒടുവിൽ നട്ടെല്ലിന്റെ ഭാഗം ചേർത്ത് അറുത്തെടുത്ത് മൊരിച്ചെടുത്ത മാട്ടിറച്ചിയിലും വെണ്ണപുരട്ടിയ ഒറട്ടിയിലും എത്തിനിന്നു. ഭക്ഷണം കൊതിച്ച്, പ്രതീക്ഷയറ്റ മനസ്സുമായിക്കിടന്ന് ഞാൻ ഉറങ്ങിപ്പോയി.

തണുത്ത് മരവിച്ച് ഉണരുമ്പോൾ സൂര്യനുദിച്ചു കഴിഞ്ഞിരുന്നു. എവിടെയാണു ഞാനെന്ന് ഊഹിച്ചെടുക്കാൻ അല്പനേരം വേണ്ടിവന്നു. അത്ര ഭീകരമായിട്ടായിരുന്നു എന്റെ ഉറക്കം. കാട്ടുതുമ്പകൾക്കിടയിലൂടെ ആദ്യം നീലാകാശത്തിന്റെ ഒരു തുണ്ടും പിന്നെ വലിയൊരു കുന്നും മൽബറി ചെടികൾക്കിടയിലിരിക്കുന്ന ബൂട്ടും കണ്ടു. കൈകൾ നിലത്തുകുത്തി ഞാൻ എഴുന്നേറ്റു. മനോഹരമായ ഒരു താഴ്‌വാരമായിരുന്നു മുന്നിൽ. പിന്നെ എന്റെ ബൂട്ടിലെ ചരടുബന്ധിക്കാൻ അധികനേരമെടുത്തില്ല. ഏകദേശം കാൽ കിലോമീറ്ററുകൾക്കപ്പുറം ചില മനുഷ്യർ നില്ക്കുന്നുണ്ടായിരുന്നു. കുന്നിൻ ചരുവിൽ കാട്ടു തുമ്പകളെ വകഞ്ഞു മാറ്റി. ഒരു ഫാനിന്റെ ഇതളുകൾ പോലെ വേറിട്ടായിരുന്നു അവർ നിന്നിരുന്നത്. മാർമി എനിക്കുനേരെ പ്രതികാരം ചെയ്യാൻ ഒട്ടും വൈകിയിട്ടുണ്ടാവില്ല.

ഞാനെന്റെ അഭയകേന്ദ്രത്തിൽ പാറകൾക്കിടയിലൂടെ ഇഴഞ്ഞ് കുന്നിന്റെ വിടവിലൂടെ പുറത്തേക്കു നീങ്ങി. വെള്ളം ഒഴുകി രൂപപ്പെട്ട ഒരു ഇടുങ്ങിയ ചാലിലേക്കാണ് ഞാൻ ചെന്നത്. അതുവഴി ഒരു തിട്ടയിലെത്തിച്ചേർന്നു. അവിടെനിന്നും തിരിഞ്ഞു നോക്കുമ്പോൾ എന്നെയവർ ഇതുവരെ കണ്ടുപിടിച്ചിട്ടില്ല എന്ന കാര്യം മനസ്സിലായി. എന്നെ പിന്തുടർന്നവർ ക്ഷമാപൂർവ്വം കുന്നിൻചരുവിൽ നിന്നശേഷം മുകളിലേക്കു കയറുവാൻ തുടങ്ങി.

ചക്രവാളത്തെ പിന്നിലാക്കി താഴ്‌വാരത്തിന്റെ ഏറ്റവും ഉയരം കൂടിയ സ്ഥലത്തെത്തി എന്നുറപ്പാകും വരെ ഞാൻ ഏകദേശം അര മൈലോളം ഓടി. അതിനുശേഷം അവർക്ക് വ്യക്തമായി എന്നെ കാണാവുന്ന രൂപത്തിൽ ഒരിടത്ത് ഞാൻ നിലയുറപ്പിച്ചു. അവരിലൊരാൾ എന്നെ കാണുകയും മറ്റുള്ളവരോട് അക്കാര്യം പങ്കിടുകയും ചെയ്തു. അവർ അലറിവിളിക്കുന്നതും അന്വേഷണത്തിന്റെ ദിശ മാറ്റുന്നതും ഞാനറിഞ്ഞു. ചക്രവാളം ലക്ഷ്യമാക്കി ഞാൻ പിന്തിരിയുന്നതായി ഭാവിച്ചശേഷം ഞാൻ വന്ന വഴിയിലേക്കുതന്നെ തിരിച്ചുപോയി. ഇരുപതു മിനിറ്റിനുള്ളിൽ ഞാൻ രാത്രി കിടന്നുറങ്ങിയ സ്ഥലത്തുതന്നെ എത്തിച്ചേർന്നു. അവിടെയിരിക്കുമ്പോൾ തെരച്ചിൽ സംഘം മലയേറിപ്പോകുന്നത് എനിക്കു വ്യക്തമായി കാണാനായി. എന്റെ മുന്നിൽ പല വഴികളും തുറന്നുകിടന്നു. ഞാൻ ഇരിക്കുന്ന സ്ഥലത്തുനിന്നും ഒരു കോണിലായി കാണാവുന്ന തിട്ട ഞാൻ തെരഞ്ഞെടുത്തു. അപ്പോൾ എനിക്കും എന്നെ പിന്തുടർന്നവർക്കും ഇടയിൽ ആഴത്തിലുള്ള ഒരു ചരിവ് വന്നുചേരും. ഈ പ്രവൃത്തികൾ എന്റെ ചോര ചൂടാക്കുകയും ഇതെല്ലാം ഞാൻ വലിയതോതിൽ ആസ്വദിക്കാൻ

തുടങ്ങുകയും ചെയ്തു. പോകുന്ന വഴിയിൽ എന്റെ പോക്കറ്റിൽ ബാക്കിയായ ഇഞ്ചി ബിസ്കറ്റിന്റെ ബാക്കി പ്രഭാതഭക്ഷണമാക്കി.

എത്തിച്ചേർന്ന സ്ഥലം ഏതെന്നോ എങ്ങോട്ടാണ് പോകേണ്ടതെന്നോ ഒരു രൂപവും എനിക്കുണ്ടായിരുന്നില്ല. ഞാനെന്റെ കാലുകളുടെ ബലത്തിൽ വിശ്വാസമർപ്പിച്ചു. എന്നാൽ എനിക്കു പിന്നാലെയുള്ളവർക്ക് ഈ സ്ഥലം പരിചിതമാണെന്നത് അവർക്ക് അനുകൂലമായ ഘടകവും എന്റെ അജ്ഞത എനിക്കു പ്രതികൂലവും ആയിത്തീർന്നേക്കാം. തെക്കു ഭാഗത്ത് നീണ്ടു നീണ്ടുപോകുന്ന പർവ്വതനിരകളും വടക്കുഭാഗത്ത് മലകൾ ലോപിച്ച് ലോപിച്ച് ചുരമായിത്തീരുന്ന പ്രദേശവുമാണ്. ഞാൻ നിലയുറപ്പിച്ചിരുന്ന തിട്ടപ്പോലുള്ള ഉയർന്നപ്രദേശത്തിന് ഏകദേശം രണ്ടു മൈലുകളോളം നീളംവരും. അത് പീഠഭൂമിക്കും മലകൾക്കും ഇടയിലുള്ള ഒരു പ്രദേശമാണ്. മറ്റേത് ദിശയിലേക്കു പോകുന്നതിനെക്കാൾ നല്ലത് ഈ വഴിയായിരിക്കുമെന്ന് ഞാൻ ഊഹിച്ചു.

ഇരുപത് മിനിറ്റുകൾക്കകം വ്യക്തമായ ഒരു തന്ത്രം രൂപപ്പെടുത്തി നല്ല തുടക്കമിടാൻ കഴിഞ്ഞു. എന്നെ പിന്തുടരുന്നവരുടെ തലകാണാൻ തുടങ്ങുമ്പോൾ ഞാൻ വിശാലമായ ഒരു താഴ്വാരത്തിന്റെ ഒത്തനടുവിൽ എത്തിക്കഴിഞ്ഞിരുന്നു. പൊലീസ് തദ്ദേശവാസികളെയും നായാട്ടു സഹായികളെയും തയ്യാറാക്കി നിർത്തിയിരിക്കും എന്ന കാര്യം വ്യക്തമാണ്. എന്നെക്കണ്ട് ആൾക്കൂട്ടം ബഹളം വയ്ക്കുകയും കൈകൾ ഉയർത്തികാട്ടുകയും ചെയ്യുന്നുണ്ടായിരുന്നു. രണ്ടുപേർ താഴ്വാരത്തിലേക്ക് എടുത്തുചാടി കയറ്റം കയറാൻ പണിപ്പെട്ടപ്പോൾ മറ്റു ചിലർ അവർനിന്നിരുന്ന കുന്നിൻ ചെരുവിൽത്തന്നെ നിലയുറപ്പിച്ചു.

കളികാര്യമാവുന്ന ലക്ഷണം കാണുന്നു. എന്റെ പിന്നാലെയുള്ള തദ്ദേശവാസികൾ കരുത്തന്മാരായ നാട്ടുകാരാണെന്നു തോന്നുന്നു. ഞാൻ തിരിഞ്ഞു നോക്കുമ്പോൾ എന്നെ പിന്തുടർന്ന് മൂന്നുപേരെ വരുന്നുള്ളൂ. മറ്റുള്ളവർ താഴ്വാരം വഴി ഓടി ഞാൻ എത്തിച്ചേരുമെന്നവർ കരുതുന്നിടത്ത് നിലയുറപ്പിച്ചിട്ടുണ്ടാവണം. പ്രദേശത്തെപ്പറ്റിയുള്ള അജ്ഞത എനിക്കു പ്രതികൂലമാകുന്നു. താഴ്വാരം വഴിയുള്ള ഈ കളി, അപകടത്തിലേക്കാണ്. മുകളിൽനിന്നും നോക്കിയപ്പോൾ കണ്ട ചതുപ്പുനിലങ്ങളിലെവിടെയെങ്കിലും പതുങ്ങുന്നതാണ് നല്ലത്. ഞാനെന്റെ വേഗതകൂട്ടി അവരുമായുള്ള അകലം വർദ്ധിപ്പിച്ചേ പറ്റൂ. അതിനായി വേഗത്തിൽ ഓടിപ്പോകാവുന്ന പ്രതലത്തിലെത്തണം. മറവുണ്ടായിരുന്നുവെങ്കിൽ ഒളിക്കാമായിരുന്നു. എന്നാൽ ഈ താഴ്നിലങ്ങളിലൂടെ ഒരു ഈച്ച പറന്നാൽ പോലും ഒരു മൈലിനപ്പുറത്തു നിന്നേ കാണാൻ കഴിയും. കാലുകളുടെ ബലവും ശരീരത്തിന്റെ ആരോഗ്യവുമാണെന്റെ പ്രതീക്ഷകൾ. എന്നാൽ അതിനുപറ്റിയ പ്രതലം വേണം. ഞാൻ പരിശീലനം സിദ്ധിച്ച ഒരു പർവ്വതാരോഹകനുമല്ല. ഒരു ആഫ്രിക്കൻ കുതിര മുന്നിലെത്തിയെങ്കിലെന്ന് ഞാൻ കൊതിച്ചുപോയി.

എന്റെ തല ദൃശ്യപ്പെടുന്നതിനുമുമ്പേ ഞാൻ തിട്ടയിൽനിന്നും ചതുപ്പിലേക്കു കുതിച്ചു. ഒരു അരുവിച്ചാൽ മുറിച്ചുകടന്ന് രണ്ടു ഇടുങ്ങിയ താഴ്വാരങ്ങൾക്കിടയിലൂടെ കടന്നുപോകുന്ന പാതയിൽ ഞാൻ എത്തി

ച്ചേർന്നു. കാട്ടുതുമ്പകൾ സമൃദ്ധമായി വളർന്ന് ഏതോ മരത്തിൽനിന്നും പറന്നുവീണ അപ്പൂപ്പൻതാടി പോലുള്ള പൂവിതളുകൾ ഉച്ചിയിൽ പേറി നില്ക്കുന്ന ഒരിടത്താണ് ഞാൻ. പാതയോടു ചേർന്നുള്ള തടയണയിൽ ഒരു ഗേറ്റു കണ്ടു. അവിടെനിന്നും പുല്ലുനിറഞ്ഞൊരു വഴിയിലൂടെ രണ്ടുവാര നടന്നാൽ ചതുപ്പുപ്രദേശത്തിന്റെ തുടക്കത്തിലേക്ക് എത്തിച്ചേരാം. ഞാൻ തടയണ ചാടിക്കടന്ന് പുൽവഴിയിലൂടെ മുന്നോട്ടുപോയി. അപ്പോഴേക്കും ഹൈവേയുടെ കാഴ്ച മറഞ്ഞുകഴിഞ്ഞിരുന്നു. പുൽവഴി അവസാനിക്കുന്നിടത്തുനിന്നും നന്നായി പരിരക്ഷിക്കപ്പെട്ടിട്ടുള്ള വഴിയിലെത്തി. അത് ഒരു വീട്ടിലേക്കാണ് എത്തിച്ചേരുന്നത്. ഞാനും അപ്രകാരം തന്നെ ചെയ്തു. ഇത്രയും ദിവസങ്ങളിൽ ഭാഗ്യം എന്നെ തുണച്ചിരുന്നു. ചിലപ്പോൾ ഈ വീടായിരിക്കാം എന്റെ അഭയസ്ഥാനം. ചുരുങ്ങിയപക്ഷം ഇവിടെ മരങ്ങൾ സമൃദ്ധമായി വളർന്നു നില്ക്കുന്നുണ്ട്. അത് എന്തായാലും നല്ല മറ തന്നെ!

ഞാൻ റോഡിലൂടെ മുന്നോട്ടുനീങ്ങാതെ നേരെ നീർച്ചാലിനരികിലേക്കു നീങ്ങി. അവിടെ പന്നൽച്ചെടികൾ സമൃദ്ധമായി വളർന്നുനിന്നതു കാരണം നല്ലൊരു മറയായി അനുഭവപ്പെട്ടു. അവിടെ എത്തിയതു നന്നായി. കാരണം ഞാനവിടെ എത്തിയ ഉടനേ തിരിഞ്ഞുനോക്കിയതും ഞാനിറങ്ങിവന്ന തിട്ടയിൽ എന്നെ പിന്തുടർന്നു വന്നവർ നില്ക്കുന്നുണ്ടായിരുന്നു.

അതിനുശേഷം ഞാൻ തിരിഞ്ഞുനോക്കിയില്ല. അതിനുള്ള സമയവും ഉണ്ടായിരുന്നില്ല. ഞാൻ നീർച്ചാലിനരികിലേക്ക് ഇഴഞ്ഞുനീങ്ങി. നീർച്ചാലിൽ നീരൊഴുക്ക് ഉണ്ടായിരുന്നില്ല. അട്ടിയായി അടുക്കിവച്ച കല്ക്കരിച്ചാക്കുകൾക്കും അമിതമായി വളർന്നചെടികൾക്കും ഇടയിലൂടെ ഒറ്റപ്പെട്ട ഒരു വീടുകണ്ടു. അവിടെ കണ്ട പഴക്കമില്ലാത്ത വയ്ക്കോൽ കൂനകൾക്കും കാറ്റിലാടുന്ന ഫർ മരങ്ങൾക്കും ഇടയിലേക്ക് വേഗത്തിൽ നീങ്ങി. ഇടതുവശത്തായി അടുക്കളയിൽനിന്നുമുള്ള പുക വമിപ്പിക്കുന്ന ചിമ്മിനി കണ്ടു. ഞാൻ നീർച്ചാൽ വിട്ട് മറ്റൊരു തടയണ ചാടിക്കടന്ന് വെട്ടിനിരപ്പാക്കാത്ത പുൽപ്പരപ്പിലേക്കു കടന്നു. മെല്ലെ തിരിഞ്ഞുനോക്കുമ്പോൾ എന്നെ അന്വേഷിച്ചിറങ്ങിയവരുടെ കാഴ്ചയിൽനിന്നും ഞാൻ മറഞ്ഞിരിക്കുന്നതായി കണ്ടു. എന്നാൽ അവർ ചതുപ്പിലേക്കുള്ള ആദ്യ തിട്ട പിന്നിട്ടിരുന്നില്ല. അവിടത്തെ പുൽത്തകിടി പരുക്കനായി കാണപ്പെട്ടു. പുൽവെട്ടിയന്ത്രമല്ല അരിവാളായിരിക്കും പുല്ലരിയാൻ ഉപയോഗിച്ചിരിക്കുക. അവിടെയാകെ ഊതവർണ്ണത്തിലുള്ള പൂക്കൾ പേറിനില്ക്കുന്ന പേരറിയാത്ത മുരടിച്ച കുറ്റിച്ചെടികൾ നട്ടുപിടിപ്പിച്ചിരുന്നു. തോട്ടങ്ങളിൽ സാധാരണ കാണപ്പെടാത്ത ഒരു കൂട്ടം കുളക്കോഴികൾ ഞാനവിടെയെത്തിയപ്പോഴേക്കും പറന്നുപോയി. സാധാരണ തരിശുനിലങ്ങൾക്കരികിൽ കാണപ്പെടുന്ന തരത്തിലുള്ള സാധാരണ വീടാണതെങ്കിലും അതിനോടനുബന്ധിച്ച് നന്നായി വെള്ളച്ചായം പൂശിയ ചെറിയൊരു വീട് കാണപ്പെട്ടു. ഈ അനുബന്ധത്തിനും വീട്ടിനുമിടയിൽ കണ്ണാടികൊണ്ടു നിർമ്മിച്ച ഒരു വരാന്തയുണ്ടായിരുന്നു. ആ കണ്ണാടിയിലൂടെ എന്നെ സാകൂതം നിരീക്ഷിക്കുന്ന ഒരു വൃദ്ധനെ കണ്ടു.

കാട്ടുചൂരലുകൾ കൂട്ടിയിട്ടിരിക്കുന്ന സ്ഥലത്തിനരികിലൂടെ ശബ്ദ

മുണ്ടാക്കാതെ ഞാൻ വരാന്തയിലേക്കു കടന്നു. ഒരുവശത്തു നിറയെ പുസ്തകങ്ങളും മറുവശത്ത് കണ്ണാടിച്ചുമരുകളുള്ള ഒരു പ്രസന്നമായ മുറിയിലായിരുന്നു വൃദ്ധൻ ഇരുന്നിരുന്നത്. അടുത്തുള്ള മറ്റൊരു മുറിയിലും നിറയെ പുസ്തകങ്ങളാണ്. തറയിൽ മേശയ്ക്കു പകരം മ്യൂസിയങ്ങളിൽ കാണാറുള്ളതുപോലെ നാണയങ്ങളും കല്ലായുധങ്ങളും നിറച്ചപെട്ടികൾ അടുക്കിവച്ചിരിക്കുന്നു.

മുറിയുടെ നടുവിലായി ഇട്ടിരിക്കുന്ന മേശയിൽ നിവർത്തിവച്ച പുസ്തകങ്ങളും കടലാസുകളുമായിട്ടായിരുന്നു ആ വിനീത വൃദ്ധൻ ഇരുന്നത്. അയാളുടെ മുഖം വട്ടത്തിലുള്ളതും പ്രകാശമാനവുമായിരുന്നു. അയാളെ കണ്ടാൽ മി. പിക്‌വികിനെ അനുസ്മരിക്കും. വലിയൊരു കണ്ണട മൂക്കിന്റെ അറ്റത്തിറക്കിവച്ചാണ് അയാളുടെ നോട്ടം. അയാളുടെ തലയ്ക്കു മുകളിൽ വലിയ ഗ്ലാസ് കുപ്പികൾ അടുക്കിവച്ചിട്ടുണ്ട്. ഞാൻ അകത്തു കടന്നിട്ടും അയാൾ അനങ്ങിയില്ല. പുരികം മെല്ലെയൊന്നുയർത്തി. അത്ര മാത്രം. ഞാൻ സംസാരിക്കുന്നതിനായി അയാൾ കാത്തിരുന്നു.

വെറും അഞ്ചുമിനിറ്റു മാത്രം മുന്നിലുണ്ടായിരിക്കുക; തികച്ചും അപരിചിതനായ ഒരു മനുഷ്യനോട് ആരാണു ഞാനെന്നും എന്താണെനിക്കു വേണ്ടതെന്നും പറഞ്ഞിട്ട് അദ്ദേഹത്തിന്റെ സഹായം നേടിയെടുക്കുക അത്ര എളുപ്പമുള്ള ഒരു കാര്യമല്ല. അതുകൊണ്ടുതന്നെ ഞാനതിനു മുതിർന്നില്ല. എന്റെ മുന്നിലിരിക്കുന്ന ഈ മനുഷ്യന്റെ കണ്ണുകളിലെ തിളക്കം ശ്രദ്ധിക്കാതിരിക്കാനായില്ല. വിജ്ഞാനത്തിന്റേതായ എന്തോ ഒന്ന് അതിൽക്കാണുന്നു. ഒരൊറ്റവാക്കും കണ്ടെത്താൻ എനിക്കായില്ല. അദ്ദേഹത്തെ മിഴിച്ചു നോക്കിക്കൊണ്ട് ഞാനങ്ങനെ നിന്നു.

"താങ്കൾ വലിയ തിരക്കിലാണെന്നു തോന്നുന്നല്ലോ സുഹൃത്തേ."

അദ്ദേഹം മെല്ലെ ചോദിച്ചു.

ഞാൻ ജനാലയിലേക്കു നോക്കിക്കൊണ്ട് തലയാട്ടി. കൃഷിത്തോട്ടത്തിന്റെ വിടവിലൂടെ ചതുപ്പുനിലങ്ങളുടെ ഒരു ദൃശ്യം എനിക്കപ്പോൾ കാണാം. കുറ്റിച്ചെടികൾ വകഞ്ഞു നീക്കി നടക്കാൻ പണിപ്പെടുന്നവരുടെ ഒരു വിദൂര ദൃശ്യം തെളിഞ്ഞുവന്നു.

"ഞാനൊന്നു നോക്കട്ടെ" യെന്നു പറഞ്ഞ് അദ്ദേഹം ഒരു ടെലസ്കോപ്പ് എടുത്ത് നടന്നടുക്കുന്നവരെ ക്ഷമയോടെ നിരീക്ഷിച്ചു.

"നിയമത്തിന്റെ പിടിയിൽപ്പെടാതിരിക്കാൻ ഒളിച്ചു നടക്കുന്ന ഒരാൾ" ശരിയല്ലേ? വിശദാംശങ്ങൾ വിശ്രമവേളയിലാവാം. ഇപ്പോൾ വൃത്തികെട്ട പൊലീസുകാർ കടന്നുവന്ന് എന്റെ സ്വകാര്യത തകർക്കുന്നത് ഞാനിഷ്ടപ്പെടുന്നില്ല. എന്റെ പഠനമുറിയിലേക്കു പൊയ്ക്കൊള്ളൂ. അവിടെ നിങ്ങൾക്കു മുന്നിൽ രണ്ടു വാതിലുകൾ കാണാനാവും. അതിൽ ഇടതു വശത്തുള്ള വാതിൽതുറന്ന് അകത്തുനിന്നും അടയ്ക്കുക. അവിടെ നിങ്ങൾ പൂർണ്ണ സുരക്ഷിതനായിരിക്കും."

എന്നിട്ട് ആ അസാധാരണ മനുഷ്യൻ പേന കൈയിലെടുത്തു.

ഞാൻ അപ്രകാരം ചെയ്തു.

ഇരുണ്ട മുറിയിലാണു ഞാൻ. ചുമരിനു മുകളിലെ ചെറിയൊരു ജനാലയിലൂടെ ഇത്തിരിമാത്രം വെളിച്ചം അകത്തു വീശുന്നു. രാസപദാർത്ഥങ്ങളുടെ രൂക്ഷഗന്ധം മൂക്കിൽ തുളച്ചുകയറി. ഒരു അലമാരയുടെ വാതിലുകൾ അടയുന്ന ശബ്ദത്തോടെ വാതിൽ എനിക്കു പിറകിൽ അടഞ്ഞു. ഒരിക്കൽക്കൂടി ഞാനിതാ ഒരു അപ്രതീക്ഷിത അഭയകേന്ദ്രത്തിൽ എത്തിച്ചേർന്നിരിക്കുന്നു.

ഞാൻ സുരക്ഷിതനാണെന്ന തോന്നൽ ഉണ്ടായില്ല. അവിടെ കണ്ട ആ വൃദ്ധൻ എന്നെ ഭയപ്പെടുത്തിയില്ല. എന്നാൽ ഞാൻ ഏറെ സംശയിച്ചു. അദ്ദേഹം വളരെ ലാഘവത്തോടെ എന്നെ സ്വീകരിക്കുവാൻ തയ്യാറായി ഇരിക്കുന്നവനായി തോന്നി. അതിതീക്ഷ്ണമായ ബൗദ്ധികശേഷി ആ കണ്ണുകളിൽ കണ്ടു.

ആ ഇരുട്ടുമുറിയിലേക്ക് ശബ്ദം ഒട്ടും കടന്നുവന്നില്ല. പൊലീസുകാർ ഏതുനിമിഷവും കടന്നുവന്നേക്കാമെന്നും വീടു പരിശോധിച്ചേക്കാമെന്നും ഞാൻ ചിന്തിച്ചു. അങ്ങനെ അവർ വരുന്നുവെങ്കിൽ തീർച്ചയായും ഈ അടച്ചിട്ട മുറിയിൽ എന്താണെന്ന് അന്വേഷിക്കാതിരിക്കില്ല. എന്റെ മനസ്സിനെ ശാന്തമാക്കി വിശപ്പുപോലും മറന്ന് നില്ക്കുവാൻ ഞാൻ ശ്രമിച്ചു.

പിന്നെ ഞാൻ സന്തോഷം പകരുന്ന ഒരു ചിന്തയിൽ മുഴുകി. എനിക്ക് പ്രാതൽ നിഷേധിക്കാൻ എന്തായാലും ആ വയോധികന് കഴിയില്ല. എന്താവാം അതിലുണ്ടാവുകയെന്ന് ഞാൻ ചിന്തിക്കാൻ തുടങ്ങി. ഉപ്പിട്ടുണക്കിയ പന്നിയിറച്ചിയും മുട്ടയും എന്നെ തൃപ്തനാക്കും. എന്നാൽ ഒരു പന്നിയുടെ പകുതിയും അമ്പതു മുട്ടയും എനിക്കുവേണം. അതിനെപ്പറ്റി ചിന്തിച്ചപ്പോൾ വായിൽ വെള്ളമൂറി. അപ്പോൾ വാതിൽ തുറക്കുന്ന ശബ്ദം കേട്ടു.

ഞാൻ പ്രകാശത്തിലേക്ക് ഇറങ്ങി. ആ വീടിന്റെ നാഥൻ, അദ്ദേഹം പഠനമുറിയെന്നു വിളിക്കുന്ന ഇടത്ത് ഒരു ചാരുകസേരയിലിരുന്ന്, എന്നെ സാകൂതം നോക്കുന്നു.

“അവർ പോയോ?” ഞാൻ ചോദിച്ചു.

“അവർ പോയി. താങ്കൾ മല കടന്ന് പോയെന്ന് ഞാനവരെ ബോദ്ധ്യപ്പെടുത്തി. ഞാൻ സന്തോഷപൂർവ്വം ആദരിച്ച ഒരാൾക്കും എനിക്കുമിടയിലേക്ക് പൊലീസുകാർ കടന്നുവരുന്നത് ഞാൻ ഇഷ്ടപ്പെടുന്നില്ല. മിസ്റ്റർ റിച്ചാർഡ് ഹാനി, ഈ പ്രഭാതം താങ്കൾക്ക് ഭാഗ്യം നിറഞ്ഞ ഒന്നായിരുന്നു.”

അദ്ദേഹം സംസാരിക്കുമ്പോൾ കൺപോളകൾ വിറകൊണ്ടു. അതിനുശേഷം നരച്ച കണ്ണുകളെ അതുവന്നു മൂടി. സ്കടർ പറഞ്ഞിരുന്ന ഒരു വാക്യം എന്റെ ഓർമ്മയിലേക്ക് ഒരു മിന്നായം പോലെ കടന്നുവന്നു. ഈ ലോകത്ത് അയാൾ ഏറ്റവും ഭയപ്പെടുന്ന ഒരു വ്യക്തിയെപ്പറ്റി വിവരിച്ചപ്പോൾ ‘അയാൾക്ക് കഴുകനെപ്പോലെ കണ്ണുകൾ അടച്ചുപിടിക്കാനാകും’ എന്നു പറഞ്ഞിരുന്നു. ഞാൻ ശത്രുവിന്റെ തലസ്ഥാനത്തുതന്നെയാണ് നേരെ ചെന്നു കേറിയിരിക്കുന്നതെന്ന് എനിക്കു മനസ്സിലായി.

ക്രൂരനായ ആ കിഴവന്റെ കഴുത്തുഞെരിച്ചശേഷം പുറത്തേക്ക് കടക്കാനാണ് ആദ്യമെനിക്ക് തോന്നിയത്. എന്റെ ഉദ്ദേശം മനസ്സിലാക്കിയി

ട്ടെന്നവണ്ണം മെല്ലെ ചിരിച്ചശേഷം എന്റെ പുറകിലേക്ക് നോക്കാൻ ആംഗ്യം കാണിച്ചു. പിസ്റ്റളും കൈകളിലേന്തി നില്ക്കുന്ന രണ്ടു പരിചാരകരെ ഞാനവിടെ കണ്ടു.

അയാൾക്ക് എന്റെ പേരറിയാം. എന്നാൽ എന്നെ ഇതിനുമുമ്പ് കണ്ടിട്ടില്ല. ആ ചിന്ത ഉള്ളിലുദിച്ചപ്പോൾ പ്രതീക്ഷകളുടെ നേരിയൊരു ചിന്ത് പ്രത്യക്ഷമായി.

"ആരെയാണങ്ങ് ഉദ്ദേശിച്ചതെന്ന് എനിക്കറിയില്ല. ആരാണീ റിച്ചാർഡ് ഹാനി. എന്റെ പേര് ഐൻസ്‌ലിയെന്നാണ്" ഞാനല്പം കടുപ്പിച്ചു പറഞ്ഞു.

"അതുകൊണ്ട്? താങ്കൾക്ക് മറ്റ് പല പേരുകളും കണ്ടേക്കാം. ഒരു പേരിന്റെ പേരിൽ എന്തിനാണ് നമ്മൾ തമ്മിലൊരു തർക്കം?"

ഞാൻ അല്പമൊന്നു പിൻവാങ്ങി. കോട്ടോ, വെയ്സ്റ്റ് കോട്ടോ കോളറോ ഒന്നുമില്ലാത്ത എന്റെയീരൂപം വഞ്ചിച്ചേക്കുമോയെന്ന് പതറി. ഇല്ല. മുഖമല്പം പരുക്കനാക്കിക്കൊണ്ട് നിഷേധാർത്ഥത്തിൽ ചുമലുകൾ കുലുക്കി.

"അങ്ങെന്നെ തെറ്റിദ്ധരിച്ചിരിക്കുകയാണെന്നു തോന്നുന്നു. അതൊരു ചെറിയ തന്ത്രമായിരുന്നു. ദൈവമേ, ആ കാർ ഞാൻ കാണാതിരുന്നെങ്കിൽ! ഇതാ ആ നശിച്ച പണം" എന്നു പറഞ്ഞ് ഞാൻ നാലു നാണയത്തുട്ടുകൾ മേശമേലിട്ടു.

അയാളുടെ കണ്ണുകൾ അല്പം തുറന്നു. "ഇല്ലില്ല എനിക്കു തെറ്റിയിട്ടില്ല. എനിക്കും എന്റെ ചങ്ങാതിമാർക്കും താങ്കളോട് ചിലതെല്ലാം ചോദിച്ചുറപ്പു വരുത്താനുണ്ട്. അത്രേയുള്ളൂ. നിങ്ങൾക്ക് ഏറെ അറിയാം മിസ്റ്റർ ഹാനി. നിങ്ങൾ ഒരു നല്ല നടനൊക്കെത്തന്നെയാണ്. പക്ഷേ, വേണ്ടത്ര കൗശലം പോര."

സമാശ്വസിപ്പിക്കുന്ന ഭാഷയിലായിരുന്നു ആ വർത്തമാനം. എന്നാൽ അയാളുടെ മനസ്സിൽ സംശയത്തിന്റെ ലാഞ്ഛന പടരുന്നത് എനിക്ക് കാണാനായി.

"എന്റെ മേൽ കുറ്റം ചാർത്തുന്നത് ദൈവത്തെയോർത്ത് മതിയാക്കൂ. എല്ലാം എനിക്ക് എതിരാണ്. ലീത്തിൽ എത്തിച്ചേർന്ന സമയം മുതൽ ദൗർഭാഗ്യം എന്നെ വേട്ടയാടുകയാണ്. ഒഴിഞ്ഞ വയറുമായി കഴിയുന്നവൻ ഒരു കാറിനുള്ളിൽ കാണപ്പെട്ട ഏതാനും നാണയത്തുട്ടുകൾ എടുത്തുപോയത് അത്ര വലിയ കുറ്റമാണോ? അതുമാത്രമാണ് ഞാൻ ചെയ്ത കുറ്റം. അതിന്റെ പേരിലാണ് കഴിഞ്ഞ രണ്ടു ദിവസമായി ആ നശിച്ച പൊലീസുകാർ ആ നശിച്ച കുന്നുകളിലൂടെ എന്നെ തുരത്തുന്നത്. എനിക്കിതു മതിയായി. അങ്ങേക്ക് ഇഷ്ടമുള്ളത് ചെയ്യൂ, സർ. ഈ നെസ് ഐൻസ്‌ലിയിൽ ചെറുത്തുനില്ക്കാനായി ഒരു ശക്തിയും ശേഷിക്കുന്നില്ല."

അയാളിൽ സംശയം മേൽക്കൈ നേടുന്നത് എനിക്കു കാണാം.

"അടുത്ത ദിവസങ്ങളിൽ താങ്കൾ എന്തു ചെയ്യുകയായിരുന്നു എന്നു വെളിപ്പെടുത്താമോ?"

"പറ്റില്ല സർ, ആദ്യം എന്തെങ്കിലും കഴിക്കാൻ തരൂ അതിനുശേഷം എന്തു വേണമെങ്കിലും പറയാം."

വാതില്ക്കൽ നില്ക്കുന്ന ഒരുവനോട് അയാൾക്ക് സൂചന നല്കുവാനായി എനിക്ക് വിശപ്പ് എന്റെ മുഖത്ത് എത്തിക്കേണ്ടതായി വന്നു. ഇറച്ചിയും പച്ചക്കറികളും ചേർത്ത് തയ്യാറാക്കിയ തണുത്ത അപ്പത്തിന്റെ കഷണവും ഒരു ഗ്ലാസ് നിറയെ ബിയറും അയാൾ എന്നരികിലെത്തിച്ചു. ഒരു പന്നിയെപ്പോലെ ഞാനതെല്ലാം ഞൊടിയിടയിൽ അകത്താക്കി. അല്ലെങ്കിൽ ഞാൻ നിർമ്മിച്ചുകൊണ്ടിരിക്കുന്ന ഐൻസ്‌ലിക്കിണങ്ങുംവിധം ഞാൻ പെരുമാറി. ഞാൻ കഴിച്ചുകൊണ്ടിരിക്കുന്നതിനിടയിൽ അയാൾ ജർമ്മൻഭാഷയിൽ സംസാരിക്കാൻ തുടങ്ങി. ഒരു കൽച്ചുമരുപോലെ നിർവ്വികാരനായി ഞാനയാളുടെ മുഖത്തേക്കു നോക്കിനിന്നു.

ഞാൻ എന്റെ കഥ പറയാൻ തുടങ്ങി. വിഗ്ടണിലുള്ള എന്റെ സഹോദരനെ കാണാൻ ആർക്കേഞ്ചൽ എന്ന കപ്പലിൽ ഒരാഴ്ചമുമ്പ് ഞാനെങ്ങനെ ലീത്തിൽ എത്തിച്ചേർന്നുവെന്നും കൈയിൽ കാശില്ലാതെ വന്നതു കാരണം മുന്നോട്ടുപോകാതെ അവിടെപെട്ടു പോയെന്നും വിശദീകരിച്ചു. അപ്പോൾ ഞാൻ നല്ലരീതിയിലുള്ള വേഷം ധരിച്ചിട്ടുണ്ടായിരുന്നു. കുറ്റിച്ചെടികൾകൊണ്ടു തീർത്ത ഒരു വേലിക്കരികിൽ ഞാൻ എത്തിച്ചേർന്നു. അവിടെനിന്നും നോക്കുമ്പോൾ വലിയൊരു കാർ നീർച്ചാലിൽ കിടക്കുന്ന കണ്ടു. എന്താണു സംഭവിച്ചതെന്നറിയാനായി ഞാൻ കാറിനടുത്തേക്കു ചെന്നു. അപ്പോൾ കാറിന്റെ സീറ്റിൽ രണ്ടും താഴെയായി ഒന്നും സ്വർണ്ണ നാണയങ്ങൾ കണ്ടു. ആരും അടുത്തെങ്ങുമില്ലാത്തതിനാൽ ഞാൻ ആ നാണയങ്ങളെടുത്ത് പോക്കറ്റിലിട്ടു. എങ്ങനെയെന്നറിയില്ല നിയമം എന്റെ പിന്നാലെ കൂടി. ഒരു ബേക്കറിയിൽനിന്നും സാധനങ്ങൾ വാങ്ങി ചില്ലറ മാറാൻ നോക്കിയപ്പോൾ ഉടമയായ സ്ത്രീ പൊലീസിനെ വിളിച്ചു. അല്പം കഴിഞ്ഞ് അരുവിയിൽനിന്നും മുഖം കഴുകി നില്ക്കുമ്പോൾ പൊലീസ് തൊട്ടരികിലെത്തി. കോട്ടും വെയ്സ്റ്റ് കോട്ടുമൊന്നും എടുക്കാനായില്ല. ഞാനവിടന്നു ഓടി രക്ഷപ്പെട്ടു."

"അവർക്ക് നാണയം തിരിച്ചുനല്കാം. ആവശ്യത്തിലേറെ അതിന്റെ പേരിൽ അനുഭവിച്ചുകഴിഞ്ഞു. നാട്ടുകാർ മുഴുവൻ ഈ സാധുവിനു പിന്നാലെയുണ്ട്. സർ, എന്റെ സ്ഥാനത്ത് അങ്ങായിരുന്നെങ്കിൽ ഒറ്റ മനുഷ്യനും പിന്നാലെ കൂടുമായിരുന്നില്ല."

"നിങ്ങൾ നല്ലൊരു നുണയനാണ് മിസ്റ്റർ ഹാനി."

ഞാൻ രോഷം കൊണ്ടു.

"വിഡ്ഢിയാക്കുന്നത് നിർത്തുന്നുണ്ടോ? എന്റെ പേര് ഐൻസ്‌ലിയെന്നാണെന്ന് ഞാൻ പറഞ്ഞുകഴിഞ്ഞു. ഞാൻ ജനിച്ചതിനുശേഷം ഹാനിയെന്നൊരു പേരു കേട്ടിട്ടില്ല. താങ്കളും താങ്കളുടെ ഒരു ഹാനിയും. പിസ്റ്റളുപയോഗിച്ചുള്ള കുരങ്ങുകളിയും. ഇതിനേക്കാൾ ഭേദം പൊലീസിനു പിടികൊടുക്കുന്നതാണ്. സർ, ഞാനിതൊന്നും പറയാൻ ഉദ്ദേശിച്ചതല്ല. ചെയ്തുതന്നതിനെല്ലാം നന്ദി. പുറത്തു കുഴപ്പം കാണുന്നില്ല. എന്നെ പോകാൻ അനുവദിച്ചാലും."

അദ്ദേഹം ആശയക്കുഴപ്പത്തിലായി എന്ന കാര്യം വ്യക്തമായി. എന്നെ

അദ്ദേഹം ഒരിക്കലും കണ്ടിട്ടേയില്ല. അഥവാ എന്റെ ഫോട്ടോ കൈവശമുണ്ടെങ്കിൽ തന്നെ അതിൽനിന്നും ഞാൻ എത്രയോ മാറിപ്പോയിരിക്കുന്നു. ലണ്ടനിൽ ഞാൻ നല്ലരീതിയിൽ വസ്ത്രം ധരിച്ചാണ് പ്രത്യക്ഷപ്പെട്ടിരുന്നതെങ്കിൽ ഇപ്പോഴാകട്ടെ തികഞ്ഞൊരു തെണ്ടിയും.

"എന്തായാലും താങ്കളെയങ്ങനെ വിട്ടയക്കാൻ ഞാൻ ആഗ്രഹിക്കുന്നില്ല. നിങ്ങൾ അവകാശപ്പെടുംപോലുള്ള ഒരാളാണു നിങ്ങളെങ്കിൽ അത് വ്യക്തമാക്കാനുള്ള അവസരം ഉടൻ വന്നുചേരും. എന്നാൽ നിങ്ങൾ ഞാൻ കരുതുംപോലുള്ള ഒരുവനാണെങ്കിൽ ഇനിയൊരിക്കലും വെളിച്ചം കാണാനും പോകുന്നില്ല."

അദ്ദേഹം ബെല്ല് ഒന്നമർത്തിയപ്പോൾ വരാന്തയിൽ മറ്റൊരുവൻ പ്രത്യക്ഷപ്പെട്ടു.

"അഞ്ചു മിനിറ്റിനകം ലാഞ്ചസ്റ്ററെ ഇവിടെ എത്തിക്കണം. ഉച്ചഭക്ഷണത്തിനു മൂന്നുപേരുണ്ടാവും."

എന്നിട്ട് അയാൾ എന്നെ സൂക്ഷിച്ചുനോക്കി. അതായിരുന്നു ഏറ്റവും വലിയ അഗ്നിപരീക്ഷ.

അയാളുടെ കണ്ണുകളിൽ പൈശാചികമായ എന്തോയൊന്നുണ്ടായിരുന്നു. തണുത്തുറഞ്ഞതും പകമുറ്റിയതും അഭൗമമായതും നരകംപോലെ കൗശലം നിറഞ്ഞതുമായിരുന്നു അത്. ഒരു സർപ്പത്തിന്റെ കണ്ണുകളെ അത് ഓർമ്മിപ്പിച്ചു. അയാളുടെ ദയാദാക്ഷിണ്യങ്ങൾക്കായി എന്നെ വിട്ടുനല്കാനുള്ള ഒരു ഉൾപ്രേരണ എന്നിലുണ്ടായി; അയാളുടെ പക്ഷം ചേരാനും. മൊത്തം കാര്യങ്ങളിൽനിന്നും എനിക്ക് എന്തായിരിക്കും തോന്നിയിരിക്കുക എന്ന കാര്യം നിങ്ങൾ പരിഗണിക്കുകയാണെങ്കിൽ എന്നിലുണ്ടായ ഉൾപ്രേരണ തികച്ചും ഭൗതികമായ ഒന്നാണെന്ന് മനസ്സിലാവും. തലച്ചോറിനുണ്ടായ ദൗർബല്യം ശക്തമായ ഒരു മനസ്സിനു മുന്നിൽ, മാസ്മരിക ശക്തിക്കു മുന്നിൽ പെട്ടുപോയിട്ടുണ്ടാവാം. എങ്ങനെയോ അതിൽനിന്നും പുറത്തുകടന്ന് ഞാനൊന്ന് അമറി. "അടുത്ത വട്ടം ഞാൻ ആരാണെന്നു നിങ്ങളറിയും സർ."

വാതില്ക്കൽ നില്ക്കുന്നവനെ നോക്കി അയാൾ വിളിച്ചു പറഞ്ഞു. "കാൾ. ഞാൻ മടങ്ങിവരും വരെ നിങ്ങളിയാളെ സ്റ്റോർ മുറിയിലിട്ടു പൂട്ടണം. അതിന്റെ ഉത്തരവാദിത്വം നിങ്ങൾക്കായിരിക്കും."

രണ്ടു ചെവികൾക്കരികിലും ചൂണ്ടപ്പെട്ട പിസ്റ്റളിനു നടുവിലൂടെ ഞാൻ പുറത്തേക്കു കടന്നു.

***

പഴയൊരു കളപ്പുരയിലെ കലവറയായിരുന്നിരിക്കണം ആ മുറി. ക്രമരഹിതമായി വിന്യസിക്കപ്പെട്ട തറയിൽ ചെറിയൊരു തിട്ടയല്ലാതെ പരവതാനിയോ ഇരിക്കാനുള്ള സംവിധാനങ്ങളോ ഉണ്ടായിരുന്നില്ല. ജനാലകൾ അടച്ചിട്ടിരുന്നതിനാൽ അകമാകെ കീലുപോലെ കറുത്തു കാണപ്പെട്ടു. അവിടെ തപ്പിനോക്കിയതിൽനിന്നും ചുമരിനോട് ചേർന്ന് പെട്ടി

കളും കുഴലുകളും കട്ടിയുള്ള സാധനങ്ങൾ നിറച്ച ചാക്കുകളും അടുക്കി വച്ചിട്ടുള്ളതായി മനസ്സിലായി. പഴക്കത്തിന്റെയും പൂപ്പലിന്റെയും ഗന്ധം അവിടെ തങ്ങിനിന്നിരുന്നു. എന്നെ തടവിലാക്കിയവർ വാതിലിൽ താക്കോൽ തിരിക്കുന്നതിന്റെയും ഏതാനും ചുവടുകൾ നടന്ന് അവിടെ നിലയുറപ്പിക്കുന്നതിന്റെയും ശബ്ദം എനിക്ക് കേൾക്കാം.

തകർന്ന മനസ്സുമായി ഞാനാ കൂരിരുട്ടിൽ ഇരുന്നു. ഇന്നലെ എന്നെ ചോദ്യം ചെയ്ത കശ്മലന്മാരെ കൂട്ടാനായി വൃദ്ധൻ കാറിൽ കയറി യാത്ര യായിക്കഴിഞ്ഞു. റോഡു പണിക്കാരന്റെ വേഷമാണ് ധരിച്ചിരിക്കുന്നത് എന്നതിനാൽ അവർക്ക് വേഗത്തിൽ എന്നെ തിരിച്ചറിയാനാവും. പൊലീസിനാൽ തുരത്തപ്പെട്ട് ഇരുപതു മൈലുകൾക്കപ്പുറം ഒരു റോഡുപണിക്കാരൻ ഇവിടെ എന്താണു ചെയ്യുന്നത്? ഒന്നോ രണ്ടോ ചോദ്യം കൊണ്ട് അവർ ശരിയായ പാതയിൽ എത്തിച്ചേരും. മിക്കവാറും അവർ ടേൺബുള്ളിനെയും മാർമിയേയും കണ്ടിരിക്കാൻ ഇടയുണ്ട്. ഹാരിയുമായി എന്നെ ബന്ധപ്പെടുത്താനും സാദ്ധ്യത കാണുന്നു. അപ്പോൾ എല്ലാ കാര്യങ്ങളും സ്ഫടികം പോലെ വ്യക്തമാകും. പിന്നെയെനിക്ക് ഈ ചതുപ്പുപ്രദേശ വസതിയിൽ മൂന്നു കൊടുംകുറ്റവാളികളേയും അവരുടെ സായുധ കിങ്കരന്മാരെയും മറികടക്കാനായി എന്തു ചെയ്യാനാകും?

എന്നാൽ മുറിവേല്പിക്കപ്പെട്ട് മലകളിൽ അലയുന്ന ആ പൊലീസുകാരെയോർത്ത് ഞാൻ ഉൽക്കണ്ഠപ്പെടാൻ തുടങ്ങി. എന്തൊക്കെയായാലും അവർ ഒരേ രാജ്യക്കാരും സത്യസന്ധരും ആയിരിക്കും. എന്തായാലും ഈ വിദേശ വൈതാളികരെക്കാൾ അവർ ദയാലുക്കളുമായിരിക്കും. ചിലപ്പോൾ ഞാൻ പറയുന്നതിന് അവർ ചെവി തന്നില്ലെന്നു വന്നേനെ. ആ കിഴട്ടു ചെകുത്താന് അവരെ പറഞ്ഞയക്കാൻ നിമിഷങ്ങളേ വേണ്ടി വന്നുള്ളൂ. ഈ പൊലീസുകാരുമായി ഇയാൾക്ക് ചിലപ്പോൾ എന്തെങ്കിലും രഹസ്യ ഇടപാടുകൾ കണ്ടേക്കും. ബ്രിട്ടനെതിരെ ഗൂഢാലോചന നടത്താൻ അയാൾക്ക് എല്ലാ സൗകര്യങ്ങളും ഒരുക്കിക്കൊടുക്കാൻ ക്യാബിനറ്റ് മന്ത്രിമാരുടെ തന്നെ കത്ത് ഇവർക്കു കിട്ടിയിട്ടുണ്ടെന്നും വരാം. ഈ പുരാതന രാജ്യത്ത് അപ്രകാരമൊക്കെയാണിപ്പോൾ രാഷ്ട്രീയം പോകുന്ന പോക്ക്.

ആ മൂന്നുപേരും ഉച്ചഭക്ഷണത്തിനായി എത്തും. അതിനാൽ എനിക്ക് രണ്ടു മണിക്കൂറിലധികം കാത്തിരിക്കേണ്ടിവരില്ല. സർവ്വനാശത്തിനായുള്ള കാത്തിരിപ്പല്ലാതെ മറ്റൊരു വഴിയും എന്റെ മുന്നിലില്ല. സ്കഡറുടെ ധൈര്യം എനിക്കുണ്ടായിരുന്നെങ്കിലെന്ന് ഞാൻ ആഗ്രഹിച്ചുപോയി. എങ്കിൽ എല്ലാം തുറന്നു പറയാമായിരുന്നു. എനിക്ക് അതിനുള്ള ധൈര്യം ഉണ്ടായില്ല. എന്നാൽ കടുത്തരോഷം എന്നുള്ളിൽ പെരുകിവരുന്നു. അതൊന്നു കൊണ്ടുമാത്രമാണ് സമയം തള്ളിനീക്കാനാവുന്നത്. ആ മൂന്നു ചാരന്മാർ എന്നെ ഇപ്രകാരം കുരുക്കിലാക്കിയതോർത്ത് എന്റെയുള്ളിൽ രോഷം പുകഞ്ഞു. എന്നെ കീഴ്പ്പെടുത്തുന്നതിനു മുമ്പ് അവരിൽ ഒരുവന്റെയെങ്കിലും കഴുത്തു ഞെരിക്കാനായെങ്കിലെന്ന് ഞാൻ ആഗ്രഹിച്ചു.

ചിന്തിക്കുംതോറും എന്നിൽ രോഷവും കൂടിക്കൂടി വന്നു. ഇങ്ങനെ

ഇരുന്നാൽ പോര. മുറിയാതെ പരതണം. ഞാൻ ജനലുകൾ തുറക്കാൻ നോക്കി. അവ താഴിട്ടു പൂട്ടിയിരിക്കുന്നു. അനങ്ങുന്നില്ല. എന്നാൽ ജനലിനപ്പുറത്തുനിന്ന് ശക്തമായ വെയിലിൽ കോഴികളുടെ കൊക്കൽ ചെറുതായി കേൾക്കാം. എന്നിട്ടു ഞാൻ പെട്ടികളിലും ചാക്കുകളിലും പരതി. പെട്ടികൾ തുറക്കാനായില്ല. ചാക്കിനകത്ത് എന്തോ കുത്തി നിറച്ചിട്ടുണ്ട്. പട്ടി ബിസ്കറ്റോ മറ്റോ ആണ്. അതിൽനിന്നും കറുവാപട്ടയുടേതുപോലുള്ള ഗന്ധം വരുന്നു. മുറി മുഴുവൻ പരതിക്കഴിഞ്ഞപ്പോൾ ചുവരിന്മേൽ ഒരു കൈപ്പിടി കണ്ടു. അത് അന്വേഷിക്കേണ്ടതാണെന്ന് തോന്നി.

അത് ഒരു ചുമരലമാരയുടെ വാതിലായിരുന്നു. സ്കോട്ട്ലന്റിൽ അതിനെ 'പ്രസ്' എന്നാണു പറയുക. അതും പൂട്ടിയിട്ട നിലയിലാണ്. ഞാൻ അതു പിടിച്ചൊന്ന് ഉലച്ചു. ദുർബ്ബലമാണത്. എന്തെങ്കിലും ശക്തമായതു ചെയ്യാമെന്നു കരുതി ഞാൻ അതിന്റെ വാതിലിൽ ബലം പ്രയോഗിച്ചു. കൊളുത്തിൽ പിടിച്ച് ശക്തിയായി വലിച്ചു. ചെറിയൊരു ശബ്ദത്തോടെ അതിന്റെ പാളി ഇളകിവന്നു. എന്റെ കാവല്ക്കാർ ഓടിയെത്തുമോയെന്നു ഞാൻ അപ്പോൾ ഭയപ്പെട്ടു. അല്പനേരം വെറുതെ നിന്നശേഷം അതിനുള്ളിലുള്ള സാധനങ്ങൾ എന്തൊക്കെയാണെന്നു പരിശോധിച്ചു. സവിശേഷമായ ധാരാളം സാധനങ്ങൾ അതിലുണ്ടായിരുന്നു. എന്റെ ട്രൗസറിന്റെ പോക്കറ്റിലുണ്ടായിരുന്ന ചെറിയൊരു തീപ്പെട്ടി ഉരച്ചു. നിമിഷത്തിനുള്ളിൽ അത് കെട്ടുപോയെങ്കിലും അത് ചിലത് കാട്ടിത്തന്നു. അവിടെ കുറെ ടോർച്ചു വിളക്കുകൾ അടുക്കിവച്ചിട്ടുണ്ട്. അതിൽനിന്നും ഒരെണ്ണം ഞാനെടുത്തു. അത് പ്രവർത്തനക്ഷമമായിരുന്നു.

ടോർച്ചിന്റെ സഹായത്തോടെ ഞാൻ കൂടുതൽ പരിശോധനകൾ നടത്തി. അവിടെ നിറയെ കുപ്പികളും രൂക്ഷഗന്ധം പരത്തുന്ന രാസവസ്തുക്കളും കണ്ടു. പരീക്ഷണങ്ങൾക്കുള്ള വസ്തുക്കളാണതെന്ന കാര്യത്തിൽ തർക്കമില്ല. ചെമ്പുകമ്പികളുടെ ചുരുളുകളും ചുറ്റിച്ചുറ്റി വച്ചിരുന്ന പട്ടുനൂലുകളും അവിടെ കണ്ടു. ഒരു പെട്ടി നിറയെ സ്ഫോടകവസ്തുക്കളാണ്. ഫ്യൂസിനായി ഉപയോഗിക്കുന്ന നേർത്ത കമ്പികളും അക്കൂട്ടത്തിൽ കാണപ്പെട്ടു. ഒരു ഷെൽഫിന്റെ പുറകിലായി തവിട്ടുനിറത്തിലുള്ള കാർഡ് ബോർഡ് പെട്ടിയും അതിനുള്ളിൽ തടികൊണ്ടുള്ള പെട്ടികളും കണ്ടു. അതു ഞാൻ വലിച്ചുതുറന്നു. അതിനുള്ളിൽ രണ്ടിഞ്ചു ചതുരത്തിൽ അര ഡസൻ ചെറിയ ഇഷ്ടികകൾ കണ്ടു.

അതിൽനിന്നും ഒരു കട്ട കൈയിലെടുത്തപ്പോൾ അത് പൊടിഞ്ഞു വീഴുന്നതു കണ്ടു. അതു മണപ്പിക്കുകയും നാവുകൊണ്ട് രുചിച്ചു നോക്കുകയും ചെയ്തു. അതിനുശേഷം ഞാൻ ഒരിടത്തിരുന്ന് ആലോചിക്കാൻ തുടങ്ങി. ഞാൻ ഒരു മൈനിങ് എഞ്ചിനീയറായതു വെറുതെയല്ല. ലെൻടോനൈറ്റ് കണ്ടാൽ എനിക്ക് തിരിച്ചറിയാനാവും. ഈ ഒരൊറ്റ ഇഷ്ടികകൊണ്ട് എനിക്ക് ഈ കെട്ടിടത്തെ വെറും ചാരക്കൂമ്പാരമാക്കാൻ കഴിയും. റെഡേഷ്യയിൽ വച്ച് ഈ സാധനം ഉപയോഗിച്ചിട്ടുണ്ട്. അതിന്റെ ശക്തി നന്നായറിയാം. പക്ഷേ, ഒരു പ്രശ്നമുണ്ട്. എന്റെ അറിവ് കൃത്യമല്ല.അതിന്റെ ശേഷി കൃത്യമായി അറിയില്ല. അതു തയ്യാറാക്കുന്നതിനെപ്പറ്റിയും വ്യക്ത

തയില്ല. അതിന്റെ സ്ഫോടന സമയത്തെപ്പറ്റിയും ഉറപ്പില്ല. ഏകദേശ ധാരണ മാത്രമേയുള്ളൂ. ഞാനിത് ഉപയോഗിച്ചിട്ടുണ്ടെങ്കിലും സ്വന്തം വിരലുകൾ കൊണ്ടല്ല ചെയ്തത്.

എങ്കിലും ഇതൊരു അവസരമാണ്. ഒരേ ഒരു അവസരം. അതിലടങ്ങിയിട്ടുള്ള അപകടം ഭയാനകമാണ്. എന്നാൽ അതിനു പകരം തികഞ്ഞ ഇരുട്ടും. അതു ഞാൻ ഉപയോഗിച്ചാൽ സാദ്ധ്യത അഞ്ചിനൊന്നുമാത്രം. പിഴച്ചാൽ ഞാൻ പൊട്ടിത്തെറിച്ച് മരത്തിനു മുകളിലിരിക്കും. ഉപയോഗിച്ചില്ലെങ്കിലോ വൈകുന്നേരത്തോടെ പൂന്തോട്ടത്തിൽ ആറടി ആഴമുള്ള കുഴി കുഴിക്കപ്പെടും. അങ്ങനെയാണ് ഞാനതിനെ വീക്ഷിച്ചത്. രണ്ടു വഴിയിലേതു സ്വീകരിച്ചാലും സാദ്ധ്യത ഇരുണ്ടതാണ്. എന്നാൽ ഏതുവഴിയായാലും ഒരു സാദ്ധ്യതയുണ്ട്; എനിക്കും എന്റെ രാജ്യത്തിനും.

സ്കടറിനെക്കുറിച്ചുള്ള ഓർമ്മകൾ എന്നെ നിർണ്ണയിക്കുന്നു. എന്റെ ജീവിതത്തിലെ വന്യമായ നിമിഷമാണിത്. രക്തമുറഞ്ഞു പോകുന്ന ഇത്തരം തീരുമാനങ്ങളിൽ ഞാനത്ര മികച്ചവനുമല്ല. നിശ്ചയിച്ചുറച്ച കാര്യം ചെയ്യാൻ തുടങ്ങവേ ഭയാജനകമായ സന്ദേഹങ്ങൾ എന്നുള്ളിലേക്കു പ്രവഹിച്ചു. ഞാൻ മനസ്സിന്റെ ജാലകങ്ങൾക്ക് താഴിട്ടു. ഒരു പരീക്ഷണം നടത്തുന്നതുപോലെ നടത്തുന്നതായി നടിച്ചു. ഗൈ ഫാക്സ് പടക്കങ്ങൾ പോലെ ലഘുവായ ഒന്ന്.

ഞാൻ സ്ഫോടകവസ്തുക്കളെടുത്ത് രണ്ടടിയോളം അകലത്തിൽ ഫ്യൂസുമായി ഘടിപ്പിച്ചു. ലെൻടോണൈറ്റ് കട്ടയിൽനിന്നും നാലിലൊന്ന് മുറിച്ചെടുത്തു. അതിൽ സ്ഫോടകവസ്തു ഘടിപ്പിച്ച് വാതിലിനരികിൽ ചുമരിനോടു ചേർത്തുവച്ചിരുന്ന ചാക്കുകൾക്കിടയിൽ സ്ഥാപിച്ചു. അവിടെയിരിക്കുന്ന പെട്ടികളിൽ പകുതിയിലേറെ ഡൈനാമിറ്റായിരിക്കുമെന്ന് ഞാൻ ഊഹിച്ചു. ചുവരലമാരയിൽ ഇത്രയേറെ സ്ഫോടക സാമഗ്രികൾ ഒളിപ്പിച്ചിട്ടുണ്ടെങ്കിൽ ഈ പെട്ടികളിൽ എന്തുകൊണ്ട് അതുണ്ടാകില്ല. അപ്പോൾ എനിക്കും എന്റെ കാവല്ക്കാർക്കും ഒരേക്കറോളം ഭൂമിക്കും മഹത്തായൊരു ആകാശയാത്ര തരപ്പെടാൻ സാദ്ധ്യത കാണുന്നു. എന്നാൽ സ്ഫോടനം വഴി ചുമരലമാരയിലിരിക്കുന്ന സ്ഫോടകവസ്തുക്കളും പൊട്ടിത്തെറിച്ചേക്കും എന്ന അപകടമുണ്ട്. അപ്പോഴേക്കും ലെന്റോനൈറ്റിനെക്കുറിച്ചു ഞാൻ പഠിച്ചതൊക്കെയും മറന്നുകഴിഞ്ഞിരുന്നു. എന്നാൽ വിവിധ സാദ്ധ്യതകളെപ്പറ്റിയുള്ള അന്വേഷണം നിലച്ചുകഴിഞ്ഞിരുന്നില്ല. കടുത്ത അപകടമായിരിക്കും കാത്തിരിക്കുന്നത്. എങ്കിലും അതിനെ നേരിട്ടേ പറ്റൂ.

ഞാൻ ജനാലപ്പടിയുടെ കീഴെ പതുങ്ങിയിരുന്ന് ഫ്യൂസ് ജ്വലിപ്പിച്ചു. ഒന്നോ രണ്ടോ നിമിഷം കാത്തു. കനത്ത നിശ്ശബ്ദതയെ ഭേദിച്ച് ചിക്കിചിനയ്ക്കുന്ന കോഴികളുടെ കൊക്കലും വരാന്തയിൽ ബൂട്ട് പതിക്കുന്ന ശബ്ദവും മാത്രം കേൾക്കാം. ഞാൻ സൃഷ്ടാവിനെ സ്തുതിച്ചു. അഞ്ചു നിമിഷങ്ങൾക്കുള്ളിൽ ഞാൻ എന്തായിത്തീരുമെന്ന് അവനു മാത്രമേ അറിയൂ.

തറയിൽനിന്നും ചൂടിന്റെ ശക്തമായ തരംഗങ്ങൾ ഉയർന്നു. ഒരു നിമി

ഷനേരത്തേക്ക് കുമിളപോലെ അത് വായുവിൽ തങ്ങിനിന്നു. എനിക്ക് എതിരെയുണ്ടായിരുന്ന ചുമര് സ്വർണ്ണവർണ്ണമായി. അടുത്ത നിമിഷം ഇടി മുഴക്കമുണ്ടായി. എന്റെ തലച്ചോറ് കുഴമ്പുരൂപത്തിലായെന്നു തോന്നി. എന്റെ ഇടതു ചുമലിന്മേൽ എന്തോ വന്നു വീണു.

പിന്നെ ഞാൻ ബോധരഹിതനായി. എന്നാൽ ഏതാനും നിമിഷത്തിനുള്ളിൽ ബോധം തിരികെക്കിട്ടി. കട്ടിയുള്ള മഞ്ഞ തീജ്ജ്വാലകൾ എന്റെ ശ്വാസം മുട്ടിച്ചു. അവശിഷ്ടങ്ങൾക്കിടയിലൂടെ ഞാൻ ചുവടുകൾ വച്ചു. പിറകിലെവിടെയോ അല്പം ശുദ്ധവായു തങ്ങിനില്ക്കുന്നതായി ഞാൻ മനസ്സിലാക്കി. ജനാലയുടെ അഴികൾ പൊളിഞ്ഞുവീണിരുന്നു. ആ പിളർപ്പിലൂടെ വേനൽക്കാലത്തെ ഉച്ചയിലേക്ക് ചൂടുപുക പരക്കുന്നുണ്ടായിരുന്നു. പൊട്ടിപ്പൊളിഞ്ഞ ജനൽപ്പടവിലൂടെ ചവിട്ടിക്കയറി. അവിടെനിന്നും രൂക്ഷഗന്ധമുള്ള കട്ടിപ്പുക നിറഞ്ഞ പറമ്പിലേക്ക് കുതിച്ചു. ഞാൻ ആകെ പരിക്ഷീണനായിരുന്നു. അസുഖബാധിതനെപ്പോലെ തോന്നി. അപ്പോഴും എനിക്കെന്റെ പാദങ്ങൾ ചലിപ്പിക്കാനായി. പതറുന്ന കാലുകളുമായി അന്ധനെപ്പോലെ ആ വീട്ടിൽനിന്നും അകന്നകന്നു പോകാൻ ഞാൻ യത്നിച്ചുകൊണ്ടിരുന്നു.

ഞാൻ ചെന്നുവീണ പറമ്പിന്റെ അങ്ങേയറ്റത്ത് ചെറിയൊരു കാറ്റാടിയന്ത്രം പ്രവർത്തിക്കുന്നുണ്ടായിരുന്നു. ആ പറമ്പിലേക്ക് തടികൊണ്ടു നിർമ്മിച്ച ഒരു തൊട്ടിൽപ്പാലവും. അതിനിടയിലൂടെ ഒഴുകിപ്പോയ തണുത്തവെള്ളം എനിക്ക് എന്റെ ജീവൻ തിരിച്ചുനല്കി. രക്ഷപ്പെടാനുള്ള ശക്തി ശേഷിക്കുന്നുണ്ട്. വഴുക്കലുള്ള പച്ചപ്പുൽപ്പരപ്പിലൂടെ ഞാൻ വളഞ്ഞു പുഴഞ്ഞ് ഓടി പഴയ മില്ലിൽ എത്തി. മില്ലിന്റെ ആക്സിൽ പഴുതിലൂടെ നുഴഞ്ഞ് വയ്ക്കോൽക്കൂനയിലേക്കു വീണു. അതിനിടയിൽ ഒരു ആണി കുത്തിക്കയറി ടൗസർ കീറി. അവിടെ വാരിക്കൂട്ടിയിട്ടിരിക്കുന്ന ഉണങ്ങിയ കുറ്റിച്ചെടികളെ ചാടിക്കടന്ന് അപ്പുറത്തേക്ക് നീങ്ങി.

വളരെക്കാലമായി ഉപയോഗശൂന്യമായി കിടക്കുന്ന കാറ്റാടിയന്ത്രമായിരുന്നു അത്. അതിന്റെ ഗോവണികൾ കാലപ്പഴക്കത്താൽ ദ്രവിക്കുകയും തട്ടിന്മേൽ എലികൾ ദ്വാരമുണ്ടാക്കുകയും ചെയ്തിട്ടുണ്ട്. എനിക്ക് മനം പുരട്ടി. എന്റെ തലയിൽ വലിയൊരു ചക്രം കറങ്ങുന്നതായി തോന്നി. അപ്പോഴേക്കും എന്റെ ഇടതു ചുമൽ സ്തംഭിച്ചപോലെയായി. ഞാൻ ജനലിലൂടെ പുറത്തേക്കു നോക്കുമ്പോൾ ആ വീട്ടിൽനിന്നും ഇപ്പോഴും പുകച്ചുരുൾ ഉയരുന്നുണ്ടായിരുന്നു. ദൈവമേ ഞാനാ സ്ഥലത്തിനു തീയിട്ടു. പുറത്ത് നിലവിളികളും ആക്രോശങ്ങളും കേൾക്കുന്നുണ്ട്.

തീർച്ചയായും ഈ കാറ്റാടിയന്ത്രം ശരിയായ ഒരു ഒളിത്താവളമല്ല. ഇവിടെ അധികസമയം ചെലവിടാനാവില്ല. എന്നെ അന്വേഷിക്കുന്നവർ ആദ്യം തന്നെ ഇവിടെ എത്തും. എന്റെ മൃതദേഹം കത്തിക്കരിഞ്ഞു കിടക്കുന്നവർക്കൊപ്പം ഇല്ലെന്നു മനസ്സിലാക്കിയ ഉടൻ അവർ എന്നെ തെരഞ്ഞിറങ്ങും. കാറ്റാടിയന്ത്രപ്പുരയിലെ ജനാലയിലൂടെ നോക്കിയാൽ ആ പറമ്പിന്റെ അങ്ങേയറ്റത്തായി ഒരു പ്രാക്കൂട് കാണാം. കാല്പാടുകൾ ശേ

ഷിപ്പിക്കാതെ അവിടെയെത്തിയാൽ അതൊരു മികച്ച ഒളിത്താവളമായേക്കും. എന്നെ അന്വേഷിക്കുന്നവർ എന്തായാലും ഞാൻ ചതുപ്പുപ്രദേശത്തിന്റെ തുറസിലേക്കാവും തിരിയുകയെന്നെന്റെ മനസ്സു പറഞ്ഞു.

ദ്രവിക്കാൻ തുടങ്ങിയ ഗോവണിക്കരികിലേക്ക് ഞാൻ ഇഴഞ്ഞു നീങ്ങി. കാല്പാടുകൾ മറയ്ക്കാനായി വയ്ക്കോൽ വിരിച്ചു. കാറ്റാടിയന്ത്രത്തിന്റെ നിലത്താകെയും അപ്രകാരം ചെയ്തു. പുറത്തേക്ക് നോക്കുമ്പോൾ പ്രാക്കൂടിനും കാറ്റാടിക്കും ഇടയിലുള്ള സ്ഥലം ചരലുകൾ നിറഞ്ഞതാണ്. അവിടെ കാല്പാടുകൾ പതിയുകയില്ല. കത്തിയമർന്ന വീട്ടിൽ നിന്നും നോക്കിയാൽ കാറ്റാടിയന്ത്രം മറയുന്നതിനാൽ പ്രാക്കൂട് കാണാനാവുകയുമില്ല. ഞാൻ അവിടെനിന്നും ഇറങ്ങി പ്രാക്കൂട്ടിലേക്കു പോയി. അതിന്റെ പിൻവശത്താണ് ഞാൻ എത്തിച്ചേർന്നത്. പുറത്തേക്കു കടക്കാനുള്ള വഴിയും നോക്കിയുറപ്പിച്ചു.

ഞാൻ ചെയ്തിട്ടുള്ളതിൽ വച്ച് ഏറ്റവും കഠിനമായ പണിയായിരുന്നു അത്. എന്റെ ചുമലും കൈകളും വേദനിച്ചു. ഒരുതരം മന്ദത എന്നെ ചുറ്റി നിന്നു. പലപ്പോഴും വീഴ്ചയുടെ വക്കുവരെയെത്തി. എങ്ങനെയൊക്കെയോ ഞാൻ പിടിച്ചുനിന്നു. തള്ളിനില്ക്കുന്ന കല്പനകളിലും കല്പണിയുടെ വിടവുകളിലും വള്ളിപ്പന്നൽ ചെടികളിലും ചവിട്ടി വല്ലവിധേനേയും മുകളിൽ കയറിപ്പറ്റി. അവിടെ ചെറിയൊരു അരമതിലുണ്ടായിരുന്നു. അതിനു പുറകിൽ പതുങ്ങിക്കിടക്കാൻ പറ്റിയ ഒരു ഇടം ഞാൻ കണ്ടെത്തി. അവിടെ ഞാൻ അങ്ങേയറ്റം പ്രാകൃതമായ ഒരു മയക്കത്തിലേക്കു വീണു.

തലയിൽ വെയിലേറ്റു പൊള്ളി. സൂര്യരശ്മികൾ മുഖത്തുവീണു. ഏറെനേരം ഞാൻ ചലനരഹിതനായി കിടന്നു. ഭീകരമായ ആ പുകയേറ്റ് എന്റെ സന്ധികൾ അയയുകയും തലച്ചോറ് മന്ദമാവുകയും ചെയ്തിരിക്കണം. ആ വീടിനടുത്തുനിന്നും മനുഷ്യശബ്ദം ഉയരുന്നുണ്ടായിരുന്നു. ഉച്ചത്തിലുള്ള ശബ്ദങ്ങൾക്കൊപ്പം ഒരു കാറിന്റെ ഇരമ്പലും കേൾക്കാൻ തുടങ്ങി. അരമതിലിലുണ്ടായിരുന്ന ചെറിയൊരു വിടവിലൂടെ എനിക്ക് ആ പറമ്പ് മുഴുവനും കാണാം. തലയിൽ തുണി ചുറ്റിയ ഒരുവൻ അവിടത്തെ പരിചാരകനാണ്. നിക്കർ ധരിച്ച ഒരു യുവാവും ഒപ്പമുണ്ട്. അവർ എന്തോ തിരയുന്നുണ്ട്. തിരഞ്ഞു തിരഞ്ഞ് അവർ കാറ്റാടിയന്ത്രപ്പുരയിലേക്കാണ് വരുന്നത്. ആണിയിൽ പറ്റിപ്പിടിച്ചിരുന്ന തുണിയുടെ ശകലം ഒരുവന്റെ ശ്രദ്ധയിൽപ്പെട്ടു. അയാൾ മറ്റേയാളെ ഉച്ചത്തിൽ വിളിച്ചു. അവർ വീട്ടിലേക്ക് മടങ്ങിയശേഷം മറ്റു രണ്ടുപേരെക്കൂടി കൂട്ടി കാറ്റാടിക്കരികിലെത്തി.അതിലൊരാൾ എന്നെ തടവിലാക്കായ വൃദ്ധനാണെന്നു ഞാൻ തിരിച്ചറിഞ്ഞു. മറ്റേയാൾ വർത്തമാനത്തിൽ കൊഞ്ഞയുള്ളവനും. എല്ലാവരുടെ പക്കലും പിസ്റ്റൾ ഉള്ള കാര്യം ഞാൻ മനസ്സിലാക്കി.

അരമണിക്കൂർ നേരം അവർ കാറ്റാടി യന്ത്രപ്പുര അരിച്ചുപെറുക്കി. കുഴലുകളിലും ദ്രവിച്ച പലകകളിലും അവർ ചവിട്ടുകയും വലിച്ചു പിടിക്കുകയും ചെയ്യുന്നുണ്ടായിരുന്നു. അവർ പുറത്തിറങ്ങി പ്രാക്കൂടിന്റെ അടുത്തെത്തി. അവിടെ നിന്നവർ തർക്കത്തിലേർപ്പെട്ടു. തലയിൽവച്ചുകെട്ടുള്ള

വാല്യക്കാരന്റെ ശബ്ദം വേറിട്ടറിയാം. അവർ പ്രാക്കൂടിന്റെ വാതിലുകളി ലൊന്നുന്തി നോക്കി. അവർ മുകളിലേക്കു കയറിവരുമെന്ന് ഒരു നിമിഷം ഞാൻ ചിന്തിച്ചു. അതിനെക്കാൾ മികച്ച മാർഗ്ഗം കണ്ടെത്തിയതിനാലാവാം അവർ വീട്ടിലേക്കു തന്നെ മടങ്ങി.

വൈകുന്നേരംവരെ പൊള്ളലേറ്റ് ഞാൻ മേല്ക്കൂരയിൽ കിടന്നു. ദാഹിച്ച് നാവു വരണ്ട് തടിപോലെയായി. കാറ്റാടിയന്ത്രത്തിന്റെ ഒരു കുഴ ലിൽനിന്നും വെള്ളം ഇറ്റിറ്റു വീഴുന്ന ശബ്ദം കേട്ടതോടെ ദാഹം കലശ ലായി. ചതുപ്പിൽനിന്നും ഒഴുകിവരുന്ന ഒരു കൈത്തോട് എന്റെ ദൃഷ്ടി യിൽപ്പെട്ടു. താഴ്വാരത്തിന്റെ മുകൾപ്പരപ്പിലൂടെ എന്റെ കണ്ണുകൾ പാഞ്ഞു. പായലും പന്നലും വളർന്നുകിടക്കുന്ന ആ പ്രദേശത്തുനിന്നും ഒരു നീരുറവ പൊട്ടിപ്പടരുന്നുണ്ടാവുമെന്ന് ഞാൻ സങ്കല്പിച്ചു. അതിന്മേൽ മുഖമൊന്നു പൂഴ്ത്താൻ ആയിരം പൗണ്ട് നല്കാനും ഞാനപ്പോൾ തയ്യാറായിരുന്നു.

ഇവിടെനിന്നും നോക്കിയാൽ വിശാലമായ ചതുപ്പുപാടങ്ങൾ മുഴു വനും കാണാം. ഒരു കാർ വേഗത്തിൽ കടന്നുപോകുന്നുണ്ടായിരുന്നു. അതിനുള്ളിൽ രണ്ടുപേരാണ് ഉണ്ടായിരുന്നത്. കുതിരപ്പുറത്തു കയറി ഒരാൾ കിഴക്കുഭാഗത്തേക്കു പോയി. അവർ എന്നെത്തേടിയിറങ്ങിയതാ ണെന്ന് എനിക്കറിയാം. ഞാനവർക്ക് സന്തോഷം ആശംസിച്ചു. കൂടുതൽ രസകരമായ ചില കാഴ്ചകളും ഞാൻ കണ്ടു. ചതുപ്പുനിലത്തിനുള്ളിലെ ഒരു പീഠഭൂമിയിലാണാ വീട്. ആറുകിലോമീറ്ററോളം അകലത്തിൽ കാണുന്ന മലനിരകളല്ലാതെ ഇതിലുമുയർന്ന വേറൊരു പ്രദേശം ഈ ചതുപ്പിലില്ല. ഫർ മരങ്ങളും ഉങ്ങും വളർന്നു പന്തലിച്ച ഇടമാണത്. പ്രാക്കൂ ട്ടിന്റെ മുകളിൽനിന്നു നോക്കിയാൽ എനിക്ക് അതിനപ്പുറമുള്ള സ്ഥല ങ്ങൾകൂടി കാണാനാവും. ആ മരക്കൂട്ടങ്ങൾക്കിടയിൽ അണ്ഡാകൃതിയി ലുള്ള പുല്ലു നിറഞ്ഞ ഒരു ചെറിയ മൈതാനം കാണാം. ഒറ്റനോട്ടത്തിൽ അത് ഒരു ക്രിക്കറ്റ് ഫീൽഡ് ആണെന്നേ തോന്നൂ. യഥാർത്ഥത്തിൽ അത് എന്താണെന്ന് ഊഹിച്ചെടുക്കാൻ അധികനേരം വേണ്ടിവന്നില്ല. അതൊരു രഹസ്യ വിമാനത്താവളമാണ്. വളരെ സൂക്ഷ്മതയോടെയാണതിന്റെ നിർമ്മിതി. ഒരു വിമാനം ഇവിടേക്കു താഴുന്നതു കാണുന്ന ഒരുവൻ കരു തുക അത് കുന്നുകളും മരങ്ങളും കടന്നുപോയി എന്നായിരിക്കും. കുന്നു കളാൽ ചുറ്റപ്പെട്ട ഒരു പീഠഭൂമിയാകയാൽ ഏതുദിശയിൽ നില്ക്കുന്നയാ ളായാലും വിമാനം കുന്നിനപ്പുറം മറഞ്ഞു എന്നേ തോന്നൂ. വളരെ അടു ത്തുനിന്നും നോക്കുന്ന ഒരാൾക്കു മാത്രമേ മരങ്ങൾക്കിടയിലേക്കാണ് വിമാനം താണിറങ്ങിയത് എന്നു മനസ്സിലാകൂ. ഒരു കുന്നിന്റെ മുക ളിൽനിന്നും ദൂരദർശിനിവഴി നോക്കുന്ന ഒരാൾക്ക് യാഥാർത്ഥ്യം കണ്ടെ ത്താനാകും. ആടുമേയ്ക്കുന്ന ഇടയന്മാർ മാത്രമേ ആ കുന്നുകളിലേക്കു പോവുകയുള്ളൂ. അവർ ദൂരദർശിനിയുമായല്ല കുന്നു കയറുന്നത്. പ്രാക്കൂട്ടിന്റെ മുകളിൽനിന്നും നോക്കുമ്പോൾ വിദൂരതയിലുള്ള നീല രേഖ കാണാം. അതു കടലാണ്. ജലയാനങ്ങളെ നിരീക്ഷിക്കാൻ എന്റെ ശത്രുക്കൾ നിർമ്മി ച്ചതാവാം ഈ പ്രാക്കൂടെന്ന ചിന്ത എന്നെ കൂടുതൽ രോഷാകുലനായി.

വിമാനം ഇവിടേക്ക് തിരിച്ചുവരുകയാണെങ്കിൽ എന്നെ കണ്ടുപിടിക്കാനുള്ള സാദ്ധ്യത പത്തിലൊന്നാണ്. അതിനാൽ ആ വൈകുന്നേരം മുഴുവൻ ഞാൻ അവിടെക്കിടന്ന് രാത്രിയാവാൻ പ്രാർത്ഥിച്ചു. സൂര്യൻ പടിഞ്ഞാറൻ കുന്നുകളിൽ മറയുകയും ത്രിസന്ധ്യ ചതുപ്പുപാടങ്ങളിൽ സ്വർണ്ണം പൂശുകയും ചെയ്തപ്പോൾ ഞാൻ സന്തോഷംകൊണ്ടു. വിമാനം വൈകിയാണെത്തിയത്. ഞാൻ ചിറകടി ശബ്ദം കേൾക്കാൻ തുടങ്ങുമ്പോൾ സന്ധ്യാ വെളിച്ചം വിദൂരതയിലെത്തിയിരുന്നു. വിമാനം മരങ്ങൾക്കിടയിലെ അതിന്റെ താവളത്തിലേക്ക് താഴ്ന്നിറങ്ങി. കുറേനേരം ലൈറ്റുകൾ മിന്നി. ആ വീട്ടിൽനിന്നും വിമാനത്തിലേക്ക് ആരൊക്കെയോ വരുകയും പോവുകയും ചെയ്തു. പിന്നെ എല്ലാത്തിനെയും രാത്രി വന്നുമൂടി.

ദൈവത്തിനു സ്തുതി. അതൊരു കറുത്ത രാത്രിയായിരുന്നു. ചന്ദ്രൻ അതിന്റെ അവസാനഘട്ടത്തിലാണ്. ഉദിച്ചുയരാൻ ഇനിയുമേറെ വൈകും. എന്റെ ദാഹം അതിന്റെ ഉച്ചഘട്ടത്തിലാണ്. ഏകദേശം ഒമ്പതുമണിയായിക്കാണണം ഞാൻ മെല്ലെ താഴേക്കിറങ്ങാൻ തുടങ്ങി. പാതിദൂരം ഇറങ്ങിയിരിക്കണം. അപ്പോൾ ആ വീടിന്റെ പുറകുവശത്തെ വാതിൽ തുറക്കുന്നതായും റാന്തൽ വിളക്കുമായി ആളുകൾ കാറ്റാടിയന്ത്രം ലക്ഷ്യമാക്കി നീങ്ങുന്നതായും കണ്ടു. നിർണ്ണായകമായ ഏതാനും നിമിഷങ്ങൾ ഞാൻ പ്രാർത്ഥനാ നിർഭരമായി ഗോവണിയിൽ തൂങ്ങിനിന്നു. പ്രാക്കൂട്ടിലേക്ക് ആരും കടന്നുവരാതിരിക്കേണമേ എന്നായിരുന്നു പ്രാർത്ഥന. ആ റാന്തലുകൾ ക്രമേണ അപ്രത്യക്ഷമായി. അപ്പോൾ ഞാൻ മെല്ലെ എന്റെ കാലുകൾ തറയിലേക്കു വച്ചു.

ഞാനെന്റെ വയറുകൊണ്ട് ഇഴഞ്ഞ് വീടിനെ ചുറ്റിനില്ക്കുന്ന വൃക്ഷക്കൂട്ടങ്ങൾക്കരികിലെത്തിച്ചേർന്നു. എനിക്കറിയാമായിരുന്നെങ്കിൽ തീർച്ചയായും ഞാൻ ആ വിമാനം കേടാക്കുമായിരുന്നു. എന്നാൽ ആ പ്രവൃത്തി ഫലപ്രാപ്തിയിലെത്തുകയില്ലെന്ന് എന്റെ മനസ്സു പറഞ്ഞു. ആ വീടിനു ചുറ്റും സുരക്ഷയ്ക്കായി എന്തെങ്കിലുമൊക്കെ ചെയ്തിട്ടുണ്ടാവുമെന്ന കാര്യം ഉറപ്പായതിനാൽ ഞാൻ വയറും കൈകളും വളരെ സൂക്ഷ്മതയോടെയാണ് ചലിപ്പിച്ചത്. ഞാൻ ഇഴഞ്ഞെത്തിയ സ്ഥലത്തുനിന്നും ഏറെയകലെയല്ലാതെ ഞാൻ തറയിൽനിന്നും രണ്ടടി ഉയരത്തിൽ കടന്നുപോകുന്ന കമ്പി കണ്ടു. ഞാനതിൽതൊട്ടാൽ തീർച്ചയായും ആ കെട്ടിടത്തിനുള്ളിൽ അലാറം മുഴങ്ങും; അവരുടെ പിടിയിൽപ്പെടും.

ഏതാനും വാര അകലെ ഞാൻ മറ്റൊരു കമ്പി കണ്ടു. അത് ഒരു ചെറിയ അരുവിയുടെ അറ്റത്താണ് ഘടിപ്പിച്ചിട്ടുള്ളത്. അതിനുമപ്പുറം വിശാലമായ ചതുപ്പുനിലങ്ങളാണ്. അഞ്ചുമിനിറ്റിനുള്ളിൽ ഞാൻ കുറ്റിക്കാടിനുള്ളിലെത്തി. കാറ്റാടിയന്ത്രത്തിൽനിന്നുള്ള കുഴലുകൾ എത്തിച്ചേരുന്ന സ്ഥലമായിരുന്നു അത്. പത്തു മിനിറ്റുകൾ കഴിഞ്ഞു. എന്റെ മുഖം അരുവിയിലെ ജലത്തിൽ പൂഴ്ത്തിക്കിടപ്പാണ് ഞാൻ. അനുഗൃഹീതമായ ആ വെള്ളത്തിന്റെ ആഴങ്ങളിലേക്ക് ഞാൻ ആഴ്ന്നുപോയി. പിന്നീട് ശാപഗ്രസ്തമായ വീട്ടിൽനിന്നും ഏകദേശം അരഡസൻ മൈലുകൾ താണ്ടുന്നതുവരെ ഞാൻ നിന്നില്ല.

കൃത്രിമ പ്രാണിയെ ഉപയോഗിച്ച് മീൻ പിടിക്കുന്നവൻ

കുന്നിൻ മുകളിലിരുന്ന് ഞാൻ ആ പരിസരമാകെ നിരീക്ഷിച്ചു. ഓരോ രക്ഷപ്പെടലിനുശേഷവുമുള്ള കൃതജ്ഞതാഭാവം എന്നിൽനിന്നും മാഞ്ഞുകഴിഞ്ഞിരുന്നു. കടുത്ത ശാരീരിക അസ്വസ്ഥതകൾ എന്നെ പരിക്ഷീണനാക്കി. ലെന്റേനൈറ്റ് പുക എന്നിൽ വിഷം നിറച്ചു. പ്രാക്കൂടിലെ പൊള്ളുന്ന ചൂടിലെ കിടപ്പ് കാര്യങ്ങൾ കൂടുതൽ വിഷമകരമാക്കി. കടുത്ത തലവേദന സഹിക്കാനാകാതെ പൂച്ചയെപ്പോലെ ഞാൻ ചുരുണ്ടുകൂടി. എന്റെ ചുമലുകളിൽ കടുത്ത വേദന അനുഭവപ്പെട്ടു. അതു വെറുമൊരു ക്ഷതമാണെന്നായിരുന്നു ഞാൻ ആദ്യം കരുതിയത്. അവിടെ നല്ലരീതിയിൽ നീരുവന്നു വീങ്ങി. എന്റെ ഇടതുകൈ ഉപയോഗശൂന്യമായതുപോലെതോന്നി.

മിസ്റ്റർ ടേൺബുള്ളിന്റെ വീടു കണ്ടുപിടിച്ച് എന്റെ കോട്ടും സ്കടറുടെ നോട്ടുബുക്കും തിരിച്ചെടുക്കാനായിരുന്നു എന്റെ പദ്ധതി. അതിനുശേഷം പ്രധാന റോഡിൽ എത്തി തെക്കുഭാഗത്തേക്ക് നീങ്ങണം. എത്ര പെട്ടെന്ന് വിദേശകാര്യ ഓഫീസിലെ സർ. വാൾട്ടർ ബുള്ളിവനെ കാണുന്നുവോ അത്രയും നല്ലതായിരിക്കുമെന്ന് തോന്നി. ഇപ്പോൾ എന്റെ പക്കലുള്ള തെളിവുകളെക്കാൾ എന്തു വലിയ തെളിവുകളാണ് എനിക്ക് നല്കാനാവുക? അദ്ദേഹം എന്നെ സ്വീകരിക്കുകയോ ചവിട്ടി പുറത്താക്കുകയോ ചെയ്തോട്ടെ. എന്നെ പിന്തുടരുന്ന ആ ചെകുത്താന്മാരായ ജർമ്മൻകാരുടെ കൈകളിൽപ്പെടുന്നതിനെക്കാൾ നല്ലതായിരിക്കുമത്. ബ്രിട്ടീഷ് പൊലീസുകാരോട് എനിക്ക് സ്നേഹം തോന്നിത്തുടങ്ങിയിരുന്നു.

നക്ഷത്രങ്ങൾ നിറഞ്ഞ മനോഹര രാത്രിയായിരുന്നു അത്. സർ. ഹാരി തന്ന ഭൂപടം ഭൂമിയുടെ കിടപ്പു മനസ്സിലാക്കാൻ ഏറെ സഹായകരമായി. കിഴക്കു പടിഞ്ഞാറു ദിശയിലൂടെ മുന്നോട്ടുപോയി റോഡു പണിക്കാരനെ കണ്ടെത്തിയ ആ അരുവിക്കു സമീപം എത്തുക മാത്രമാണ്

എനിക്കു ചെയ്യേണ്ടിയിരുന്നത്. ഈ യാത്രയ്ക്കിടയിൽ ഒരു പ്രദേശത്തിന്റെയും പേര് എന്റെ മനസ്സിൽ തങ്ങിനിന്നിരുന്നില്ലെങ്കിലും ആ അരുവി റ്റ്വീഡ് നദിയുടെ പോഷകനദിയാണെന്ന കാര്യം ഓർമ്മയുണ്ട്. അവിടെയെത്താൻ ഏകദേശം പതിനെട്ടു മൈൽ പിന്നിടണം. മാത്രമല്ല നേരം പുലരുന്നതിനു മുന്നേ അവിടെ എത്തിച്ചേരുക അസാദ്ധ്യമാണ്. സൂര്യപ്രകാശമുള്ളപ്പോൾ പുറത്തു കാണപ്പെടാനാവാത്തവനായി മാറിക്കഴിഞ്ഞിരുന്നതിനാൽ എവിടെയെങ്കിലുമൊന്നു കിടക്കണം. കോട്ടോ തൊപ്പിയോ ഒന്നും തന്നെ എന്റെ പക്കലില്ല. എന്റെ ട്രൗസർ ഏറെ പിച്ചിപ്പോയിരിക്കുന്നു. സ്ഫോടനത്തെ തുടർന്ന് തന്റെ കൈകളും മുഖവും കരിപിടിച്ചിരിക്കുന്നു. എന്നാൽ മറ്റ് സൗന്ദര്യങ്ങൾ ഏറിയിട്ടുണ്ട്. കണ്ണുകൾ ചോരക്കണ്ണുകളായിട്ടുണ്ട്. ഹൈവേയിൽ കാണപ്പെടാൻ ദൈവഭയമുള്ള ആരും ആഗ്രഹിക്കാത്ത കോലത്തിലാണ് ഞാൻ.

മലനിരകളിൽനിന്നും ഒഴുകിയെത്തുന്ന അരുവിയിൽ ഒന്നു കുളിച്ചുതോർത്തി നേരം പുലർന്ന ഉടനെ ഒരു ഗ്രാമീണ ഭവനത്തിലെത്തി എന്തെങ്കിലും കഴിക്കാൻ ശ്രമിച്ചു. ഗൃഹനാഥൻ വീട്ടിലുണ്ടായിരുന്നില്ല. അദ്ദേഹത്തിന്റെ ഭാര്യ മാത്രമേ അവിടെയപ്പോൾ ഉണ്ടായിരുന്നുള്ളൂ. അഞ്ചു മൈൽ ചുറ്റളവിൽ മറ്റുവീടുകളില്ലായിരുന്നു. അല്പം പ്രായം ചെന്ന തടിച്ച ഒരു മാന്യവനിതയായിരുന്നു അവർ. എന്നെക്കണ്ട് ആദ്യമൊന്നു ഭയപ്പെട്ടെങ്കിലും എന്തെങ്കിലും ദുരുദ്ദേശ്യത്തോടെ സമീപിക്കുന്നവരെ കൈകാര്യം ചെയ്യാൻ തക്കവണ്ണം മൂർച്ചയുള്ള ഒരു കൈക്കോടാലി അവർ ഒരു കൈയിൽ ഏന്തിയിരുന്നു. ഞാനൊന്നു വീണെന്ന് അവരോട് പറഞ്ഞു. എങ്ങനെയെന്നവർക്ക് ചോദിക്കേണ്ടിവന്നില്ല. അത്രമാത്രം അവശനായിരുന്നു ഞാൻ. ഒരു നല്ല സമരിയാക്കാരിയെപ്പോലെ ചോദ്യങ്ങളൊന്നും ചോദിക്കാതെ അവർ എന്നെ സ്വീകരിച്ചു. അല്പം വിസ്കി ചേർത്ത് ഒരു പാത്രം പാൽ അവർ നല്കി. അത് മൊത്തിക്കുടിച്ച് അവരുടെ അടുക്കളയിലെ ചൂടിലിരുന്ന് തീ കാഞ്ഞു. അവർ ചുമൽ കഴുകിത്തരാൻ തയ്യാറായി. എന്നാൽ അസഹ്യമായ വേദന കാരണം ഞാനതിനു സമ്മതിച്ചില്ല. ഞാൻ ആരാണെന്നതിനെപ്പറ്റി അവർ എന്താണു ധരിച്ചതെന്ന് അറിയില്ല. കുറ്റബോധമുള്ള ഒരു കൊള്ളക്കാരനെന്നു കരുതിയിട്ടുണ്ടാവാം. അവർ തന്ന പാലിന് പ്രതിഫലമായി ഞാനൊരു സ്വർണ്ണനാണയം അവർക്കു നേരെ നീട്ടി. അതല്ലാതെ ചെറിയ നാണയങ്ങൾ എന്റെ പക്കലുണ്ടായിരുന്നില്ല. അവർ നിഷേധാർത്ഥത്തിൽ തലയാട്ടിക്കൊണ്ട് 'ആർക്കാണോ അവകാശപ്പെട്ടത് അവർക്കാണ് നല്കേണ്ടത്' എന്നു പറഞ്ഞു. ഞാൻ ശക്തിയായി നിർബ്ബന്ധിച്ചപ്പോൾ എന്റെ സത്യസന്ധത ബോദ്ധ്യപ്പെട്ടിട്ടെന്നപോലെ അവർ ആ നാണയം സ്വീകരിച്ചു. എന്നിട്ടവർ എനിക്കൊരു പുതിയ കമ്പിളിപ്പുതപ്പും അവരുടെ ഭർത്താവിന്റെ തൊപ്പിയും തന്നു. എങ്ങനെയാണ് കഴുത്തു ചുറ്റി അതു ധരിക്കേണ്ടത് എന്നവർ കാട്ടിത്തന്നു. ആ വീടിനു പുറത്തിറങ്ങിയ എന്നെ കണ്ടാൽ ബേണിന്റെ കവിതകൾക്ക് നല്കിക്കാണാറുള്ള ചിത്രീകരണത്തിലെ സ്കോട്ട്ലന്റുകാരനെപ്പോലെ

തോന്നും. എന്തൊക്കെയായാലും ഇപ്പോൾ എന്നെ കണ്ടാൽ മാന്യമായി വസ്ത്രം ധരിച്ച ഒരുവനെപ്പോലെയുണ്ട്.

ഉച്ചതിരിഞ്ഞപ്പോൾ മഴചാറാൻ തുടങ്ങിയതോടെ ഞാൻ ഒരു ചെറിയ അരുവിക്കരികിലെ പാറയ്ക്കുകീഴിൽ അഭയം തേടി. ഉണങ്ങിയ പന്നൽ ചെടികൾ ഒരുവിധം നല്ല മെത്തയുടെ ഗുണം ചെയ്തു. രാത്രിയാവും വരെ ഞാൻ അവിടെക്കിടന്ന് ഉറങ്ങി. പല്ലു വേദനയുടെ തീവ്രതയോടെ ചുമലുകൾ വേദനിച്ച് ഞാൻ അങ്ങേയറ്റം അവശനായാണ് ഞാൻ ഉറക്കമുണർന്നത്. ആ ഗ്രാമീണ വീട്ടമ്മ തന്നെ ഓട്സ് കൊണ്ടുണ്ടാക്കിയ റൊട്ടിയും കഴിച്ച് ഇരുട്ട് ശക്തമാകാനായി ഞാൻ, പതിവുപോലെ, കാത്തിരുന്നു.

തണുത്ത് ഈറനായ കുന്നിൻ പ്രദേശങ്ങളും വേദനയുമായി ആ രാത്രി കടന്നുപോയി. വഴികാട്ടാനായി ആകാശത്ത് നക്ഷത്രങ്ങളൊന്നും ദൃശ്യമായില്ല. ഭൂപടം കണ്ട ഓർമ്മ മാത്രമാണ് എന്റെ വഴികാട്ടി. ഒന്നു രണ്ടുവട്ടം വഴിതെറ്റി. പലപ്രാവശ്യം കുഴികളിൽ വീണു. കാക്കകളുണരാൻ തുടങ്ങുമ്പോൾ എനിക്കു പിന്നിടാനായി പത്തു മൈലുകൾ ഇനിയും ബാക്കിയുണ്ടായിരുന്നു. എന്നാൽ ഞാൻ വരുത്തിയ പിശകുകൾ ദൂരം ഇരട്ടിയാക്കി. പല്ലുകൾ കടിച്ചു പിടിച്ചും തൂങ്ങിവീഴാൻ തുടങ്ങിയ തല പ്രയാസപ്പെട്ട് ഉയർത്താൻ ശ്രമിച്ചും അവസാന ദൂരവും കടക്കാൻ തുടങ്ങി. പുലർന്നു തുടങ്ങുമ്പോൾ ഞാൻ ടേൺബുള്ളിന്റെ വാതിലിൽ മുട്ടുകയായിരുന്നു. ശക്തമായ കോടമഞ്ഞിൽ ഹൈവേ അപ്രത്യക്ഷമായി.

വളരെ ശാന്തനായി ടേൺബുൾ വാതിൽ തുറന്നു. പുരാതനമായ ഒരു കോട്ടായിരുന്നു അയാൾ ധരിച്ചിരുന്നത്. ഇന്നലെ രാത്രി ഷേവ് ചെയ്തിരിക്കണം. ലിനലിലുള്ള കോളർ ധരിച്ചിരുന്നു. കൈയിൽ ഒരു പോക്കറ്റ്ബൈബിൾ പിടിച്ചിട്ടുണ്ട്. ആദ്യം അയാൾ എന്നെ തിരിച്ചറിഞ്ഞില്ല.

"ഈ ശാബത്ത് ദിവസം രാവിലെ നിങ്ങൾ തെണ്ടിത്തിരിഞ്ഞു എങ്ങനെ ഇവിടെയെത്തി."

ദിവസങ്ങൾ എന്നെയും കടന്ന് ഏറെപോയിരിക്കുന്നു. അയാൾ ഇത്രയും ഗംഭീരമായി അണിഞ്ഞൊരുങ്ങാനുള്ള കാരണം ശാബത്തായിരുന്നു.

ശരിയായ ഒരുത്തരം നല്കാൻ ത്രാണിയില്ലാതെ ഞാൻ നിന്ന് ആടി. ക്രമേണ അയാൾ ആളെ തിരിച്ചറിഞ്ഞു; എനിക്ക് സുഖമില്ലെന്നുള്ള കാര്യവും.

"എന്റെ കണ്ണട ഇപ്പോഴും കൈയിലുണ്ടോ?" ഞാൻ ട്രൗസറിന്റെ പോക്കറ്റിൽനിന്നും കണ്ണടയെടുത്തു കൊടുത്തു.

"അപ്പോൾ, നിങ്ങൾ കോട്ടും വെയ്സ്റ്റ് കോട്ടും എടുക്കാൻ വന്നതാണ്. അകത്തേക്കു വരൂ സുഹൃത്തേ, നിങ്ങൾക്ക് നേരെ നില്ക്കാനാവുന്നില്ലല്ലോ. നില്ക്കൂ, ഞാൻ ഒരു കസേരയെടുക്കട്ടെ."

എനിക്ക് മലമ്പനി പിടിപെട്ടതായി തോന്നി. അസ്ഥിവരെ പനിച്ചു.

രാത്രി മുഴുവൻ ഈർപ്പത്തിൽ കഴിഞ്ഞതിനാൽ അത് ശക്തമായി. തോളിന്റെ വേദനയും വിഷപ്പുക ശ്വസിച്ചതിന്റെ പ്രയാസങ്ങളും ഒരുമിച്ച് ആക്രമിക്കാൻ തുടങ്ങി. ഞാൻ പോലുമറിയാതെ ടേൺബുൾ എന്റെ വസ്ത്രങ്ങൾ മാറ്റി എന്നെ കിടക്കയിലാക്കിക്കഴിഞ്ഞു.

അയാൾ ഒരു യഥാർത്ഥ സുഹൃത്തുതന്നെ! ഭാര്യ വർഷങ്ങൾക്കു മുന്നേ മരിച്ചു. മകളുടെ വിവാഹശേഷം ഒറ്റയ്ക്കാണു താമസം. പത്തു ദിവസത്തിൽ ഭൂരിപക്ഷ സമയവും അയാളെന്നെ ശുശ്രൂഷിച്ചു കഴിച്ചു കൂട്ടി. പനി അതിന്റെ ഏറ്റക്കുറച്ചിലുകളിലൂടെ കടന്നുപോകുമ്പോൾ വെറുതെയങ്ങനെ കിടക്കാനാണ് ആഗ്രഹിച്ചത്. അഞ്ചുനാൾ പിന്നിട്ടപ്പോൾ പനി പോയി ശരീരം സാധാരണ നിലയിലായപ്പോൾ ചുമൽവേദനയും മാറിക്കഴിഞ്ഞു. എന്നിട്ടും കാലുകൾ നിലയ്ക്കു നില്ക്കാൻ പിന്നെയും അഞ്ചു ദിവസങ്ങൾക്കൂടി വേണ്ടിവന്നു.

എല്ലാദിവസവും രാവിലെ എനിക്കുള്ള പാൽ എടുത്തുവച്ച ശേഷം വാതിൽ പുറത്തുനിന്നും പൂട്ടി അയാൾ പുറത്തേക്കു പോകും. വൈകുന്നേരമാകുമ്പോൾ തിരികെയെത്തി ചിമ്മിനിക്കരികിൽ ചെന്നിരിക്കും. ഒരാൾപോലും ആ ഭാഗത്തേക്കു വന്നില്ല. അസുഖം ഭേദമായിക്കഴിഞ്ഞപ്പോഴും അയാൾ ചോദ്യങ്ങളൊന്നും ചോദിച്ചില്ല. പലപ്പോഴും രണ്ടുദിവസത്തെ പഴക്കമുള്ള 'സ്കോട്ട് മാൻ' പത്രം അയാൾ എത്തിച്ചു. പോർട്ട്ലാന്റ് പ്ലേസിലെ കൊലപാതകത്തിന്മേലുള്ള താല്പര്യം കെട്ടടങ്ങിക്കഴിഞ്ഞിരുന്നു. പത്രത്തിൽ അതേപ്പറ്റി പരാമർശങ്ങളൊന്നും കണ്ടില്ല. വിശ്വാസികളുടെ ഏതോ കൺവെൻഷനെപ്പറ്റിയുള്ള വാർത്ത വിശദമായി റിപ്പോർട്ട് ചെയ്തിരുന്നു.

ഒരുദിവസം അയാൾ മേശവലിപ്പിൽനിന്നും എന്റെ ബെൽറ്റ് എടുത്തു തന്നു.

"ഇതിൽ ഒരു റാത്തൽ വെള്ളിയുണ്ടല്ലോ. ഈ പരുവത്തിൽ അതെടുത്തു കെട്ടാതിരിക്കുന്നതാണ് നല്ലത്."

അയാൾ ഒരിക്കൽപ്പോലും എന്റെ പേരു ചോദിച്ചില്ല. ഞാൻ റോഡുപണിയെടുത്തതിനുശേഷം ആരെങ്കിലും എന്നെ അന്വേഷിച്ചിരുന്നോയെന്നു ഞാൻ തെരക്കി.

"ഉവ്വ്. ആ കാറിൽ വന്നൊരു മനുഷ്യൻ. എനിക്കു പകരം അന്നു പണിയെടുത്തിരുന്നത് ആരാണെന്ന് അന്വേഷിച്ചു. ഞാൻ ഒന്നും മനസ്സിലാവാത്തപോലെ ഭാവിച്ചിട്ട് ഓ അത് എന്റെ സഹോദരനാണ് ചിലപ്പോഴൊക്കെ വന്ന് എന്നെ സഹായിക്കാറുണ്ടെന്നു പറഞ്ഞു. അയാൾ ഒരു താല്പര്യമില്ലാത്തതുപോലെ കാണപ്പെട്ടു. മാത്രമല്ല അയാൾ പറഞ്ഞ ഇംഗ്ലീഷിൽ പാതിയും എനിക്കു മനസ്സിലായതുമില്ല."

അവിടെ കഴിഞ്ഞ അവസാന ദിനങ്ങളിൽ ഞാൻ ഏറെ അസ്വസ്ഥനായിരുന്നു. അസുഖം മാറിക്കിട്ടിയ ഉടൻതന്നെ അവിടം വിടാൻ ഞാൻ തീരുമാനിച്ചു. എന്നാൽ ജൂൺ മാസം പന്ത്രണ്ടാം തീയതി വരെ അതിനു കഴിഞ്ഞില്ല. എന്നാൽ അന്നേദിവസം രാവിലെ, എന്റെ ഭാഗ്യത്തിന്, കാലി

കളെയും തെളിച്ചുകൊണ്ട് മൊഫാറ്റിലേക്കു പുറപ്പെട്ട ഒരുവൻ അതുവഴി വന്നു. അത് ടേൺബുള്ളിന്റെ ചങ്ങാതിമാരിലൊരാളായ ഹിസ്ലോപ്പായിരുന്നു. അയാൾ പ്രാതലിനായി ഞങ്ങൾക്കൊപ്പം ഉണ്ടായിരുന്നു. പോകുന്നവഴിക്ക് എന്നെക്കൂടി കൂട്ടാമെന്നയാൾ സമ്മതിച്ചു.

എന്റെ താമസത്തിനുള്ള പ്രതിഫലമായി അഞ്ച് പൗണ്ട് ടേൺബുള്ളിനു നല്കാൻ ഏറെ പണിപ്പെടേണ്ടിവന്നു. അയാളുടെയത്ര സ്വതന്ത്രനായി ഈ ഭൂമുഖത്ത് നിങ്ങൾക്ക് വേറൊരാളെ കാണാൻ കഴിഞ്ഞു എന്നുവരില്ല. ഞാൻ നിർബ്ബന്ധിച്ചപ്പോൾ അയാൾക്ക് കലി വന്നു. നാണം കൊണ്ടു ചുവന്നു. എന്നാൽ ഒരു നന്ദിവാക്കും പറയാതെ അവസാനം അതു കൈപ്പറ്റി. ഞാൻ അയാളോട് എത്ര മാത്രം കടപ്പെട്ടിരിക്കുന്നുവെന്നു പറഞ്ഞ മാത്രയിൽ താങ്കൾ അത് അർഹിക്കുന്നു എന്നായിരുന്നു മറുപടി. ഞങ്ങൾ വിദ്വേഷത്തോടെയാണ് പിരിഞ്ഞതെന്ന് ചിലപ്പോൾ നിങ്ങൾ ചിന്തിച്ചിട്ടുണ്ടാവും.

ഹിസ്ലോപ്പ് വളരെ ഉല്ലാസ പ്രിയനായ ഒരുവനായിരുന്നു. പ്രശാന്തസുന്ദരമായ അന്നാൻ താഴ്വരയിൽ എത്തുവോളം അയാൾ നിർത്താതെ ചിലച്ചുകൊണ്ടിരുന്നു. ഞാനും ഗാലോവേയിലെ ചന്തയെപ്പറ്റിയും ആടുകളുടെ വിലയെപ്പറ്റിയും ചിരപരിചിതനായ ഒരുവനെപ്പോലെ സംസാരിച്ചു. സ്കോട്ടിഷ് നാടകങ്ങളിലെ കഥാപാത്രങ്ങൾ ധരിക്കുന്ന മാതിരിയുള്ള വസ്ത്രവും പഴയ തൊപ്പിയും എനിക്ക് നന്നായി ഇണങ്ങി. കാലിതെളിക്കൽ ഒരു മന്ദപ്രവൃത്തിയാണ്. പന്ത്രണ്ടു മൈലുകൾ താണ്ടാൻ ഏകദേശം ഒരു പകൽ മുഴുവനുമെടുത്തു. എന്റെ ഹൃദയം ആകാംക്ഷകൊണ്ട് തീവ്രമായി മിടിച്ചിരുന്നില്ലെങ്കിൽ ഇതെല്ലാം നന്നായി ആസ്വദിക്കാനാകുമായിരുന്നു. തിളങ്ങുന്ന നീലാകാശവും നിരന്തരം മാറിക്കൊണ്ടിരിക്കുന്ന തവിട്ടുമലകളുടെ ദൃശ്യവും പച്ചപ്പരപ്പും വാനമ്പാടികളുടെയും ക്രൗഞ്ചപ്പക്ഷികളുടെ കൂജനവും അരുവികളുടെ പാദസരക്കിലുക്കവും നിറഞ്ഞ അന്തരീക്ഷം. എന്നാൽ ചേതോഹരമായ ആ വേനലോ ഹിസ്ലോപ്പിന്റെ വർത്തമാനമോ ആയിരുന്നില്ല എന്റെ മനസ്സിലപ്പോൾ. നിർണ്ണായകമായ ജൂൺ പതിനഞ്ച് അടങ്ങുകയാണ്. എന്റെ ശരീരം ഏറ്റുവാങ്ങിയ ക്ഷതങ്ങൾ മൂലമാകാം കാലുകൾക്ക് എന്നെ താങ്ങാൻ പാടായി.

വഴിയോരത്തെ ഭക്ഷണശാലയിൽനിന്നും അത്താഴം കഴിച്ച് രണ്ടു മൈൽ നടന്ന് മൊഫാട്ട് റെയിൽവേ സ്റ്റേഷനിൽ എത്തി. തെക്കുഭാഗത്തേക്കുള്ള വണ്ടി എത്തിച്ചേരാൻ പാതിരാത്രിയാവും. അത്രയും സമയം തള്ളിനീക്കാൻ ഞാൻ മലഞ്ചെരിവിൽ പോയിക്കിടന്ന് ഉറങ്ങി. പകൽ മുഴുവനുമുള്ള നടത്തം എന്നെ ഏറെ തളർത്തിയിരുന്നു. ഉറക്കം അല്പം നീണ്ടുപോയതിനാൽ തീവണ്ടിയെത്താൻ രണ്ടുമിനിറ്റ് മാത്രം ശേഷിക്കുമ്പോൾ മാത്രമാണ് ഞാൻ ഉണർന്നത്. സ്റ്റേഷനിലേക്ക് ഓടേണ്ടിവന്നു. മൂന്നാം ക്ലാസ് കമ്പാർട്ട്മെന്റിലെ കുഷ്യനും പുകയുടെ കെട്ട വാടയും എന്നെ അത്ഭുതകരമാം വിധത്തിൽ ഉന്മേഷവാനാക്കി. ഒടുവിലതാ ഞാനെന്റെ ദൗത്യത്തിൽ പ്രവേശിച്ചിരിക്കുന്നു.

വെളുപ്പാൻ കാലത്ത് ക്രീവിൽ എത്തിച്ചേർന്നു. ബ്രിമ്മിങ്ഹാമിലേക്കുള്ള തീവണ്ടിക്കായി നേരം പുലരുന്നതുവരെ കാത്തിരിക്കേണ്ടിവന്നു. സായാഹനമായപ്പോൾ ഞാൻ റീഡിങ്ങിലെത്തി. അവിടെനിന്നും ലോക്കൽ ട്രെയിനിൽ കയറി വർക്ക്ഷയറിന്റെ ഉൾഭാഗത്തേക്കു പുറപ്പെട്ടു. ജലസസ്യങ്ങൾ നിറഞ്ഞ താഴ്‌വാരവും അരുവികളുമുള്ള ഒരിടത്തുകൂടെയാണ് ഞാനിപ്പോൾ പോകുന്നത്. ഏകദേശം രാത്രി എട്ടുമണി ആയിക്കാണണം അപ്പാടെ ക്ഷീണിച്ചു. മുഷിഞ്ഞും ഞാൻ ആർസ്റ്റിൻസ്‌വെൽ സ്റ്റേഷനിൽ ഇറങ്ങി. സ്റ്റേഷനിൽ നിറയെ ആളുകളുണ്ടായിരുന്നു. എനിക്കു പോകേണ്ട സ്ഥലത്തേക്കുള്ള വഴി തെരക്കാൻ ആളുകൾ ഒഴിയും വരെ കാത്തിരുന്നു.

മനോഹരമായ കടൽത്തീരത്തു കാണപ്പെട്ട മരങ്ങൾക്കിടയിലൂടെയും താഴ്‌വാരങ്ങളിലൂടെയും വിദൂരതയിൽ ദൃശ്യമാകുന്ന പച്ചപുതച്ച കുന്നുകളെ ഭേദിച്ചും പാത നീണ്ടു നീണ്ടു പോയി. സ്കോട്ട്‌ലന്റ് വിട്ടശേഷം വായു സ്വച്ഛന്ദവും സുഗന്ധവാഹിയുമായി. നാരകങ്ങളും ചെമ്പസ്നട്ടും ലിലാക് ചെടികളും പൂവിട്ടു തുടങ്ങിയിരിക്കുന്നു. നടന്നുനടന്ന് ഞാൻ ഒരു പാലത്തിലെത്തി. അങ്ങിങ്ങ് രൂപപ്പെട്ടു കഴിഞ്ഞ മഞ്ഞിൻ പാളികൾക്കിടയിലൂടെ അരുവി ഒഴുകിപ്പോകുന്നു. അല്പം മുകളിലായി ഒരു കാറ്റാടിയന്ത്രം കണ്ടു. അതിന്റെ ശബ്ദത്തിൽ സായാഹ്നത്തിന്റെ ഗന്ധം കലർന്നിരുന്നു. ആ സ്ഥലം എങ്ങനെയോ എന്നെ സാന്ത്വനപ്പെടുത്തുന്നതായി തോന്നി. ഞാൻ ചൂളമിട്ടുകൊണ്ട് പച്ചപുതച്ച വഴികളിലൂടെ നടന്നുനീങ്ങി. ആനി ലോറിയുടെ ഗാനങ്ങളായിരുന്നു എന്റെ ചുണ്ടുകളിൽ.

ജലാശയവും കടന്ന് ഒരു മീൻ പിടുത്തക്കാരൻ എനിക്കുനേരെ നടന്നുവരുന്നുണ്ടായിരുന്നു. എന്റെ അടുത്തെത്തിയപ്പോൾ അയാളും ചൂളമിടാൻ തുടങ്ങി. ആ ഗാനത്തിന്റെ രാഗം അത്രമാത്രം ജനപ്രിയമായതിനാലാവാം അയാളും അത് ഏറ്റെടുത്തത്. തന്റെ ശരീരത്തെക്കാൾ വലിയ കുപ്പായവും തൊപ്പിയും ധരിച്ച ഒരു തടിയനായിരുന്നു അയാൾ. അയാൾ പരിചയഭാവത്തിൽ തലകുലുക്കി. ഇത്രയും കുശാഗ്രബുദ്ധി സ്ഫുരിക്കുന്നതും പ്രസന്നമായതുമായ ഒരു മുഖം ഞാനിതിനുമുമ്പ് കണ്ടിട്ടുണ്ടായിരുന്നില്ല. പത്തടിയോളം നീളമുള്ള ചൂണ്ടക്കമ്പ് പാലത്തോടു ചേർത്തു പിടിച്ചുകൊണ്ട് അയാൾ എനിക്കൊപ്പം വെള്ളത്തിലേക്കു നോക്കി.

“നല്ല തെളിഞ്ഞ വെള്ളം, അല്ലേ?”

അയാൾ ചോദിച്ചു.

മറുപടി പറയാൻ തുടങ്ങുന്നതിനു മുമ്പേ അയാൾ തുടർന്നു.

“ഞങ്ങൾക്ക് രണ്ടു നദികളുണ്ട്, അടുത്തടുത്ത്. ടെസ്റ്റും കെന്നറ്റും. എനിക്കിഷ്ടം ഞങ്ങളുടെ ഈ കെന്നറ്റിനെയാണ്. ടെസ്റ്റ് നദി ഒരു ഔൺസാണെങ്കിൽ ഈ കെന്നറ്റ് ഒരു ലിറ്ററാണ്. ഇതാ രാത്രി വന്നു തുടങ്ങി. ഇനിയവളെ നോക്കി കൊതിക്കണ്ട. ടെസ്റ്റ് ദാ അവിടെയാണ്.”

“എവിടെ? എനിക്ക് കാണാനാവുന്നില്ല.”

“അവിടെ വളർന്നുനില്ക്കുന്ന ഈറക്കാടുകൾക്ക് മുകളിലൂടെ നോക്കൂ. ഏകദേശം ഒരു ഫർലോങ് അകലെയായി കാണാം.”

"ഇപ്പോൾ കണ്ടു. അതൊരു കറുത്ത മുത്താണ്."

"ആണോ?"

അയാൾ വീണ്ടും ആനി ലോറിയുടെ ഗാനം ചൂളമടിക്കാൻ തുടങ്ങി.

"ടിസ്ഡെൻ എന്നാണു പേര്, അല്ലേ?"

പുഴയിൽനിന്നും കണ്ണെടുക്കാതെയായിരുന്നു ആ ചോദ്യം.

"അല്ല" ഞാൻ പറഞ്ഞു. "അതായത് ആണെന്നു പറയാനാണു ഞാൻ ഉദ്ദേശിച്ചത്. എന്റെ അപരനാമങ്ങൾ ഞാൻ ചിലപ്പോൾ മറന്നുപോകാറുണ്ട്."

"സ്വന്തം പേര് അറിയാവുന്നവനാണ് ബുദ്ധിശാലിയായ ഗൂഢാലോചനക്കാരൻ."

പാലത്തിന്റെ സായാഹ്ന നിഴലിൽനിന്നും പൊന്തിവന്ന ഒരു കാട്ടുകോഴിയെ നോക്കി അയാൾ പറഞ്ഞു.

ഞാൻ എഴുന്നേറ്റ് അയാളെ സാകൂതം വീക്ഷിച്ചു. ചതുര വടിവിലുള്ള കീഴ്ത്താടി വെട്ടിയൊതുക്കിയ പുരികങ്ങൾ ഉറച്ച പേശികളുള്ള കവിൾത്തടം. ഒടുവിൽ ഞാൻ അയാളിൽ ഒരു സഹായിയെ കണ്ടെത്തി. ആഴത്തിലുള്ള നീലിച്ച കണ്ണുകൾ ശ്രദ്ധിക്കാതിരിക്കാനായില്ല.

"താങ്കളെപ്പോലെ കരുത്തനായ ഒരുവൻ യാചിക്കേണ്ടിവരുന്നത് നാണക്കേടാണ്. താങ്കൾക്കുള്ള അത്താഴം എന്റെ അടുക്കളയിൽ നിന്നും കിട്ടും. എന്നാൽ പണമൊന്നും എന്നിൽ നിന്നും പ്രതീക്ഷിക്കരുത്."

അയാൾ അപ്രതീക്ഷിതമായി പറഞ്ഞു.

നായ്ക്കൾ വലിക്കുന്ന ഒരു മഞ്ഞുവണ്ടി അതുവഴി കടന്നുപോയി. അതിലിരുന്ന യുവാവ് ചാട്ട ഉയർത്തിക്കാണിച്ച് മീൻ പിടുത്തക്കാരനെ അഭിവാദ്യം ചെയ്തു. അയാൾ പോയിക്കഴിഞ്ഞപ്പോൾ മീൻപിടുത്തക്കാരൻ തന്റെ ചൂണ്ടക്കാമ്പ് കൈയിലെടുത്തു.

അല്പമകലെയുള്ള വെളുത്ത ഗേറ്റ് ചൂണ്ടിക്കാണിച്ച് അയാൾ പറഞ്ഞു.

"അതാണെന്റെ വീട്."

"അഞ്ചുമിനിറ്റ് ഇവിടെ നില്ക്കൂ. എന്നിട്ട് പിൻവശത്തെ വാതിലിലേക്കു വരൂ."

അയാൾ പോയി.

അയാൾ നിർദ്ദേശിച്ചതുപോലെ ഞാൻ ചെയ്തു. ഒരു അരുവിയുടെ കരയിൽ മനോഹരമായി തീർത്ത വീടും അതിനു മുന്നിലെ പുൽത്തകിടിയും. കാട്ടുറോസകളാൽ തീർത്ത ചെറിയൊരു വനവും ലിലാക് ചെടികളും വഴിയുടെ ഇരുവശത്തുമായി വച്ചു പിടിപ്പിച്ചിരിക്കുന്നു. പൂക്കളുടെ നറുമണം എങ്ങും നിറഞ്ഞിരുന്നു. പുറകുവശത്തെ വാതിൽ തുറന്നു. ആരെയോ അടക്കിയ കുഴിമാടത്തിനരികിൽ ഒരു കുശിനിക്കാരൻ എന്നെ കാത്തുനില്ക്കുന്നുണ്ടായിരുന്നു.

"ഇതുവഴി വരൂ, സർ." അയാൾ പറഞ്ഞു. നീണ്ടുപോകുന്ന ഇടനാഴിയിലൂടെ നടന്ന് ഏതാനും പടവുകൾ കയറി പുഴയ്ക്ക് അഭിമുഖമായുള്ള

മനോഹരമായ മുറിയിലേക്കു പ്രവേശിച്ചു. എനിക്കുവേണ്ട വസ്ത്രങ്ങളെല്ലാം അവിടെ ഒരുക്കിയിരിക്കുന്നു. സ്യൂട്ട്, ഷർട്ടുകൾ, കോളറുകൾ, ടൈകൾ എല്ലാം. ഷേവു ചെയ്യാനുള്ള സാമാനങ്ങൾ ചീപ്പുകൾ... എന്തിന് ഒന്നാംതരം പേറ്റന്റ് ഷൂകളും.

മിസ്റ്റർ റെഗ്ഗിയുടെ വസ്ത്രങ്ങളും മറ്റും താങ്കൾക്ക് നന്നായി ചേരുമെന്ന് സർ വാൾട്ടർ കരുതിയിട്ടുണ്ടാവണം, സർ."

കുശിനിക്കാരൻ പറഞ്ഞു.

"ആഴ്ചാവസാനങ്ങളിൽ അദ്ദേഹം ഇവിടെ മുടങ്ങാതെ എത്താറുണ്ട്. കുറച്ച് വസ്ത്രങ്ങൾ എപ്പോഴുമിവിടെ സൂക്ഷിച്ചിരിക്കും. ആ വാതിൽ തുറന്നാൽ കുളിമുറിയാണ്. അവിടെ എല്ലാം ഒരുക്കിയിട്ടുണ്ട്. അങ്ങ് കുളിച്ചു വരൂ. അപ്പോഴേക്ക് അത്താഴം തയ്യാറാവും.

ഉപേക്ഷിക്കപ്പെട്ട കുഴിമാടത്തിനരികിൽ അലങ്കാരപ്പണികളുള്ള ഒരു ചാരുകസേരയിലിരുന്ന് ഞാൻ ചുറ്റുപാടും നിരീക്ഷിച്ചു. ഭിക്ഷക്കാരൻ പെട്ടെന്ന് കുബേരനായിത്തീർന്നപോലെ തോന്നി. സർ വാൾട്ടർ എന്നെ വിശ്വസിക്കുന്നത് എന്തിന്റെ പേരിലെന്ന് എനിക്കറിയില്ല. ഞാൻ കണ്ണാടിയിലേക്ക് നോക്കി. കീറിപ്പറിഞ്ഞ വസ്ത്രങ്ങൾ ധരിച്ച് അവശനായ ഒരു തവിട്ടുനിറക്കാരനെയാണതിൽ കണ്ടത്. രണ്ടാഴ്ച വളർച്ചയുള്ള താടി കണ്ണിലും ചെവിയിലും പറ്റിപ്പിടിച്ചിരിക്കുന്ന പൊടിപടലങ്ങൾ. കോളറില്ലാത്ത വിലകുറഞ്ഞ കുപ്പായവും ചേരാത്ത ട്രൗസറും കഴിഞ്ഞ ഒരുമാസത്തിനിടെ ഒരിക്കൽപോലും വൃത്തിയാക്കാത്ത ബൂട്ടും. കാഴ്ചയിൽ അസ്സൽ പിച്ചക്കാരൻ തന്നെ. അത്തരക്കാരനായ എന്നെയിതാ അന്തസ്സുള്ള ഒരു കുശിനിക്കാരൻ അകത്തേക്ക് ആനയിച്ചിരിക്കുന്നു. അവർക്ക് എന്റെ പേരുപോലും അറിയില്ല എന്നതാണ് ഏറെ വിചിത്രം!

വെറുതെ തല പുകയ്ക്കേണ്ടതില്ല എന്നു ഞാൻ തീരുമാനിച്ചു. ദൈവം നല്കിയ ദാനം അപ്പടി സ്വീകരിക്കുക. ഞാൻ ആഡംബരപൂർവ്വം ഷൗരം ചെയ്യുകയും കുളിക്കുകയും ചെയ്തു. മുഷിഞ്ഞ വസ്ത്രങ്ങൾ മാറ്റി പുതിയവ ധരിച്ചു. എന്നിട്ട് നിലക്കണ്ണാടിക്കു മുമ്പിൽനിന്നു. അപ്പോൾ അവിടെ കണ്ടത് സുന്ദരനായൊരു യുവാവിനെയാണ്.

പ്രകാശം കുറഞ്ഞ ഡൈനിങ് റൂമിലാണ് സർ. വാൾട്ടർ എന്നെ കാത്തിരുന്നത്. ചെറിയൊരു വട്ടമേശമേൽ മെഴുകുതിരികൾ എരിഞ്ഞിരുന്നു. അങ്ങേയറ്റം ആദരവ് അർഹിക്കുന്നതും ആധികാരികവും നിയമത്തിന്റെയും ഭരണത്തിന്റെയും മൂർത്തിമദ്ഭാവവുമായ ആ മുഖത്തേക്കു നോക്കുമ്പോൾ അനർഹമായ ഒരിടത്ത് എത്തപ്പെട്ടതായി എനിക്കു തോന്നി. എന്നെപ്പറ്റിയുള്ള യാഥാർത്ഥ്യങ്ങൾ അദ്ദേഹം അറിഞ്ഞിരിക്കാൻ ഇടയില്ല. അറിഞ്ഞിരുന്നുവെങ്കിൽ ഇങ്ങനെ സ്വീകരിക്കുമായിരുന്നില്ല. തെറ്റായ ധാരണയോടെ നല്കപ്പെടുന്ന ആ ആതിഥ്യം എനിക്കു സ്വീകരിക്കാനാവില്ല.

"എനിക്ക് അങ്ങയോട് പറഞ്ഞറിയിക്കാനാവാത്തത്ര കടപ്പാടുണ്ട്. എന്നാൽ ചില കാര്യങ്ങൾ എനിക്ക് വ്യക്തമാക്കേണ്ടതുണ്ട്. ഞാൻ നിര

പരാധിയായ ഒരുവനാണ്. എന്നാൽ പൊലീസ് എന്നെ തിരയുന്നു. അതെല്ലാം ഞാൻ പറയാം. അതെല്ലാം കേട്ടുകഴിയുമ്പോൾ അങ്ങെന്നെ ചവിട്ടിപ്പുറത്താക്കിയാലും എനിക്ക് അത്ഭുതം തോന്നില്ല."

ഞാൻ പറഞ്ഞു.

അദ്ദേഹം ചിരിച്ചു.

"അത് അങ്ങനെ നില്ക്കട്ടെ. എന്നാൽ വിശപ്പിന് അതൊരു തടസ്സമാകേണ്ടതില്ല. അത്താഴം കഴിഞ്ഞശേഷം നമുക്ക് അതെല്ലാം വിശദമായി സംസാരിക്കാം."

ഇത്രയും രുചിയോടെ ഞാൻ ഇതിനു മുമ്പൊരിക്കലും അത്താഴം കഴിച്ചിട്ടില്ല. തീവണ്ടിയിൽനിന്നും ലഭിക്കുന്ന സാൻഡ്‌വിച്ചല്ലാതെ ആ ദിവസം മുഴുവൻ ഞാനൊന്നും കഴിച്ചിട്ടില്ല. സർ. വാൾട്ടറുടെ നേരെ എനിക്ക് അതിയായ ബഹുമാനം തോന്നി. ഞങ്ങൾ മികച്ച ഷാംപെയ്ൻ മതിയാവോളം കഴിച്ചു. അതിനുശേഷം സവിശേഷമായ ജിൻ രുചിച്ചു. ഉന്മാദ ബാധിതനെപ്പോലെയാണ് എനിക്ക് അനുഭവപ്പെട്ടത്. ഒരു കുശ്നിക്കാരനും കാവല്ക്കാരനും എനിക്കു കാവൽ നില്ക്കുന്നു. കഴിഞ്ഞ മൂന്ന് ആഴ്ചകളായി ഞാൻ സർവ്വരാലും വേട്ടയാടപ്പെടുകയായിരുന്നുവെന്ന് ഓർക്കണം. സാംബെസിയിലുള്ള ടൈഗർ മത്സ്യങ്ങളെപ്പറ്റി ഞാൻ സർ. വാൾട്ടറോടു പറഞ്ഞു. ഒരു അവസരം നല്കിയാൽ അവൻ നിങ്ങളുടെ വിരൽ കടിച്ചെടുക്കും. ഭൂലോകത്താകെയുള്ള കായിക വിനോദങ്ങളെപ്പറ്റി ഞങ്ങൾ സംസാരിച്ചു. അദ്ദേഹത്തിന് മൃഗയാവിനോദത്തിൽ മുമ്പ് താല്പര്യമുണ്ടായിരുന്നതായി ഞാൻ മനസ്സിലാക്കി.

കോഫിക്കായി ഞങ്ങൾ അദ്ദേഹത്തിന്റെ പഠനമുറിയിലേക്കു പോയി. വളരെ പ്രസന്നമായ ഒരു മുറിയായിരുന്നു അത്. നിറയെ പുസ്തകങ്ങൾ, ട്രോഫികൾ, അല്പം പൊടിപടലങ്ങൾ, ഏറെ സൗകര്യങ്ങളും. ഞാൻ ഈ ദുരന്തകാലം അതിജീവിക്കുകയും സ്വന്തമായൊരു വീട് വയ്ക്കുകയും ചെയ്താൽ ഇതുപോലൊരു മുറിയൊരുക്കുമെന്ന് മനസ്സിൽ കുറിച്ചു.

കോഫിക്കപ്പുകൾ എടുത്തു മാറ്റപ്പെട്ടു. ഞങ്ങൾ ചുരുട്ടിനു തീ കൊടുത്തു. അടുത്ത കസേരയിലേക്ക് കാല് നീട്ടിവച്ച് അദ്ദേഹം സ്വസ്ഥനായിരുന്നു. എന്റെ കഥ പറയാൻ സമയമായി.

"ഞാൻ ഹാരി പറഞ്ഞത് അനുസരിച്ചു എന്നു മാത്രം. അവൻ എനിക്കുള്ള കൈക്കൂലിയായി നിർദ്ദേശിച്ചത് താങ്കൾക്കു പറയാനുള്ള കാര്യം എന്നെ ഉണർത്താൻ പോകുന്ന ഒന്നായിരിക്കുമെന്നാണ്. ഞാനിതാ തയ്യാറായിരിക്കുന്നു മിസ്റ്റർ ഹാനി."

തുടക്കം മുതല്ക്കേ ഞാൻ ശ്രദ്ധിച്ച ഒരു കാര്യം അദ്ദേഹം എന്റെ യഥാർത്ഥ പേരിലാണ് അഭിസംബോധന ചെയ്യുന്നത് എന്നതാണ്.

ഞാൻ എല്ലാം തുറന്നു പറഞ്ഞു.

ലണ്ടനിൽ അനുഭവപ്പെട്ട മടുപ്പും സ്കടർ എന്റെ വാതില്ക്കൽ എത്തിയതും വിശദീകരിച്ചു. കരോലൈഡ്സിനെയും വിദേശ കാര്യാലയ സമ്മേളനത്തെയുംപറ്റി പറഞ്ഞപ്പോൾ അദ്ദേഹം കീഴ്ച്ചുണ്ട് കടിച്ചു. പിന്നെ

നടന്ന കൊലപാതകത്തെപ്പറ്റി പറഞ്ഞപ്പോൾ അദ്ദേഹം വീണ്ടും ശാന്തനായി. പാല്ക്കാരനെപ്പറ്റിയും ഗാലോവേയിൽ ചെലവിട്ട സമയവും സത്രത്തിൽവച്ച് സ്കഡറുടെ ഡയറി വായിച്ചെടുത്തതും വെളിപ്പെടുത്തി.

"അതു കൈയിലുണ്ടോ?"

അദ്ദേഹം പെട്ടെന്നു ചോദിച്ചു.

എന്റെ പോക്കറ്റിൽനിന്നും ഡയറി പുറത്തെടുക്കുന്നേരം അദ്ദേഹം ദീർഘമായി നിശ്വസിച്ചു.

ഡയറിയിലെ ഉള്ളടക്കത്തെപ്പറ്റി ഞാനൊന്നും പറഞ്ഞില്ല. സർ. ഹാരിയെ കണ്ടുമുട്ടിയതും ഹാളിലെ പ്രഭാഷണവും വിവരിച്ചപ്പോൾ അദ്ദേഹം നിർത്താതെ ചിരിച്ചു.

"ഹാരി വങ്കത്തരങ്ങൾ എഴുന്നള്ളിച്ചിട്ടുണ്ടാവും, അല്ലേ? ശരിക്കും അവൻ നല്ല ഒരു പയ്യനാണ്. എന്നാൽ അവന്റെ അമ്മാവനൊരുവനുണ്ട്. അയാൾ അവന്റെ തലനിറയെ വേണ്ടാതനങ്ങൾ കുത്തി നിറച്ചിട്ടുണ്ടാവും. കഥ തുടരൂ മിസ്റ്റർ ഹാനീ...."

റോഡു പണിക്കാരന്റെ വേഷം അദ്ദേഹത്തെ അത്ഭുതപ്പെടുത്തി. ആ കാറിലുണ്ടായിരുന്നവരെപ്പറ്റി കൂടുതൽ വിശദമായി പറയാൻ ആവശ്യപ്പെട്ടു. അദ്ദേഹം തന്റെ ഓർമ്മകളിൽ തപ്പുന്നതായി തോന്നി. ജോപ്ലിയുടെ കാര്യം പറഞ്ഞു കേട്ടപ്പോൾ അദ്ദേഹം വീണ്ടും ഉന്മേഷവാനായി.

ചതുപ്പുനിലത്തിലെ വീട്ടിൽ കണ്ട വൃദ്ധനെപ്പറ്റി പറഞ്ഞപ്പോൾ ബഹുമാനിക്കത്തക്കതായി അയാളിൽ എന്തോ ഉള്ള ഭാവമായിരുന്നു അദ്ദേഹത്തിന്റെ മുഖത്ത്. ആ വൃദ്ധനെപ്പറ്റിയും വിശദമായി പറയേണ്ടിവന്നു. അയാളുടെ രൂപവും സവിശേഷതകളും ഞാൻ വീണ്ടും വിവരിച്ചു. "സൗമ്യനും കഷണ്ടിത്തലയനും കഴുകനെപ്പോലെ കണ്ണടയ്ക്കുന്നവനും.... കാട്ടുകോഴിയെപ്പോലെ ശബ്ദിക്കുന്നവനും! എന്നിട്ട് താങ്കൾ അയാളുടെ ആശ്രമത്തിൽ ഡൈനാമിറ്റ് വച്ചു. അതും പൊലീസിൽ നിന്നും അയാൾ നിങ്ങളെ രക്ഷിച്ചതിനുശേഷവും. അതെന്തായാലും നന്നായി!"

ഞാനെന്റെ കഥാകഥനം അവസാനിപ്പിച്ചു. അദ്ദേഹം നെരിപ്പോടിനടുത്ത് മെല്ലെ എഴുന്നേറ്റുനിന്ന് എന്നെ നോക്കി.

"പൊലീസിനെ താങ്കളുടെ മനസ്സിൽനിന്നും ഇറക്കിവിടൂ. ഈ നാട്ടിലെ നിയമ സംവിധാനത്തിൽനിന്നും ഒരു അപകടവും ഉണ്ടാവാൻ പോകുന്നില്ല."

"ദൈവമേ! അവർക്ക് യഥാർത്ഥ പ്രതിയെ കിട്ടിയോ?"

"ഇല്ല. രണ്ടാഴ്ച മുമ്പുതന്നെ അവർ സംശയിക്കുന്നവരുടെ പട്ടികയിൽ നിന്നു താങ്കളെ ഒഴിവാക്കിക്കഴിഞ്ഞു."

"എന്തുകൊണ്ട്?"

"മുഖ്യമായും, എനിക്ക് സ്കഡറിൽനിന്നും ഒരു കത്തു ലഭിച്ചിരുന്നു. എനിക്ക് അയാളെ മുമ്പേ അറിയാം. ഞങ്ങൾക്കുവേണ്ടി ചില ജോലികൾ നിർവ്വഹിച്ചിട്ടുണ്ട്. അയാൾ പാതി ഭ്രാന്തനും പാതി ജീനിയസുമാണ്. എന്നാൽ അങ്ങേയറ്റം സത്യസന്ധനായിരുന്നു. വഴിവിട്ട ചില ബന്ധങ്ങളും

ഒറ്റയ്ക്കുള്ള ചില ഓപ്പറേഷനുകളുമാണ് അയാളുടെ കുഴപ്പം. അതു കാരണം ഒരു രഹസ്യാന്വേഷണ സംവിധാനത്തിനും അയാളെ ഉൾക്കൊള്ളാനാവില്ല. അസാധാരണമായ ചില ദൈവങ്ങൾ അയാൾക്കുണ്ടായിരുന്നു താനും. ഒരുപക്ഷേ, ലോകത്തിലെ ഏറ്റവും ധീരനായ മനുഷ്യനാണയാൾ. എപ്പോഴും ഭയന്നു വിറച്ചിരുന്നുവെങ്കിലും അതുകാരണം ഒറ്റക്കാര്യവും ചെയ്യാതിരുന്നിട്ടില്ല. മേയ് മാസം മുപ്പത്തിയൊന്നിന് എനിക്ക് അയാളുടെ ഒരു കത്തു ലഭിച്ചു.

"പക്ഷേ, അപ്പോഴേക്കും അദ്ദേഹം മരിച്ചിട്ട് ഒരാഴ്ച കഴിഞ്ഞിട്ടുണ്ടാവണം."

"കത്ത് ഇരുപത്തി മൂന്നാം തീയതി പോസ്റ്റ് ചെയ്യപ്പെട്ടതാണ്. അതിനുമുമ്പ് കൊല്ലപ്പെടുമെന്ന് കരുതിയിട്ടുണ്ടാവില്ല. അയാൾ അയക്കുന്ന കത്തുകൾ സാധാരണയായി ഒരാഴ്ച കഴിഞ്ഞാവും കിട്ടുക. അത് സ്പെയിനിലേക്ക് അയച്ച് അവിടെ നിന്നായിരിക്കും എന്റെ പേരിൽ എത്തിച്ചേരുക. സ്വന്തം വഴികൾ അടച്ചുകളയുന്ന ഒരുതരം മനോരോഗം അയാൾക്ക് ഉള്ളതുപോലെ തോന്നും.

"എന്താണതിൽ പറഞ്ഞിരുന്നത്?"

"പ്രത്യേകിച്ചൊന്നുമില്ല. അയാൾ അപകടത്തിലാണെന്നും എന്നാൽ ഒരു നല്ല സുഹൃത്ത് അഭയം നല്കിയിട്ടുണ്ടെന്നും ജൂൺ പതിനഞ്ചിനു മുമ്പ് വിവരങ്ങൾ അറിയിക്കാം എന്നുമായിരുന്നു ആ കത്തിൽ. മേൽവിലാസമൊന്നും തന്നിരുന്നില്ല. എന്നാൽ പേർട്ട്ലാന്റ് പ്ലേസിനടുത്താണ് താമസിക്കുന്നതെന്നു പറഞ്ഞിരുന്നു. എന്തെങ്കിലും സംഭവിച്ചാൽ താങ്കൾ അതിൽ കുരുങ്ങാതിരിക്കാനുള്ള മുൻകരുതലാവണമത്. അതു കിട്ടിയയുടൻ ഞാൻ സ്കോട്ട്ലന്റ് യാർഡിലെത്തി. പ്രേതവിചാരണയുടെ വിശദാംശങ്ങൾ മനസ്സിലാക്കി. താങ്കളാണ് അയാൾ പറഞ്ഞ സുഹൃത്തെന്ന് ഉറപ്പും വരുത്തി. താങ്കൾ ബഹുമാന്യനായ ഒരു വ്യക്തിയാണെന്നും അന്നെനിക്കു മനസ്സിലായി. താങ്കൾ അപ്രത്യക്ഷമായതിനു പിന്നിൽ പൊലീസിനു പുറമേ മറ്റു ചിലതുകൂടി ഉണ്ടാകുമെന്ന് ഞാൻ മനസ്സിലാക്കി. ഹാരിയുടെ കുറിമാനം കിട്ടിയപ്പോൾ മറ്റ് കാര്യങ്ങൾ ഞാൻ ഊഹിച്ചെടുത്തു. കഴിഞ്ഞ ഒരാഴ്ചയായി ഞാൻ നിങ്ങളെ പ്രതീക്ഷിക്കുകയായിരുന്നു.

ഇത് എന്റെ മനസ്സിൽനിന്നും എന്തു വലിയ ഭാരമാണ് ഇറക്കിയത് എന്നു നിങ്ങൾക്ക് ഊഹിക്കാം. ഇതാ ഞാൻ ഒരിക്കൽക്കൂടി സ്വതന്ത്ര മനുഷ്യനായിരിക്കുന്നു. ഇപ്പോൾ ഞാൻ നാടിന്റെ ശത്രുക്കൾക്ക് മാത്രമാണ് എതിര്. രാജ്യത്തിന്റെ നിയമങ്ങൾക്കല്ല.

"ഇനിയാ ചെറിയ ഡയറി ഇങ്ങു തരൂ."

സർ. വാൾട്ടർ ചോദിച്ചു.

അതിന്മേൽ ഞങ്ങൾ ഒരു മണിക്കൂറോളം പണിയെടുത്തു. ഞാൻ അതിലെ ഗൂഢഭാഷ നിർദ്ധാരണം ചെയ്തുകൊടുത്തപ്പോൾ അദ്ദേഹം സന്തോഷപൂർവ്വം പിന്തുടർന്നു. പല ഘട്ടങ്ങളിലും അദ്ദേഹം ഇടപെട്ട്

എന്റെ വായനയെ തിരുത്തി. എങ്കിലും എന്റെ വായന ഏറക്കുറെ ശരിയായിരുന്നു. അതു വായിച്ചു കഴിഞ്ഞപ്പോൾ അദ്ദേഹത്തിന്റെ മുഖമിരുണ്ടു. അല്പനേരത്തേക്ക് അദ്ദേഹം മൗനിയായി.

"ഇതെല്ലാം എന്താണ് അർത്ഥമാക്കുന്നതെന്ന് എനിക്കൊരു രൂപവുമില്ല. ഒരു കാര്യത്തിൽ അയാൾ ശരിയാണ്. മറ്റന്നാൾ എന്താണ് നടക്കാൻ പോകുന്നത് എന്ന കാര്യത്തിൽ. എങ്ങനെയാണത് അറിയാൻ കഴിയുക? അത് അതിൽത്തന്നെ വൃത്തികേടാണ്. ഇതെല്ലാം യുദ്ധത്തെക്കുറിച്ചും "ബ്ലാക്ക് സ്റ്റോണിനെ"ക്കുറിച്ചുമുള്ളതാണ്. അതിനാടകീയമായ കാര്യങ്ങളെപ്പോലെ തോന്നുന്നു. ആ സ്കടറുടെ നിഗമനങ്ങൾ ഞാൻ കുറെക്കൂടി ഗൗരവത്തിൽ എടുത്തിരുന്നെങ്കിൽ. അങ്ങേയറ്റത്തെ കാല്പനികനാണ് എന്നതായിരുന്നു അയാളുടെ കുഴപ്പം. കലാത്മകത കാരണം ദൈവം കരുതിയതിനപ്പുറമുള്ള കഥയാക്കി അയാളതിനെ മാറ്റും. പലതിലും അയാൾക്ക് വലിയ മുൻവിധികളുമുണ്ടായിരുന്നു. ജൂതവിരുദ്ധതയാണ് അതിലൊന്ന്. ജൂതന്മാരും വൻ മൂലധനവും.

ദ ബ്ലാക്ക് സ്റ്റോൺ (Der schwarze stein) ഒരു ലഘു നോവൽ പോലെയാണ്. കരോലൈഡ്സിനെപ്പറ്റിയുള്ളതാണ് ഇതിലെ ദുർബ്ബലമായ ഭാഗം. എനിക്കറിയാനായത് ഈ ഭാഗ്യവാനായ കരോലൈഡ്സ് എന്നെയും നിങ്ങളെയും അതിജീവിക്കുമെന്നാണ്. യൂറോപ്പിലെ ഒരു രാജ്യവും കരോലൈഡ്സ് പോയിക്കാണാൻ ആഗ്രഹിക്കുകയില്ല. ഇതിനെല്ലാം പുറമേ അദ്ദേഹം ബർലിനും വിയന്നയ്ക്കും ഇടയിൽ കളിക്കുന്നത് എന്റെ ചീഫിന് തലവേദനയുണ്ടാക്കുന്നുണ്ട്. ഇല്ല. സ്കടർക്ക് ഇവിടെ പിഴവുപറ്റി. സത്യം പറഞ്ഞാൽ മിസ്റ്റർ ഹാനി, ഈ ഭാഗം ഞാൻ വിശ്വസിക്കുന്നില്ല. ഏതോ നാറുന്ന കാര്യങ്ങൾ വരാനിരിക്കുന്നു. അയാൾ എന്തോ കൂടുതൽ കണ്ടെത്തി അതിന്മേൽ സ്വന്തം ജീവിതം ഹോമിച്ചു. എന്നാൽ ഇതൊരു ചാരപ്രവൃത്തിയാണെന്ന കാര്യത്തിൽ എനിക്ക് ഒട്ടും സംശയവുമില്ല. ഏതോ ഒരു യൂറോപ്യൻ വൻശക്തി ചാരന്മാരെ ഇറക്കിയിട്ടുണ്ട്. അവരുടെ മാർഗ്ഗങ്ങൾ കൃത്യവുമല്ല. അതുകൊണ്ടാണ് അവർ പ്രവൃത്തി വിഭജിച്ചു നല്കിയിരിക്കുന്നത്. ഒന്നോ രണ്ടോ കൊലപാതകങ്ങൾ കൊണ്ട് അവരുടെ ചാരന്മാർ പണി അവസാനിച്ചുപോകും എന്നും കരുതരുത്. നമ്മുടെ നാവിക സംവിധാനങ്ങളെ മാർണീവ്ന്റിലുള്ള ശേഖരങ്ങൾ ചേർക്കാൻ അവർ ആഗ്രഹിക്കുന്നു. അതവരുടെ പെട്ടിയിലിരിക്കുകയേയുള്ളൂ!

അപ്പോൾ കുശിനിക്കാരൻ മുറിയിലേക്കു കടന്നുവന്നു. 'സർ. വാൾട്ടർ, താങ്കൾക്ക് ലണ്ടനിൽനിന്നും ഒരു ട്രങ്ക് കാളുണ്ട്. മിസ്റ്റർ എർത്താണപ്പുറത്ത്. വ്യക്തിപരമായി എന്തോ പറയാൻ ഉണ്ടത്രെ.

എന്റെ ആതിഥേയൻ ഫോണിനരികിലേക്കു പോയി. വിളറി വെളുത്ത മുഖവുമായി അഞ്ചുമിനിറ്റുകൾക്കുശേഷം അദ്ദേഹം വന്നു. "സ്കടറെ സംശയിച്ചതിന്റെ പേരിൽ ഞാൻ ക്ഷമ ചോദിക്കുന്നു. ഇന്ന് വൈകുന്നേരം ഏഴുമണി കഴിഞ്ഞ് ഏതാനും നിമിഷങ്ങൾക്കുള്ളിൽ കരോലൈഡിനെ ആരോ വെടിവച്ചു കൊന്നു."

ബ്ലാക്ക് സ്റ്റോണിന്റെ വരവ്

സ്വപ്നരഹിതമായ എട്ടുമണിക്കൂർ നിദ്രയ്ക്കുശേഷം പ്രാതലിനായി ഞാൻ താഴേക്ക് എത്തുമ്പോൾ മധുരബണ്ണിനും ജാമിനും മുന്നിലിരുന്ന് സർ. വാൾട്ടർ ടെലഗ്രാം വായിച്ചെടുക്കുകയായിരുന്നു. തലേദിവസം കണ്ട പ്രസരിപ്പ് ചോർന്ന് ചിന്താമഗ്നനായാണ് അദ്ദേഹം കാണപ്പെട്ടത്.

"താങ്കൾ ഉറങ്ങാൻ പോയതിനുശേഷം ഒരുമണിക്കൂറോളം ഞാനീ ടെലഗ്രാമുകൾക്കു മുന്നിലിരുന്ന് അതിലെ നിഗൂഢഭാഷ നിർദ്ധാരണം ചെയ്തെടുക്കുകയായിരുന്നു. ഞാനെന്റെ ചീഫിനെക്കൊണ്ട് ഒന്നാം പ്രഭുവിനോടും യുദ്ധകാര്യ സെക്രട്ടറിയോടും സംസാരിപ്പിച്ചു. അവർ റോയെറിനെ ഒരു ദിവസംമുന്നേ കൊണ്ടുവരികയാണ്. അതുമായി ബന്ധപ്പെട്ട ടെലഗ്രാമുകളാണ്. അദ്ദേഹം അഞ്ചിന് ലണ്ടനിൽ എത്തും. Sous - chefd' Etat major Gineral എന്നതിന്റെ ഗൂഢാർത്ഥം തടിയൻ പന്നിയെന്നാണെന്നത് വിചിത്രമായിരിക്കുന്നു. അതു ചിലപ്പോൾ തടിയനായൊരുവനുമാകാം.

ആവി പറക്കുന്ന വിഭവങ്ങളിലേക്ക് അദ്ദേഹമെന്നെ നയിച്ചു.

"അത് എന്തെങ്കിലും പ്രത്യേക ഗുണമുണ്ടാക്കും എന്നു ഞാൻ ചിന്തിക്കുന്നതുകൊണ്ടല്ല. ആദ്യമുണ്ടാക്കിയ സംവിധാനങ്ങൾ നിങ്ങളുടെയാ ചങ്ങാതിമാർ മണത്തറിഞ്ഞിട്ടുണ്ടെങ്കിൽ അതിൽ വരുത്തിയ മാറ്റവും അവർ അറിഞ്ഞിരിക്കും. എവിടെ നിന്നാണ് ഈ വിവരം ചോർന്നത് എന്നതാണെന്നെ അതിശയിപ്പിക്കുന്നത്. റേയെറുടെ സന്ദർശനകാര്യം ഇംഗ്ലണ്ടിൽ ഞങ്ങൾ അഞ്ചുപേർക്കെ അറിയാവൂ. അതിൽ കുറച്ചുപേരേ ഫ്രാൻസിലും അറിയൂ. കാരണം അവർ ഇക്കാര്യം കൂടുതൽ മികവോടെ അവിടെ കൈകാര്യം ചെയ്യും."

ഞാൻ കഴിച്ചുകൊണ്ടിരിക്കുന്നതിനിടയിലും അദ്ദേഹം സംസാരിച്ചു

കൊണ്ടിരുന്നു. എന്നെ യഥാർത്ഥത്തിൽ അത്ഭുതപ്പെടുത്തിയത് ഇതുവഴി അദ്ദേഹം എന്നിലർപ്പിച്ച വിശ്വാസമാണ്.

"ഈ ക്രമീകരണങ്ങളിൽ മാറ്റം വരുത്താനാവില്ലേ?"

ഞാൻ ചോദിച്ചു.

"മാറ്റം വരുത്താനാവും. എന്നാൽ അതു പരമാവധി ഒഴിവാക്കാനാണ് ഞങ്ങൾ നോക്കുന്നത്. വളരെ ആലോചിച്ചുറപ്പിച്ച തീരുമാനങ്ങളിൽ മാറ്റം വരുത്തുന്നത് നല്ലതല്ല. ഒന്നോ രണ്ടോ കാര്യങ്ങൾ മാറ്റുന്നത് അസാദ്ധ്യവുമാണ്. എങ്കിലും അങ്ങേയറ്റം ആവശ്യമായി വരുന്ന ഘട്ടങ്ങളിൽ എന്തെങ്കിലും ചെയ്യാവുന്നതുമാണ്. ഹാനി, അതിലുള്ള പ്രയാസംകൂടി കണക്കിലെടുക്കണം. റോയെറുടെ പോക്കറ്റടിക്കുന്നതു പോലുള്ള കുട്ടികളികൾ ചെയ്യാൻ മാത്രം വിഡ്ഢികളല്ല നമ്മുടെ ശത്രുക്കൾ. അത്തരത്തിലൊന്നു നടന്നാൽ അത് കോലാഹലം സൃഷ്ടിക്കുമെന്നും നമ്മൾ ജാഗ്രത കാണിക്കുമെന്നും അവർക്കറിയാം. നമ്മളറിയാതെ കാര്യങ്ങൾ നിർവ്വഹിക്കാനാണ് അവർ ഉദ്ദേശിക്കുന്നത്. അപ്പോൾ കാര്യങ്ങളെല്ലാം അങ്ങേയറ്റത്തെ രഹസ്യമാണെന്ന ധാരണയിൽ റോയെൻ പാരീസിലേക്ക് മടങ്ങിപ്പോകും. അവർക്കിതെല്ലാം അറിയാമെന്ന് നാം സംശയിക്കുന്നുവെങ്കിൽ അപ്പോൾ എല്ലാം മാറ്റാം."

"അപ്പോൾ ആ ഫ്രഞ്ചുകാരൻ വീട്ടിലെത്തുന്നതുവരെ നാം അയാൾക്കൊപ്പമുണ്ടാവണം. പാരീസിൽനിന്നും വിവരങ്ങൾ കിട്ടാനിടയുണ്ടെന്ന് മനസ്സിലാക്കിയാൽ അവർ അവിടെയതിന് ശ്രമിക്കും. അതിനർത്ഥം ലണ്ടനിൽ അവർക്ക് ആഴത്തിലുള്ള പദ്ധതികളുണ്ടെന്നും അതു വിജയിക്കുമെന്ന് അവർക്ക് ഉറപ്പുണ്ടെന്നുമാണ്.

"ചീഫിനൊപ്പം ഭക്ഷണം കഴിച്ചശേഷം റോയെർ എന്റെ വീട്ടിലെത്തും. അവിടെ നാലുപേർ അദ്ദേഹത്തെ സന്ധിക്കും. നാവിക സൈന്യ മന്ത്രികാര്യാലയത്തിൽനിന്നുള്ള വിറ്റേക്കർ, ഞാൻ, സർ ആർതർ ഡ്രൂ, പിന്നെ വിൻസ്റ്റാൻലി. ഒന്നാം പ്രഭുവിന് സുഖമില്ലാത്തതിനാൽ ഷെറിങ്ഹാളിലേക്കു പോയി. എന്റെ വീട്ടിൽവച്ച് അദ്ദേഹത്തിന് ചില രേഖകൾ വിറ്റേക്കർ കൈമാറും. അതിനുശേഷം അദ്ദേഹം പോർട്സ് മൗത്തിലേക്ക് വണ്ടിയോടിക്കും. അവിടെനിന്നും ഒരു കപ്പലിൽ അദ്ദേഹത്തെ ഹാവ്റെയിൽ എത്തിക്കും. അദ്ദേഹത്തിന്റെ യാത്ര അതീവ രഹസ്യമാകയാൽ സാധാരണ ബോട്ടിൽ പോകാനാവില്ല. ഫ്രാൻസിന്റെ മണ്ണിൽ അദ്ദേഹം സുരക്ഷിതനായി എത്തുന്നതുവരെ അദ്ദേഹത്തെ നിമിഷനേരത്തേക്കു പോലും ഒറ്റയ്ക്കാക്കാനാവില്ല. അതുപോലെത്തന്നെയാണ് റോയറെ കാണുന്നതുവരെയുള്ള വിറ്റേക്കറുടെ കാര്യവും. ഇതാണ് നമുക്ക് ചെയ്യാവുന്നതിൽ ഏറ്റവും മികച്ച കാര്യങ്ങൾ. അതിൽ എന്തെങ്കിലും പിഴവുകൾ ഉണ്ടാകുമെന്ന് കരുതാനേ വയ്യ. എന്നാൽ ഞാൻ അങ്ങേയറ്റം ഭയപ്പെടുന്നുമുണ്ട്. കരോലൈഡ്സിന്റെ മരണം യൂറോപ്പിലെ അധികാര കേന്ദ്രങ്ങൾക്ക് വിനാശകരവുമായിരിക്കും.

പ്രാതൽ കഴിഞ്ഞ് ഇറങ്ങുമ്പോൾ അദ്ദേഹം എന്നോട് കാറോടി

ക്കാമോ എന്നു ചോദിച്ചു.

"ഇന്നത്തേക്ക് നിങ്ങൾ എന്റെ ഡ്രൈവറാവുക. ഹഡ്സന്റെ വേഷം ധരിച്ചോളൂ. നിങ്ങൾക്ക് അയാളുടെ വസ്ത്രങ്ങൾ ചേരും. ഈ കാര്യങ്ങളിൽ നിങ്ങളുടെ കൈ ഉണ്ടായിരിക്കണം. നമുക്ക് ഒരു കാര്യത്തിലും ഉദാസീനരാകാനാവില്ല. നമ്മുടെ ശത്രുക്കൾ നിരാശ ബാധിച്ചവരും എന്തും ചെയ്യാൻ മടിക്കാത്തവരുമാണ്. അത്യുത്സാഹിയായ ഒരു സർക്കാർ ഉദ്യോഗസ്ഥന്റെ വിരുന്ന് മാനിക്കുന്നവരൊന്നുമല്ല അവർ."

ഞാൻ ആദ്യമായി ലണ്ടനിൽ വന്നപ്പോൾ ഒരു കാറ് വാങ്ങി തെക്കേ ഇംഗ്ലണ്ട് മുഴുവൻ സഞ്ചരിച്ചിരുന്നതിനാൽ അവിടത്തെ ഭൂമിശാസ്ത്രം കുറെയെല്ലാം പിടിയുണ്ട്. അതുകൊണ്ട് ഞാൻ ബാത്ത് റോഡു വഴിയാണ് സഞ്ചരിച്ചത്. അത് നല്ല യാത്രയുമായിരുന്നു. അത് മൃദുവും നിശ്ചലവുമായ ജൂൺമാസ പ്രഭാതമായിരുന്നു. വരാൻ പോകുന്ന കൊടുംചൂടിനു മുന്നോടിയായ ആർദ്രതയാണത്. ചെറിയ പട്ടണങ്ങളിലൂടെയും ഇപ്പോൾ കഴുകി വൃത്തി വരുത്തിയ നനവാർന്ന റോഡുകളിലൂടെയുമുള്ള സഞ്ചാരം മധുരതരമാണ്. തെയ്മസ് താഴ്വാരങ്ങളും വേനൽക്കാല പൂന്തോട്ടങ്ങളും പകരുന്ന ആഹ്ലാദം ചെറുതല്ല. ഞാൻ സർവാൾട്ടറെ ക്യൂൻ ആൻഡ് ഗേറ്റിലെ അദ്ദേഹത്തിന്റെ വസതിയിൽ കൃത്യം പതിനൊന്നരയ്ക്ക് എത്തിച്ചു. അദ്ദേഹത്തിന്റെ സാമഗ്രികളുമായി കുശിനിക്കാരൻ ട്രെയിനിൽ എത്തിച്ചേരും.

എന്നെ സ്കോട്ട്ലന്റ് യാർഡിലേക്ക് കൊണ്ടുപോവുകയായിരുന്നു അദ്ദേഹം ആദ്യം ചെയ്ത പ്രവൃത്തി. വൃത്തിയായി ഷൗരം ചെയ്ത ഒരു അഭിഭാഷകനെപ്പോലുള്ള അവനെ ഞങ്ങളവിടെ കണ്ടു.

"ഞാൻ എന്നോടൊപ്പം പോർട്ട്ലാന്റ് പ്ലേസ് കൊലപാതകക്കേസിലെ പ്രതിയെ കൊണ്ടുവന്നിട്ടുണ്ട്." ഇങ്ങനെയായിരുന്നു സർ വാൾട്ടർ എന്നെ പരിചയപ്പെടുത്തിയത്.

വികൃതമായൊരു ചിരിയായിരുന്നു അതിനുള്ള മറുപടി. "ഇത് വളരെ സ്വീകാര്യമായ ഒരു സമ്മാനമാകുമായിരുന്നു. ഇദ്ദേഹം മിസ്റ്റർ റിച്ചാർഡ് ഹാനിയായിരിക്കുമെന്ന് ഞാൻ അനുമാനിക്കുന്നു. കുറച്ചുദിവസങ്ങൾ എന്റെ വകുപ്പിന് വളരെ താല്പര്യമുണ്ടായിരുന്നു ഇദ്ദേഹത്തിനുമേൽ."

"മിസ്റ്റർ. ഹാനി ഇനിയും താങ്കളിൽ താല്പര്യമുണർത്തും. അദ്ദേഹത്തിന് താങ്കളോട് ഒരുപാടു കാര്യങ്ങൾ പറയുവാൻ കാണും. പക്ഷേ, ഇന്നത്തേക്കതുവേണ്ട. വളരെ ഗുരുതരമായ ചില സാഹചര്യങ്ങളാൽ അതിന് ഇരുപത്തിനാലുമണിക്കൂർനേരം കാത്തിരിക്കേണ്ടതുണ്ട്. താങ്കളെ രസിപ്പിക്കുകയും കൂടുതൽ പ്രബുദ്ധനാക്കുകയും ചെയ്തേക്കാവുന്ന കാര്യങ്ങൾ ലഭിച്ചേക്കും. എന്നാൽ മിസ്റ്റർ ഹാനിക്ക് ഇനിയും എന്തെങ്കിലും അസൗകര്യങ്ങൾ ഉണ്ടാകുകയില്ലെന്ന് താങ്കൾ ഉറപ്പുവരുത്തുകയും വേണം."

ഉടൻതന്നെ അതിനുള്ള ഉറപ്പു ലഭിച്ചു.

"താങ്കൾ താങ്കളുടെ ജീവിതം എവിടെയാണുപേക്ഷിച്ചു പോയത്

അവിടെ നിന്നുതന്നെ തുടങ്ങാം. താങ്കളുടെ ഫ്ളാറ്റ് താങ്കളെ കാത്തിരിപ്പുണ്ട്; താങ്കൾ അവിടെ പോകാൻ ഇനി ആഗ്രഹിക്കുന്നില്ലെങ്കിലും. താങ്കളുടെ സഹായി ഇപ്പോഴുമുണ്ട് അവിടെ. താങ്കളെ ഒരിക്കലും പരസ്യമായി കുറ്റവാളിയായി പ്രഖ്യാപിക്കാത്തതിനാൽ ജനങ്ങൾ താങ്കളെ കുറ്റവിമുക്തനാക്കേണ്ട സാഹചര്യവും നിലവിലില്ല. അതിനാൽ തീർച്ചയായും നിങ്ങൾക്ക് സന്തോഷിക്കാം.

ഞങ്ങൾ പുറപ്പെടാൻ നേരം സർ വാൾട്ടർ പറഞ്ഞു: "താങ്കളുടെ സഹായം ഞങ്ങൾക്ക് ആവശ്യമായി വരും മിസ്റ്റർ മാക്ഗില്ലിവ്റേ."

പിന്നെ പോകാൻ അനുമതി കിട്ടി.

"നാളെ എന്നെ വന്നു കാണൂ മിസ്റ്റർ ഹാനി. എല്ലാം രഹസ്യമായിരിക്കണമെന്ന കാര്യം ഞാൻ പ്രത്യേകം പറയേണ്ടതില്ലല്ലോ. നിങ്ങളുടെ സ്ഥാനത്ത് ഞാനായിരുന്നെങ്കിൽ കുടിശ്ശികയുള്ള ഉറക്കം മുഴുവനായി ഉറങ്ങിത്തീർത്തേനെ. പുറത്തെങ്ങും പ്രത്യക്ഷപ്പെടാതിരിക്കുന്നതാണ് താങ്കൾക്ക് നല്ലത്. താങ്കളുടെ ആ ബ്ലാക്ക് സ്റ്റോൺ സുഹൃത്തുക്കളെങ്ങാനും കണ്ടാൽ കുഴപ്പമുണ്ടാവും."

നിമിഷനേരത്തേക്ക് ഇതികർത്തവ്യതാ മൂഢനായി തോന്നി. ഒന്നാമതായി സ്വതന്ത്ര മനുഷ്യനായിത്തീർന്നതിലുള്ള സന്തോഷം. ഭയം കൂടാതെ എവിടെയും പോകാം. ഒരുമാസക്കാലം മാത്രമാണ് ഞാൻ നിയമത്തിന്റെ മുന്നിൽ നോട്ടപ്പുള്ളിയായത്. അതുതന്നെ ആവശ്യത്തിലധികമായി. ഞാൻ 'സാവോയി' ഹോട്ടലിലേക്കു പോയി വളരെ സൂക്ഷ്മതയോടെ മികച്ച മദ്ധ്യാഹ്ന ഭക്ഷണത്തിന് ഓർഡർ നല്കി. ലഭ്യമായതിൽ മികച്ച ചുരുട്ടൊന്നു വാങ്ങി തീകൊടുത്തു. എന്നാൽ ഒരുതരം സംഭ്രമം വിട്ടുപോകാതെ എനിക്കൊപ്പം നിലകൊണ്ടു. ലോഞ്ചിലിരിക്കുമ്പോൾ എന്നെ ആരെങ്കിലും നോക്കിയാലുടൻ എന്റെ പരിഭ്രമം വർദ്ധിക്കാൻ തുടങ്ങുകയായി. ഒരു കൊലപാതകിയെപ്പറ്റി അവർ എന്താവും ചിന്തിക്കുക എന്നോർത്താണ് ഞാൻ അസ്വസ്ഥനായത്.

അതിനുശേഷം ഒരു ടാക്സി പിടിച്ച് ഞാൻ മൈലുകൾക്കകലെയുള്ള വടക്കൻ ലണ്ടനിലേക്ക് പോയി. അവിടെനിന്നും ഞാൻ തിരികെ നടക്കാൻ തുടങ്ങി. പാടങ്ങളും ഗ്രാമീണ ഭവനങ്ങളും മട്ടുപ്പാവുകളും ചേരിപ്രദേശങ്ങളും ഇടുങ്ങിയ തെരുവുകളും പിന്നിട്ട് തിരികെയെത്താൻ രണ്ടുമണിക്കൂറോളമെടുത്തു. അപ്പോഴെല്ലാം എന്റെ അസ്വസ്ഥത കൂടിക്കൂടി വരുന്നുണ്ടായിരുന്നു. ഭീകരമായ എന്തോ ഒന്നു സംഭവിക്കാൻ പോകുന്നതായി എനിക്കു തോന്നി. എന്നാൽ ഈ സംഭവങ്ങളുടെയെല്ലാം കേന്ദ്രസ്ഥാനത്തുള്ള ഞാൻ ഇതിനെല്ലാം പുറത്തും. റോയർ ഡോവറിൽ എത്തിയിട്ടുണ്ടാവും സർ വാൾട്ടർ ചില ആളുകളുമായിരുന്ന് രഹസ്യമായി കാര്യങ്ങൾ ആസൂത്രണം ചെയ്യുകയാവും ഇരുളിന്റെ മറവിൽ ബ്ലാക്ക് സ്റ്റോണും പ്രവർത്തിക്കുന്നുണ്ടാവും. അപകടത്തിന്റെയും തുടർന്നുണ്ടാകുന്ന ദുരന്തത്തിന്റെയും അലയടികൾ ഉള്ളിൽ പെരുകിപ്പെരുകി വന്നു. എനിക്കു മാത്രമേ ഇതെല്ലാം ഒഴിവാക്കാനാകൂ എന്നൊരു ചിന്തയും ശക്തമായി

ത്തുടങ്ങി. എന്നാൽ ഞാനോ ഇപ്പോൾ കളിക്കു പുറത്തും. എങ്ങനെ അപ്രകാരമല്ലാതാവും? ക്യാബിനറ്റ് മന്ത്രിമാരും നാവിക മന്ത്രാലയവും പ്രഭുക്കന്മാരും ജനറൽമാരും അവരുടെ യോഗങ്ങളിൽ എന്നെ പങ്കെടുപ്പിക്കുക അസാദ്ധ്യവുമാണല്ലോ? എന്റെ മൂന്നു ശത്രുക്കളിൽ ഏതെങ്കിലും ഒന്നിനു പുറകേ ഓടാൻ ഞാനാഗ്രഹിച്ചു. അത് ചില സംഭവ വികാസങ്ങളുണ്ടാക്കിയേക്കും. ആ കുലീനവർഗ്ഗത്തെയാകെ ഇടിച്ചു നിലംപരിശ്ശാക്കാൻ എനിക്കു തോന്നി. അത് എപ്പോഴെങ്കിലും അഭിമുഖീകരിക്കേണ്ടി വരും. എന്നാൽ ഇപ്പോൾ കൈയിൽ ആവശ്യത്തിന് കാശുണ്ട്. ഈ പദ്ധതികളെല്ലാം തല്ക്കാലത്തേക്ക് മാറ്റിവച്ച് രാത്രി ഏതെങ്കിലും ഹോട്ടലിൽ തങ്ങാം.

ജർമിൻ തെരുവിലെ ഹോട്ടലിൽ അത്താഴത്തിനായി ഇരിക്കുമ്പോഴും എന്റെ കലി അടങ്ങിയിരുന്നില്ല. എനിക്ക് വിശപ്പുണ്ടായിരുന്നില്ല. വിഭവങ്ങൾ പലതും തൊട്ടുനോക്കിയതു പോലുമില്ല. ഒരു കുപ്പി ബർഗണ്ടിയുടെ മുക്കാലും അകത്താക്കിയിട്ടും എനിക്ക് ഒരു ഉന്മേഷം തോന്നിയില്ല. വയറിനകത്തുനിന്നും ഒരു അസ്വസ്ഥത ഇരച്ചുകയറി. ഞാൻ, ഒരു സാധാരണ മനുഷ്യൻ ഇവിടെയിരിക്കുന്നു. സവിശേഷമായ തലച്ചോറൊന്നും ഇല്ലാത്തവൻ. എന്നിട്ടും എന്റെ കൂടി പങ്കാളിത്തമില്ലെങ്കിൽ എന്തോ വലിയൊരാപത്ത് വരാനിരിക്കുന്നതുപോലെ. ഇത്തരം നിസ്സാര ചിന്തകളിൽ കുഴങ്ങിപ്പോകാതിരിക്കാൻ ഞാൻ എന്നോടുതന്നെ പറഞ്ഞു. ബ്രിട്ടീഷ് സാമ്രാജ്യത്തിന്റെ മുഴുവൻ ശക്തിയും പേറുന്ന നാലഞ്ച് പ്രഗത്ഭരായ മനുഷ്യർ അവർക്ക് ചെയ്യാനാവുന്ന പദ്ധതിയുമായി മുന്നോട്ടു പോകാൻ പ്രാപ്തിയുള്ളവരാണ്. എന്നിട്ടും എനിക്കെന്നെ ബോദ്ധ്യപ്പെടുത്താനായില്ല. ആരോ എന്റെ ചെവിയിൽ നിരന്തരം ഉരുവിടുന്നപോലെ. എഴുന്നേറ്റു പോകൂ. ഉടൻ എന്തെങ്കിലും ചെയ്യൂ. അല്ലെങ്കിൽ നിനക്കിനി ഉറങ്ങാനാവില്ല.

ഇതിന്റെയൊക്കെ സമാപ്തിയെന്ന നിലയിൽ ഏകദേശം ഒമ്പതു മുപ്പതായപ്പോൾ ക്യൂൻ ആൻട്സ് ഗേറ്റിലേക്ക് പോകാൻ ഞാൻ തീരുമാനിച്ചു. ഉറപ്പായും എന്നെ അതിനുള്ളിൽ പ്രവേശിപ്പിക്കുകയില്ല. എങ്കിലും എന്റെ മനഃസാക്ഷി ആ ഉദ്യമവുമായി മുന്നോട്ടുപോകാൻ പ്രേരിപ്പിച്ചു.

ഞാൻ ജർമിൻ തെരുവിലേക്ക് നടന്നു. ഡ്യൂക്ക് തെരുവിലെത്തിച്ചേർന്നപ്പോൾ ഒരു കൂട്ടം ചെറുപ്പക്കാർ എന്നെ കടന്നുപോയി. അവർ സായാഹ്ന വേഷത്തിലായിരുന്നു. എവിടെയോ അത്താഴം കഴിച്ചശേഷം സംഗീത സദസ്സിലേക്ക് മടങ്ങുകയാവാം. അവരിലൊരാൾ മർമദ്യൂക്ക് ജോപ്ലിയയിരുന്നു.

അയാൾ എന്നെ തിരിച്ചറിഞ്ഞു.

"ദൈവമേ.... ഇതാ കൊലയാളി."

അയാൾ അലറിവിളിച്ചു. "കൂട്ടുകാരെ അവനെ പിടികൂടൂ. അയാളാണ് ഹാനി, പോർട്ട്ലാന്റ് പ്ലേസിലെ കൊലപാതകി." അയാൾ എന്റെ കൈകൾ വലിച്ചു പിടിക്കുകയും മറ്റുള്ളവർ ചുറ്റും കൂടുകയും ചെയ്തു. എന്തെങ്കിലും കുഴപ്പത്തിൽചെന്നു ചാടാൻ ഞാൻ ആഗ്രഹിച്ചിരുന്നില്ലയെങ്കിലും

എന്റെ കലുഷിതമായ മനസ്സ് എന്നെ പറ്റിച്ചു. ഒരു പൊലീസുകാരൻ എത്തി. എനിക്ക് അയാളോട് വേണമെങ്കിൽ സത്യം തുറന്നു പറയാമായിരുന്നു. അയാളതു വിശ്വസിച്ചില്ലെങ്കിൽ എന്നെ സ്കോട്ട്ലന്റ് യാർഡിലേക്കോ അതുമല്ലെങ്കിൽ അടുത്ത പൊലീസ് സ്റ്റേഷനിലേക്കോ കൊണ്ടുപോകാൻ ആവശ്യപ്പെടാമായിരുന്നു. എന്നാൽ അസ്സഹനീയമായിത്തീർന്ന ആ നിമിഷം ആ മാർമിയുടെ മുഖം എനിക്കു വഹിക്കാവുന്നതിനും അപ്പുറമായിരുന്നു. ഞാൻ എന്റെ കൈവലിച്ചുമാറ്റി. അയാൾ അടുത്ത കുഴിയിലേക്കു ചെന്നുവീണത് എനിക്ക് സന്തോഷം പകർന്നു.

അവിടെ ചില അനിഷ്ട സംഭവങ്ങൾ അരങ്ങേറി. എല്ലാരുംകൂടി എനിക്കുനേരെ ചാടിവീണു. ഒന്നോ രണ്ടോ ഇടി കിട്ടി. വേണമെങ്കിൽ എനിക്കും ഒന്നുരണ്ടെണ്ണം തിരിച്ചുകൊടുക്കാമായിരുന്നു. എന്നാൽ പൊലീസുകാരൻ എന്നെ പിന്നിൽനിന്നും പൂണ്ടടക്കം പിടികൂടി. അവരിലൊരാൾ എന്റെ കഴുത്തിൽ അമർത്തിപ്പിടിച്ചു.

രോഷത്തിന്റെ കരിമേഘങ്ങൾക്കിടയിലൂടെ ഞാൻ കേട്ടു, എന്താണു കാര്യമെന്ന് നിയമപാലകർ ചോദിക്കുന്നതും ഞാൻ കൊലപാതകിയായ ഹാനിയാണെന്ന് മാർമി പറയുന്നതും.

“നാശം. അവന്റെ വായ ആരെങ്കിലുമൊന്ന് പൊത്തിപ്പിടിക്കൂ. കോൺസ്റ്റബിൾ എന്നെ എന്റെ പാട്ടിനു വിടൂ. എന്നെപ്പറ്റിയുള്ള കാര്യങ്ങൾ സ്കോട്ട്ലന്റ് യാർഡിന് കൃത്യമായും അറിയാം. എന്റെ കാര്യത്തിൽ അനിവാര്യമായി ഇടപെട്ടാൽ താങ്കൾ അതിനു മറുപടി പറയേണ്ടിവരും.”

“നിങ്ങൾ എന്നോടൊപ്പം വരണം. നിങ്ങൾ ആ യുവാവിനെ ഇടിക്കുന്നത് ഞാൻ നേരിൽ കണ്ടതാണ്. മാത്രമല്ല നിങ്ങളാണത് തുടങ്ങിവച്ചതും. അയാൾ ഒന്നും ചെയ്യാതെ നില്ക്കുകയുമായിരുന്നു. ശാന്തനായി ഒപ്പം വരുന്നതാണ് നല്ലത്. അല്ലെങ്കിൽ എനിക്ക് ബലം പ്രയോഗിക്കേണ്ടിവരും.”

ഉഗ്രകോപവും അതിവൈകാരികതയും എനിക്ക് ഒരു ആനയുടെ ശക്തി നല്കിയിരുന്നു. ഞാൻ ആ പൊലീസുകാരനെ ശക്തിയായി ഉന്തിമാറ്റി. അയാൾ വീണുപോയേനെ. എന്റെ കോളറിൽ പിടിച്ചിരുന്നവനെ ചവിട്ടി താഴെയിട്ടു. എന്നിട്ടു ഞാൻ സർവ്വശക്തിയുമെടുത്ത് ഡ്യൂക്ക് തെരുവിലേക്ക് ഓടി. വിസിൽ മുഴങ്ങുന്നതും ആരൊക്കെയോ എന്റെ പിന്നാലെ പായുന്നതും ഞാൻ അറിഞ്ഞു.

സാമാന്യം നല്ല വേഗത്തിലായിരുന്നു എന്റെ ഓട്ടം. എനിക്ക് ചിറകുകൾ മുളച്ചതുപോലെ തോന്നി. ഞൊടിയിടകൊണ്ട് ഞാൻ പാൾ മാളിനടുത്തെത്തി സെന്റ് ജെയിംസ് പാർക്ക് ഭാഗത്തേക്കു തിരിഞ്ഞു. പാലസ് ഗേറ്റിനരികിൽ വച്ച് ഞാൻ പൊലീസുകാരനെ വെട്ടിച്ച് മാളിനു മുമ്പിൽ നിർത്തിയിട്ടിരുന്ന വാഹനങ്ങൾ ചാടിക്കടന്ന് പാലത്തിലേക്ക് ഓടി. എന്നെ പിന്തുടരുന്നവർ എത്തുന്നതിനുമുന്നേ ഞാൻ പ്രധാനവീഥി കടന്നുകഴിഞ്ഞു. പാർക്കിന്റെ തുറന്നുകിടന്ന വാതിലിലൂടെ ഞാൻ കുതിച്ചു. ഭാഗ്യത്തിന് അവിടെ ആളുകൾ ഉണ്ടായിരുന്നെങ്കിലും അവരാരും എന്റെ പിന്നാലെ വന്നില്ല. ക്യൂൻ ആൻസ് ഗേറ്റിലേക്ക് എത്തിപ്പെടാനായി ഞാൻ

സർവ്വശക്തിയുമെടുത്ത് ഓടി.

ഞാൻ അവിടെ എത്തിയപ്പോൾ വഴിയാകെ വിജനവും നിശ്ചലവുമായി കണ്ടു. ഇടുങ്ങിയ വഴിക്കരികിലാണ് സർ. വാൾട്ടറുടെ വസതി. അതിനു മുന്നിൽ മൂന്നോ നാലോ കാറുകൾ പാർക്ക് ചെയ്തിരുന്നു. ഞാൻ ഓട്ടം നിർത്തി വാതിലിലേക്ക് നടന്നുപോയി. വാതിൽ എനിക്കു പ്രവേശനം നിഷേധിക്കുകയോ ഇനി വാതിൽ തുറക്കാൻ വൈകുകയോ ചെയ്തിരുന്നെങ്കിൽ ഞാൻ പെട്ടുപോയേനെ.

അയാൾ ഒട്ടും വൈകിയില്ല. ഞാൻ വേഗത്തിൽ അകത്തുകയറി.

കിതച്ചുകൊണ്ട് ഞാൻ പറഞ്ഞു.

"എനിക്ക് ഉടൻ സർ. വാൾട്ടറെ കാണണം. വളരെ പ്രധാനപ്പെട്ട ഒരു കാര്യം അറിയിക്കാനുണ്ട്."

ആ കുശിനിക്കാരൻ വലിയൊരു മനുഷ്യനായിരുന്നു. പേശിബലം കാട്ടാതെ അയാൾ വാതിൽ എനിക്കു പുറകിൽ അടച്ചു.

"സർ. വാൾട്ടർ യോഗത്തിലാണ്. ആരെയും അകത്തേക്കു കടത്തിവിടരുതെന്നാണ് ഉത്തരവ്. താങ്കൾ അല്പനേരം കൂടി കാക്കൂ."

ആ വീട് പഴയ മാതൃകയിലുള്ള ഒന്നായിരുന്നു. നടുക്ക് വലിയൊരു ഹാളും ഇരുവശങ്ങളിലുമായി ഓരോ മുറികളും. അങ്ങേ അറ്റത്തായി ഒരു മൂലയിൽ ഒരു ടെലിഫോണും ഏതാനും കസേരകളും ഇട്ടിരുന്നു. അവിടെ പോയി ഇരിക്കാൻ കുശിനിക്കാരൻ നിർദ്ദേശിച്ചു.

"നോക്കൂ. ഇവിടെ ചില കുഴപ്പങ്ങളുണ്ടായിട്ടുണ്ട്. ഞാനതിൽ പെട്ടിരിക്കുന്നു. എന്നാൽ സർ. വാൾട്ടറിനറിയാം ഞാനദ്ദേഹത്തിനു വേണ്ടിയാണ് പണിയെടുക്കുന്നതെന്ന്. ആരെങ്കിലുമെത്തി എന്നെ അന്വേഷിച്ചാൽ നുണ പറയണം."

അയാൾ തലകുലുക്കി. തെരുവിലെ ബഹളവും വാതില്ക്കലെ മണിമുഴക്കവും കേട്ടു. ഞാൻ ആ കുശിനിക്കാരനെപ്പോലെ വേറൊരാളെയും ഇത്ര ആരാധിച്ചിട്ടില്ല. അയാൾ ചോദ്യംചെയ്യപ്പെടാൻ പോകുന്നവന്റെ പിരിമുറുക്കമുള്ള മുഖഭാവത്തോടെ വാതിൽ തുറന്നു.

അയാൾ അവരെ അഭിമുഖീകരിച്ചു. ഇത് ആരുടെ വീടാണെന്ന് അറിയാമോ എന്നു ചോദിച്ചു. എന്താണ് അയാൾക്കു കിട്ടിയിട്ടുള്ള ഉത്തരവെന്നും വെളിപ്പെടുത്തി. എന്നിട്ടയാൾ കട്ടപിടിച്ചതുപോലെ അവിടെനിന്നു. ആ മൂലയിലിരുന്ന് ഞാൻ എല്ലാം കണ്ടു. ഞാൻ കണ്ടിട്ടുള്ള ഏതു നാടകത്തിലും മികച്ച ഒന്ന് എന്നപോലെ.

***

അടുത്തൊരു സന്ദർശകനെത്തി ബെൽ മുഴക്കുന്നതുവരെ കാത്തിരിക്കാൻ എനിക്ക് കഴിയുമായിരുന്നില്ല.

കുശിനിക്കാരൻ അടുത്ത സന്ദർശകനെ ഒരു തടസ്സവും കാണിക്കാതെ അകത്തേക്കു കയറ്റി.

കോട്ട് ഊരുമ്പോൾ അയാൾ ആരാണെന്ന് എനിക്കു മനസ്സിലായി.

അയാളുടെ പേരോ പടമോ കാണാതെ ഒരാൾക്കും പത്രം വായിക്കാനാവില്ല. നരച്ച താടി ഒരു മൺകോരി പോലെ വെട്ടിയെടുത്തിരിക്കുന്നു. ഉറച്ച മുഖപേശികൾ ചതുരാകൃതിയിലുള്ള മൂക്ക് ശ്രദ്ധയൊഴിയാത്ത നീലക്കണ്ണുകൾ. ഫസ്റ്റ് സീ ലോഡിനെ ഞാൻ വേഗത്തിൽ തിരിച്ചറിഞ്ഞു. അദ്ദേഹമാണ് ബ്രിട്ടീഷ് നേവിയുടെ ഉപജ്ഞാതാവെന്ന് അവർ പറയുന്നു.

അദ്ദേഹം ഞാനിരുന്ന മൂല കടന്ന് ഹാളിനു പുറകിലെ മുറിയിലേക്കു പോയി. വാതിൽ തുറക്കുന്നതിന്റെ പതിഞ്ഞ ശബ്ദം എനിക്കു കേൾക്കാം. വാതിൽ അടഞ്ഞു. ഞാൻ വീണ്ടും ഏകനായി.

അടുത്തതായി എന്താണു ചെയ്യേണ്ടത് എന്ന് ചിന്തിച്ച് ഇരുപതു മിനിറ്റുകളോളം ഞാനവിടെ ഇരുന്നു. എന്നെ ആവശ്യമുണ്ടെന്ന കാര്യം എനിക്കുറപ്പാണ്. എന്തിന്, എപ്പോൾ എന്നതിനെപ്പറ്റി ഒരു നിശ്ചയവുമില്ല. ഞാനെന്റെ വാച്ചിൽ നോക്കിയിരുന്നു. സമയം ഇഴഞ്ഞു നീങ്ങി പത്തു കഴിഞ്ഞ് മുപ്പതു മിനിറ്റിലേക്കു കടക്കുമ്പോൾ യോഗം ഉടൻതീരുമെന്ന ഒരു തോന്നലുണ്ടായി. കാൽ മണിക്കൂറിനുള്ളിൽ റോയൽ പോർട്ട്സ് മൗത്തിലെ റോഡിലൂടെ വേഗത്തിൽ കടന്നുപോകും.

വീണ്ടുമൊരു ബെൽ മുഴങ്ങുന്നതും കുശിനിക്കാരൻ പോകുന്നതും ശ്രദ്ധിച്ചു. പുറകിലെ മുറിയുടെ വാതിൽ തുറന്ന് ഫസ്റ്റ് സീ ലോഡ് പുറത്തുവന്നു. അദ്ദേഹം കടന്നുപോകുമ്പോൾ എന്റെ നേരെയൊന്നു നോക്കി. ഒരുനിമിഷം ഞങ്ങൾ പരസ്പരം നോക്കി. ഒരു സെക്കന്റുമാത്രം. എന്നിട്ടും എന്റെ ഹൃദയം ശക്തിയായി മിടിച്ചു. ആ മഹാനെ ഞാൻ മുമ്പ് കണ്ടിട്ടില്ല. അദ്ദേഹവും എന്നെ കണ്ടിട്ടില്ല.

എങ്കിലും നിമിഷാർദ്ധത്തിനുള്ളിൽ കണ്ണുകളിൽ എന്തോ മിന്നി. എന്തോ തിരിച്ചറിഞ്ഞപോലെ. നിങ്ങൾക്കു തെറ്റിയില്ല. അതൊരു മിന്നൽ പോലെയായിരുന്നു. ഒരുനിമിഷത്തെ വ്യത്യാസം. അതിനർത്ഥം ഒന്നുമാത്രം. അത് മനഃപൂർവ്വം കടന്നുവന്നതല്ല. ഒരു നിമിഷം കൊണ്ടതുതീരുകയും ചെയ്തു. അയാൾ കടന്നുപോയി. വന്യതാല്പര്യങ്ങളുടെ വളവുതിരിവുകൾക്കിടയിൽ വാതിലുകൾ അയാൾക്കു പിറകിൽ അടയുന്ന ശബ്ദം ഞാൻ കേട്ടു.

ഞാൻ ടെലഫോൺ ഡയറക്ടറിയെടുത്ത് അദ്ദേഹത്തിന്റെ നമ്പർ കണ്ടുപിടിച്ചു. ഫോൺ മുഴങ്ങുന്ന ശബ്ദം കേട്ടു. ജോലിക്കാരനാവണം ഫോണെടുത്തത്.

“പ്രഭു വീട്ടിലുണ്ടോ?”

ഞാൻ ചോദിച്ചു.

“അര മണിക്കൂർമുമ്പേ അദ്ദേഹം മടങ്ങിയെത്തി. ഉറങ്ങുകയാണിപ്പോൾ. ഇന്ന് രാത്രി അദ്ദേഹത്തിന് നല്ല സുഖമുള്ളതായി തോന്നുന്നില്ല. അദ്ദേഹത്തിനു കൈമാറാൻ സന്ദേശം വല്ലതുമുണ്ടോ സർ?” ഫോൺ താഴെവച്ച് ഞാൻ കസേരയിലേക്കു വീണു. ഇക്കാര്യങ്ങളിലുള്ള എന്റെ പങ്ക് ഇനിയും അവസാനിച്ചിട്ടില്ല. അതൊരു തലനാരിഴയ്ക്കുള്ള രക്ഷപ്പെടലായിരുന്നു. എന്നാൽ കൃത്യസമയത്തുതന്നെ ഞാനെത്തി.

ഒരുനിമിഷം പോലും വൈകിക്കൂട. ഞാൻ ധൈര്യസമേതം പുറകുവശത്തെ വാതിലിൽ മുട്ടാൻ നില്ക്കാതെ നേരെ തുറന്ന് ഉള്ളിൽ കടന്നു. അമ്പരന്ന അഞ്ചു മുഖങ്ങൾ എനിക്കു നേരെ തിരിഞ്ഞു. അവിടെ സർ വാൾട്ടർ, യുദ്ധകാര്യമന്ത്രിയായ ഡ്യൂ എന്നിവരുണ്ടായിരുന്നു. യുദ്ധകാര്യമന്ത്രിയെ പത്രത്തിൽ കണ്ട് സുപരിചിതനായിരുന്നു. അവിടെയുണ്ടായിരുന്ന മെലിഞ്ഞ ഒരു മുതിർന്ന മനുഷ്യനു നാവികസേനാ മന്ത്രാലയത്തിലെ ഉദ്യോഗസ്ഥനായിരിക്കും. നെറ്റിയിൽ നീണ്ട തഴമ്പുള്ളയാൾ ജനറൽ വിൻസ്റ്റാൻലിയും. പിന്നെ അവിടെയുണ്ടായിരുന്നത് ഉയരം കുറഞ്ഞ് ഉറച്ച ശരീരമുള്ള നരച്ച താടിക്കാരനായിരുന്നു. അയാൾക്ക് കട്ടിയുള്ള പുരികമുണ്ട്. ഞാൻ അകത്തു കടക്കുമ്പോൾ അയാളാണ് സംസാരിച്ചുകൊണ്ടിരുന്നത്. സംസാരം പാതിവഴിയിൽനിന്നു.

സർ വാൾട്ടറുടെ മുഖത്ത് അതിശയവും സ്വൈരക്കേടും കണ്ടു.

"ഇതാണ് ഞാൻ നിങ്ങളോട് സൂചിപ്പിച്ചിരുന്ന മിസ്റ്റർ ഹാനി."

അദ്ദേഹം ക്ഷമാപൂർവ്വം സഹ ഉദ്യോഗസ്ഥരോട് പറഞ്ഞു.

"ഹാനി ഈ സന്ദർശനം അസമയത്തായിപ്പോയെന്ന് ഞാൻ കരുതുന്നു."

ഞാൻ ശാന്തത കൈവരിച്ചു കഴിഞ്ഞിരുന്നു.

"അക്കാര്യം കണ്ടറിയണം സർ."

ഞാൻ പറഞ്ഞു.

"എന്നാൽ ഞാൻ കരുതുന്നത് ഏറ്റവും നിർണ്ണായകമായ സമയത്തുതന്നെയാണെന്നാണ്. ഒരു മിനിറ്റുമുമ്പ് ഇവിടന്ന് ഇറങ്ങിപ്പോയ ആൾ ആരെന്നു പറയൂ, ദൈവത്തെയോർത്ത്."

"അലോയ പ്രഭു"

ദേഷ്യം കൊണ്ടു ചുവന്ന മുഖത്തോടെ സർ. വാൾട്ടർ പറഞ്ഞു.

"അല്ല. അത് അദ്ദേഹത്തിന്റെ ജീവിക്കുന്ന നിഴൽ മാത്രം. യഥാർത്ഥ അലോയ പ്രഭു അല്ല അത്. കഴിഞ്ഞ മാസം ഞാൻ സന്ധിക്കാനിടയായ ഒരാളാണത്. അയാൾ എന്നെ തിരിച്ചറിയുകയും ചെയ്തു. അയാൾ പുറത്തുകടന്ന ആ നിമിഷംതന്നെ ഞാൻ അലോയ പ്രഭുവിന്റെ വീട്ടിലേക്ക് വിളിച്ചിരുന്നു. അദ്ദേഹം അരമണിക്കൂർ നേരത്തെ അവിടെ എത്തിച്ചേർന്നെന്നും ഉറങ്ങാൻ പോയിരിക്കുകയാണെന്നും അവിടെനിന്നും അറിയിച്ചു."

"ആരാണത്?" ആരാണ്...."

ആരോ ഇടറുന്ന ശബ്ദത്തിൽ ചോദിച്ചു.

"ബ്ലാക്ക് സ്റ്റോൺ."

ഞാൻ വിളിച്ചു പറഞ്ഞു.

ഏതാനും നിമിഷം മുമ്പ് മാത്രം ഒഴിഞ്ഞ ആ കസേരകളിലൊന്നിലിരുന്ന് വല്ലാതെ ഭയപ്പെട്ടുപോയ ആ അഞ്ചു മാന്യന്മാരെയും ഞാൻ മാറി മാറി നോക്കി.

മുപ്പത്തൊമ്പത് പടവുകൾ

"വിഡ്ഢിത്തം"

നാവികസേനാ കാര്യാലയത്തിൽനിന്നുള്ള ഉദ്യോഗസ്ഥൻ പറഞ്ഞു. സർ. വാൾട്ടർ മുറിയിൽനന്ന് പുറത്തിറങ്ങി. ഞങ്ങൾ മേശയിലേക്ക് ശൂന്യമായി നോക്കിയിരിക്കുകയായിരുന്നു അപ്പോൾ. പത്തുമിനിറ്റിനകം അദ്ദേഹം നിരാശനിറഞ്ഞ മുഖവുമായി മടങ്ങിയെത്തി.

"ഞാൻ അലോയയോടു സംസാരിച്ചു. കിടക്കയിൽനിന്നും ഉണർത്തിയതിൽ അദ്ദേഹം അല്പം കോപിഷ്ടനുമായി. മുൾറോടസിന്റെ വിരുന്നു കഴിഞ്ഞയുടൻ അദ്ദേഹം നേരെ വീട്ടിലെത്തിയത്രെ."

"ഇതു ഭ്രാന്താണ്"

ജനറൽ വിൻസ്റ്റാൻലി പൊട്ടിത്തെറിച്ചു.

"ആ മനുഷ്യൻ ഇവിടെ വന്നുവെന്നും ഒരു മണിക്കൂറോളം നമുക്കൊപ്പം ഇരുന്നു എന്നും എനിക്കാ ആൾമാറാട്ടം കണ്ടുപിടിക്കാനായില്ല എന്നുമാണോ നിങ്ങൾ പറയാൻ തുടങ്ങുന്നത്. അലോയയ്ക്ക് ചിലപ്പോൾ മനസ്സാന്നിദ്ധ്യം നഷ്ടപ്പെട്ടിട്ടുണ്ടാവും."

"ഇക്കാര്യത്തിൽ പ്രയോഗിച്ച കൗശലം താങ്കൾ ശ്രദ്ധിച്ചിട്ടുണ്ടാവുമല്ലോ?"

ഞാൻ പറഞ്ഞു.

"നിങ്ങൾ മറ്റു പ്രധാന കാര്യങ്ങളിൽ അതീവ വ്യാപൃതരായിരുന്നതു കാരണം കണ്ണുകളെ പ്രയോജനപ്പെടുത്തിയില്ല. അലോയ പ്രഭുവിനെ നിങ്ങൾ ശ്രദ്ധിച്ചില്ല. മറ്റാരെങ്കിലുമായിരുന്നെങ്കിൽ നിങ്ങൾ കുറെക്കൂടി സൂക്ഷ്മതയോടെ ശ്രദ്ധിച്ചേനെ. അദ്ദേഹം ഇവിടെ വരികയെന്ന കാര്യം സ്വാഭാവികമാണ്. ആ ചിന്ത നിങ്ങളെയെല്ലാം നിദ്രയിലാക്കി."

ആ ഫ്രഞ്ചുകാരൻ സുന്ദരമായ ഇംഗ്ലീഷിൽ മെല്ലെ പറഞ്ഞു.

"ആ ചെറുപ്പക്കാരൻ പറഞ്ഞത് ശരിയാണ്. അയാളുടെ മനശ്ശാസ്ത്രം കൃത്യമാണ്. നമ്മുടെ ശത്രുക്കൾ അത്ര വിഡ്ഢികളല്ല."

അദ്ദേഹം തന്റെ പ്രബുദ്ധമായ പുരികങ്ങൾ വളച്ചു.

"ഞാനൊരു കഥ പറയാം. വർഷങ്ങൾക്കുമുമ്പ് സെനഗളിൽ നടന്നതാണ്. ഞാൻ ഒറ്റപ്പെട്ട ഒരു വിദൂര പ്രദേശത്ത് നിയമിക്കപ്പെട്ട് കഴിയുന്ന കാലം. സമയം കളയാനായി വലിയ കാർപ്പ് മത്സ്യങ്ങളുള്ള ഒരു നദിയിൽ ചൂണ്ടയിടാൻ പോകുമായിരുന്നു. എന്റെ ഉച്ചഭക്ഷണം നിറച്ച പാത്രങ്ങളും മറ്റും ചുമക്കാനായി ഞാനൊരു അറബ് പെൺകുതിരയെ ഒപ്പം കൊണ്ടുപോകുമായിരുന്നു. അക്കാലത്ത് അത്തരം കുതിരകളെ തിമ്ബക്ടൂവിൽ വാടകയ്ക്ക് ലഭിക്കുമായിരുന്നു. ഒരുദിവസം ഞാൻ ചൂണ്ടയിടലിന്റെ ലഹരിയിൽ മുഴുകി ഇരിക്കുകയായിരുന്നു. എന്നാൽ കുതിര അസാധാരണമാംവിധം അസ്വസ്ഥയാകുന്നത് കണ്ടു. അവളുടെ ഞരങ്ങലും മൂളലും കുളമ്പ് കുടയലും എനിക്ക് കേൾക്കാനായി. മീൻപിടുത്തത്തിൽ മുഴുകിയിരുന്ന ഞാൻ അതിനെ സാന്ത്വന വാക്കുകളാൽ സമാധാനിപ്പിക്കാൻ ശ്രമിച്ചുകൊണ്ടിരുന്നു. എന്റെ കണ്ണിന്റെ ഒരു കോണിലൂടെ എനിക്കവളെ എപ്പോഴും കാണാം. ഏതാനും വാരെയകലെ അവളെ ഞാൻ ഒരു മരത്തിൽ കെട്ടിയിട്ടിരിക്കയായിരുന്നു. ഏകദേശം ഒരു മണിക്കൂർ കഴിഞ്ഞപ്പോൾ ഞാൻ ഭക്ഷണത്തെപ്പറ്റി ആലോചിച്ചു. പിടിച്ച മത്സ്യങ്ങളെ ഒരു ടാർപാളിൻ ബാഗിലാക്കി പുഴയുടെ തീരത്തുകൂടെ താഴേക്കുനടന്ന് കുതിരയ്ക്കരികിലെത്തി. ടാർപാളിൻ ബാഗ് അവളുടെ ചുമലിലേക്കിട്ടു."

അദ്ദേഹം അല്പനേരത്തേക്ക് നിശ്ശബ്ദനായിരുന്ന് ചുറ്റും നോക്കി.

അവിടെനിന്നും വന്ന രൂക്ഷഗന്ധമാണ് എനിക്ക് മുന്നറിയിപ്പു നല്കിയത്. ഞാനെന്റെ തലയൊന്നു വെട്ടിച്ചു. ഞാൻ സിംഹത്തിന്റെ തൊട്ടുമുമ്പിലാണ്. ആ ഗ്രാമത്തെ വിറപ്പിച്ചുകൊണ്ടിരുന്ന നരഭോജികളായ സിംഹമായിരുന്നു അത്. കുതിരയുടേതായി ബാക്കിയുണ്ടായിരുന്നത് ഏതാനും എല്ലിൻ കഷണങ്ങളും തോലും കുറെയേറെ രക്തവും മാത്രമായിരുന്നു. തൊട്ടുപിന്നിൽ ഞാനും.

"പിന്നെ എന്തു സംഭവിച്ചു?"

ഒരു വേട്ടക്കാരനായിരുന്നവൻ എന്ന നിലയ്ക്ക് ആ കഥ എന്തായിരിക്കുമെന്ന് എനിക്കറിയാമെങ്കിലും ഞാൻ ചോദിച്ചു.

"ഞാൻ എന്റെ ചൂണ്ടക്കമ്പ് അവന്റെ വായിൽ കുത്തിയിറക്കി. എന്റെ കൈയിൽ ഒരു പിസ്റ്റളുണ്ടായിരുന്നു. മാത്രമല്ല എന്റെ സഹായി തോക്കുമായി ഓടിയെത്തുകയും ചെയ്തു. പക്ഷേ, അവൻ എന്നിൽ അവന്റെ അടയാളം രേഖപ്പെടുത്തിക്കഴിഞ്ഞിരുന്നു."

അദ്ദേഹം കൈ ഉയർത്തിക്കാണിച്ചു. മൂന്നു വിരലുകൾ ഇല്ലായിരുന്നു.

"നോക്കൂ. കുതിര കൊല്ലപ്പെട്ടിട്ട് ഏകദേശം ഒരു മണിക്കൂർ കഴിഞ്ഞിരിക്കും. ആ ഹിംസ്രജന്തു എനിക്കായി നിശ്ശബ്ദം കാത്തുനിന്നു. കുതിരയെ കൊല്ലുന്നത് ഞാൻ കണ്ടില്ല. അതിന്റെ ചിനക്കലും തൊഴിക്കലും എനിക്ക് സുപരിചിതമാണ്. അവളുടെ അഭാവം എന്റെ ബോധമണ്ഡല

ത്തിൽ പ്രവേശിച്ചില്ല. അവളെപ്പറ്റിയുള്ള എന്റെ ബോധംമങ്ങിയ ഒന്നായിരുന്നു. ആ അഭാവത്തിനെ നികത്തിയത് സിംഹവും. മനുഷ്യന്റെ ബോധം ഏറ്റവും സൂക്ഷ്മമായിരിക്കുന്നിടത്തുപോലും ഞാൻ വിഡ്ഢിയാക്കപ്പെട്ടുവെങ്കിൽ സുഹൃത്തുക്കളേ നമ്മെപ്പോലെ മറ്റു കാര്യങ്ങളിൽ വ്യാപൃതരായവർക്ക് എന്തുകൊണ്ട് പിഴവ് പറ്റിക്കൂടാ."

സർ. വാൾട്ടർ അതു ശരിവച്ചു.

മറ്റാരും അതിനെ എതിർക്കാൻ തയ്യാറായിരുന്നുമില്ല.

"നമ്മുടെ അറിവില്ലാതെ നമ്മുടെ ചർച്ചകൾ അറിയുകയായിരുന്നു അവരുടെ ലക്ഷ്യമെന്ന് ഞാൻ കരുതുന്നില്ല." വിൻസ്റ്റാൻലി പറഞ്ഞു.

"മൊത്തം ഗൂഢാലോചനകളും വഞ്ചനയും പുറത്തു കൊണ്ടുവരാൻ മാത്രമായിരുന്നു ഇന്നത്തെ യോഗമെന്ന് നമ്മിൽ ഒരാൾ അലോയയെ അറിയിക്കണം" അദ്ദേഹം തുടർന്നു. ഇതുകേട്ട് സർ. വാൾട്ടർ ഒരു വരണ്ട ചിരി ചിരിച്ചു.

"അലോയയെ തെരഞ്ഞെടുത്തത് അവരുടെ കുശാഗ്രബുദ്ധിയെ സൂചിപ്പിക്കുന്നു. നമ്മിൽ ആരായിരിക്കും ഇന്നു രാത്രി അദ്ദേഹത്തോട് സംസാരിക്കുന്നത്? അതോ, അദ്ദേഹംതന്നെ ഈ വിഷയം എടുത്തിടുമോ?"

ഫസ്റ്റ് സീ ലോഡിന്റെ വ്യാതിയും ശാന്ത സ്വഭാവവും ഷിപ്രകോപവും ഞാൻ ഓർത്തു.

"ഇവിടെയെത്തിയ ചാരന് അതുവഴി എന്തു നേട്ടമാണുണ്ടായത് എന്ന കാര്യത്തിൽ എനിക്കു സന്ദേഹമുണ്ട്. അയാൾക്ക് രണ്ടോ മൂന്നോ പേജുകളിലെ അക്കങ്ങളും പേരുകളും എങ്ങനെ തലച്ചോറിൽ പേറാനാകും?

ജനറൽ ചോദിച്ചു.

"അതത്ര പ്രയാസമേറിയ കാര്യമല്ല. ഫോട്ടോഗ്രാഫിക് ഓർമ്മശക്തിയിൽ പരിശീലനം കിട്ടിയവരാണ് ചാരന്മാർ. നിങ്ങളുടെ സ്വന്തം മെക്കാളെയെപ്പോലെ. അയാൾ ഒറ്റയക്ഷരം മിണ്ടിയില്ല എന്ന കാര്യം നിങ്ങൾ ശ്രദ്ധിച്ചിട്ടുണ്ടാവും. എന്നാൽ ആ കടലാസുകളിലൂടെ വീണ്ടും വീണ്ടും സഞ്ചരിക്കുകയായിരുന്നു. അതിൽ കണ്ടതെല്ലാം അയാൾ തന്റെ മനസ്സിൽ ഒപ്പിയെടുത്തിട്ടുണ്ടാവുമെന്ന് നാം കരുതണം. എന്റെ ചെറുപ്പകാലത്ത് ഇതേ വിദ്യ എനിക്കും ചെയ്യാനാകുമായിരുന്നു."

ഫ്രഞ്ചുകാരൻ പറഞ്ഞു.

"നമുക്ക് പദ്ധതികളിൽ മാറ്റം വരുത്തുകയല്ലാതെ മറ്റ് പോംവഴികളില്ല."

സർ വാൾട്ടർ ദുഃഖത്തോടെ പറഞ്ഞു.

വിറ്റേക്കറും മ്ലാനവദനനായിരുന്നു.

"എന്താണു സംഭവിച്ചതെന്നു നിങ്ങൾ അലോയയെ അറിയിച്ചോ?

സർ. വാൾട്ടറോടായിരുന്നാ ചോദ്യം.

"പൂർണ്ണമായ ഉറപ്പില്ലാതെ എനിക്കത് സംസാരിക്കാനാവില്ല. എന്നാൽ

എനിക്ക് ഏകദേശം ഉറപ്പുള്ള ഒരു കാര്യമുണ്ട്. ഇംഗ്ലണ്ടിന്റെ ഭൂപടം മാറ്റാതെ നമുക്കിതിൽ കാര്യമായ എന്തെങ്കിലും മാറ്റം വരുത്താനാവില്ല."

അദ്ദേഹം പറഞ്ഞു.

അടുത്തതായി റോയെറുടെ ഊഴമായിരുന്നു.

"അയാൾ ഉണ്ടായിരുന്ന സമയം ഞാൻ സ്വതന്ത്രമായി സംസാരിച്ചു. എന്റെ സർക്കാരിന്റെ സൈനിക പദ്ധതികളെക്കുറിച്ചും ഞാൻ പറഞ്ഞു. അത്രയും പറയാൻ ഞാൻ അനുവദിക്കപ്പെട്ടിരുന്നു. എന്നാൽ നമ്മുടെ ശത്രുക്കൾക്ക് അത് ദശലക്ഷക്കണക്കിന് മൂല്യമുള്ള അറിവാണ്. ഇല്ല സുഹൃത്തുക്കളെ, ഞാൻ മറ്റൊരു വഴിയും കാണുന്നില്ല. ഇവിടെ വന്നവനേയും കൂട്ടാളികളെയും ഉടൻ പിടികൂടണം.

"ദൈവമേ നമുക്ക് സൂചനയുടെ ഒരു തുമ്പുപോലുമില്ല."

ഞാൻ പറഞ്ഞു.

"അതിനുപുറമേ വാർത്തയുടെ കാര്യം. ഈ സമയംകൊണ്ട് വാർത്ത അതിന്റെ വഴിയിലായിരിക്കും." വിറ്റേക്കർ പറഞ്ഞു.

"ഇല്ല. നിങ്ങൾക്ക് ഈ ചാരന്മാരുടെ സ്വഭാവവും രീതികളും അറിയില്ല. അയാൾ വ്യക്തിപരമായിത്തന്നെ വിവരവും കൈമാറും. ഞങ്ങൾ ഫ്രഞ്ചുകാർക്ക് ഈ ജനുസ്സിലുള്ളവന്മാരെ നല്ല പരിചയമുണ്ട്. ഇനിയും ഒരു സാദ്ധ്യത ശേഷിക്കുന്നുണ്ട്. ഇവന്മാർ എന്തായാലും കടൽ കടക്കും. മുഴുവൻ കപ്പലുകളും അരിച്ചുപെറുക്കണം. തുറമുഖങ്ങൾ നിരീക്ഷിക്കണം. ഇത് ഇംഗ്ലണ്ടിനും ഫ്രാൻസിനും ഒഴിച്ചുകൂടാനാവാത്തതാണ്." ഫ്രഞ്ചുകാരൻ പറഞ്ഞു.

റോയെറുടെ സദുദ്ദേശ്യം ഞങ്ങളെ ഒരുമിപ്പിച്ചു. ഞങ്ങൾക്കിടയിൽ അദ്ദേഹമാണതിന് പറ്റിയ ആൾ. എന്നാൽ ആരുടെ മുഖത്തും പ്രത്യാശ കാണാനായില്ല. എനിക്ക് പ്രത്യേകിച്ച് ഒന്നും തോന്നിയില്ല. യൂറോപ്പിലെ ഏറ്റവും കുശാഗ്രബുദ്ധിക്കാരായ മൂന്നു തെമ്മാടികളെ പിടികൂടണമെങ്കിൽ അമ്പതുദശലക്ഷത്തോളം തുരുത്തുകളിലും പന്ത്രണ്ടു മണിക്കൂർ കൊണ്ട് തെരച്ചിൽ നടത്തണം?

***

പെട്ടെന്ന് എനിക്കൊരു ഉൾപ്രേരണയുണ്ടായി.

"സ്കടറുടെ ആ ചെറിയ ഡയറി എവിടെ?"

ഞാൻ സർ. വാൾട്ടറോടു ചോദിച്ചു.

"വേഗമതെടുക്കൂ. ഞാനതിൽ എന്തോ കണ്ടതായി ഓർക്കുന്നു."

മേശവലിപ്പു തുറന്ന് അദ്ദേഹം ആ ഡയറി എടുത്തു.

ഒരിടത്ത് ഇപ്രകാരം എഴുതിയിരിക്കുന്നു.

"മുപ്പത്തൊമ്പത് പടവുകൾ. ഞാൻ എണ്ണി - വേലിയേറ്റം രാത്രി 10.17 ന്."

എനിക്ക് ഭ്രാന്തു പിടിച്ചോ എന്ന മാതിരി നാവിക. മന്ത്രാലയ ഉദ്യോഗസ്ഥൻ എന്നെ നോക്കി.

"അതൊരു സൂചനയല്ലേ? എവിടെയാണിവരുടെ സങ്കേതമെന്ന് സ്കടർക്ക് അറിയാമായിരുന്നു. എവിടെ നിന്നാണിവർ ഈ രാജ്യത്തു നിന്നും കടക്കേണ്ടതെന്നും അയാൾക്ക് അറിയാം. എന്നാൽ ആ സ്ഥലം അയാൾ അയാൾക്കുള്ളിൽ ഒതുക്കി. നാളെയാണാ ദിവസം. 10.17 ന് വേലി യേറ്റമുണ്ടാകുന്ന ഏതോ സ്ഥലമായിരിക്കും അത്."

"അവർ ഇന്നു രാത്രിതന്നെ പോയിട്ടുണ്ടാവും."

ആരോ പറഞ്ഞു.

"ഇല്ല. അവർക്ക് അവരുടേതായ രഹസ്യവഴികളുണ്ട്. അവരങ്ങനെ ധൃതിപിടിക്കുന്നവരല്ല. എനിക്ക് ഈ ജർമ്മൻകാരെ നന്നായി അറിയാം. ഒരു പദ്ധതി നടപ്പിലാക്കുന്ന കാര്യത്തിൽ അവർ അതീവ ശ്രദ്ധാലുക്കളാ യിരിക്കും. ഈ വേലിയേറ്റത്തെക്കുറിച്ചുള്ള പുസ്തകമിപ്പോൾ എവിടെന്നു കിട്ടും?"

വിറ്റേക്കർ അതിനെ ഒന്നുകൂടി ജ്വലിപ്പിച്ചു.

"അതൊരു സാദ്ധ്യതയാണ്. നമുക്ക് നാവികസേനയെ ബന്ധപ്പെടാം."

അവിടെ കാത്തുകിടക്കുകയായിരുന്നു രണ്ടുകാറുകളിലായി ഞങ്ങൾ കയറി; സർ. വാൾട്ടർ ഒഴികെ. അദ്ദേഹം സ്കോട്ട്ലന്റ് യാർഡിലേക്കു പോയി. മാക്-ഗില്ലിവരിയെ കാണാനെന്നാണ് പറഞ്ഞത്.

ഒഴിഞ്ഞ മുറികൾക്കരികിലെ വിജനമായ ഇടനാഴിയിലൂടെ ഞങ്ങൾ നടന്നു. അടിച്ചുവാരുന്ന ജോലിക്കാരികൾ തിരക്കിലായിരുന്നു. ഒടുവിൽ പുസ്തകങ്ങളും ഭൂപടങ്ങളും അടുക്കിവച്ചിരിക്കുന്നൊരു ചെറിയ മുറിയിൽ ഞങ്ങളെത്തി. അവിടെത്തന്നെ താമസിക്കുന്ന ഒരു ഗുമസ്തൻ പൊന്തി വന്ന് നാവികസേനയുമായി ബന്ധപ്പെട്ട വേലിയേറ്റപ്പട്ടികകൾ എടുത്തു തന്നു. ഞാൻ ഡെസ്കിലിരിക്കുകയും മറ്റുള്ളവർ ചുറ്റും കൂടിനില്ക്കുകയും ചെയ്തു. എങ്ങനെയോ അതിന്റെ ചുമതല എന്നിൽ വന്നുചേരുകയായി രുന്നു.

അതുകൊണ്ട് ഒരു പ്രയോജനവുമുണ്ടായില്ല. നൂറുകണക്കിന് ഇട ങ്ങൾ ഭൂപടത്തിൽ കണ്ടെത്തി. 10.17 ന് വേലിയേറ്റമുണ്ടാകാവുന്ന അമ്പത് ഇടങ്ങളുണ്ട്. സാദ്ധ്യതകളെ അടയ്ക്കുന്ന ചില കാര്യങ്ങൾ കണ്ടെത്തേ ണ്ടിയിരിക്കുന്നു.

ഒരുപിടി ചിന്തകൾ മനസ്സിലൂടെ പ്രവഹിച്ചു. ഈ കടംകഥ പൊളി ച്ചെടുക്കുന്നതിന് വഴി കണ്ടെത്തണം. പടവുകൾ എന്നതുകൊണ്ട് സ്കടർ എന്തായിരിക്കും ഉദ്ദേശിച്ചിരുന്നത്. ചിലപ്പോഴത് തുറമുഖപ്പടവുകൾ ആയി രിക്കുമെന്ന് ഞാൻ ചിന്തിച്ചു. അങ്ങനെയെങ്കിൽ അയാൾ കൃത്യമായ എണ്ണം പറയുമായിരുന്നില്ല. ധാരാളം പടിക്കെട്ടുകളുള്ള ഒരിടത്ത് കൃത്യ മായും മുപ്പത്തൊമ്പത് പടവുകൾ ഉള്ള ഒന്നിനെ അടയാളപ്പെടുത്താൻ പറഞ്ഞതുമാവാം.

പെട്ടെന്ന് വന്ന ചിന്തയാൽ ഞാൻ കപ്പലുകൾ പുറപ്പെടുന്ന സമയ പ്പട്ടിക പരിശോധിച്ചു. രാത്രി പത്തു പതിനേഴിന് ഈ ഭൂഖണ്ഡ ത്തിൽനിന്നും ഒരു ബോട്ടുപോലും പുറപ്പെട്ടിട്ടുമില്ല.

എന്തുകൊണ്ടാണ് വേലിയേറ്റം ഇത്ര പ്രധാനപ്പെട്ടതായത്. അതൊരു ചെറിയ തുറമുഖമാണെങ്കിൽ വേലിയേറ്റം പ്രധാനമായിരിക്കും അല്ലെങ്കിൽ ഭാരമേറിയ അടിത്തട്ടുള്ള ബോട്ടായിരിക്കണം. ആ മണിക്കൂറിൽ കൃത്യ സമയം പാലിച്ചു പുറപ്പെടുന്ന കപ്പലുകളൊന്നും തന്നെയില്ല. മാത്രമല്ല അത്തരം കപ്പലുകളിൽ സാധാരണ തുറമുഖങ്ങളിൽനിന്നും അവർ പുറപ്പെടാനും ഇടയില്ല. അപ്പോൾ അതൊരു ചെറിയ തുറമുഖമായിരിക്കണം. അവിടെയാവും വേലിയേറ്റം പ്രധാനപ്പെട്ടതാവുന്നത്. ചിലപ്പോൾ അത് തുറമുഖമേ അല്ലെന്നും വരാം.

അതൊരു ചെറിയ തുറമുഖമാണെങ്കിൽ അവിടെ പടവുകൾ എന്തിന്റെ സൂചകമായിരിക്കും? ഞാൻ കണ്ടിട്ടുള്ള തുറമുഖങ്ങളിലൊന്നിലും തന്നെ ഒരു കൂട്ടം പടവുകൾ കണ്ടിട്ടുമില്ല. ഒരു പ്രത്യേക പടിക്കെട്ടുകളുമായി ബന്ധപ്പെട്ട് അറിയപ്പെടുന്ന ഏതെങ്കിലും ഒരു സ്ഥലത്തെ തുറമുഖത്തിൽ പൂർണ്ണ വേലിയേറ്റം പത്തു പതിനേഴിന് അനുഭവപ്പെടുന്നു എന്നു വന്നാലോ? ആകെയൊന്നു പരിശോധിച്ചാൽ ആ സ്ഥലം ഒരു തുറന്ന കടൽത്തീരമാകാനിടയുണ്ട്.

അതിനുശേഷം ഞാൻ കുറേക്കൂടി വിശാലമായ കാര്യങ്ങൾ പരിഗണിക്കാൻ തുടങ്ങി. വേഗത്തിൽ രഹസ്യമാർഗ്ഗത്തിലൂടെ ജർമ്മനിയിലേക്കു കടക്കാൻ ആഗ്രഹിക്കുന്ന ഒരുവൻ എവിടെനിന്നാവും പുറപ്പെട്ടിട്ടുണ്ടാവുക? എന്തായാലും അത് വലിയ തുറമുഖത്തിൽനിന്നാവില്ല. കനാൽ വഴിയോ പടിഞ്ഞാറൻ തീരം വഴിയോ വടക്കൻ തീരം വഴിയോ സ്കോട്ട്ലന്റ് വഴിയോ ആകാനിടയില്ല. കാരണം അയാൾ ലണ്ടനിൽ നിന്നാണു പുറപ്പെടുന്നത്. ഞാൻ ഭൂപടത്തിൽനിന്നും ദൂരം തിട്ടപ്പെടുത്തിയശേഷം എന്നെ ശത്രുവിന്റെ സ്ഥാനത്തു നിർത്തി ആലോചിക്കാൻ തുടങ്ങി. അങ്ങനെയെങ്കിൽ ഞാൻ ഓസ്റ്റന്റിൽ നിന്നോ ആന്റ് പെർപ്പിൽനിന്നോ റോട്ടർഡാമിൽനിന്നോ ആയിരിക്കും പോകാൻ നോക്കുക. മാത്രമല്ല ഞാൻ ക്രോമെറിനും ഡോവെറിനും ഇടയിൽ വരുന്ന ഏതെങ്കിലും പ്രദേശമായിരിക്കും തെരഞ്ഞെടുക്കുക.

ഇതെല്ലാം വെറും കാടുകയറിയ ചിന്തകളായിരുന്നു. അതെല്ലാം സമർത്ഥമോ ശാസ്ത്രീയമോ ആണെന്ന് ഞാൻ അവകാശപ്പെടുന്നില്ല. ഞാനതിന് ഷെർലക് ഹോംസ് ഒന്നുമല്ലല്ലോ. എന്നാൽ ഇത്തരം സന്ദർഭങ്ങളിൽ ചില ഉൾപ്രേരണകൾ സഹായകരമായിട്ടുണ്ടെന്നാണ് എന്റെ അനുഭവം. അക്കാര്യം വിശദീകരിക്കാൻ എനിക്ക് കഴിയുകയില്ല. എന്റെ തലച്ചോറിന് എന്തെല്ലാം ചെയ്യാനാവുമോ അതെല്ലാം ചെയ്യാൻ ഞാൻ അനുവദിക്കാറുണ്ട്. അതിനുശേഷവും ശൂന്യതയാണു ഫലമെങ്കിൽ എന്റെ ഊഹങ്ങൾ ശരിയായി വരാറുണ്ടായിരുന്നു എന്നാണനുഭവം.

അതിനാൽ ഞാൻ നാവിക കാര്യ മന്ത്രാലയത്തിന്റെ ഒരു പേപ്പറെടുത്ത് ഇങ്ങനെ എഴുതി.

മിക്കവാറും ഉറപ്പുള്ള കാര്യങ്ങൾ.

1. പലതരം പടിക്കെട്ടുകൾ ഉള്ള ഒരിടമായിരിക്കുമത്. അതിലൊന്ന്

മുപ്പത്തൊമ്പതുപടവുകളുടെ പേരിലാവും അറിയപ്പെടുന്നത്.

2. പത്തു പതിനേഴിലെ പൂർണ്ണ വേലിയേറ്റം. അപ്പോൾ മാത്രം പോകാനാവുന്ന സാഹചര്യം.
3. പടവുകൾ തുറമുഖത്തിലെ പടവുകളല്ല. അതിനാൽ ആ സ്ഥലം തുറമുഖല്ല.
4. രാത്രി പത്തു പതിനേഴിന് പുറപ്പെടുന്ന നിയമാനുസൃതമുള്ള കപ്പലൊന്നും തന്നെയില്ല. അതിനാൽ യാത്ര ചെറിയ ബോട്ടുകളിലോ മീൻ പിടിക്കുന്ന ബോട്ടുകളിലോ ആവാം.

എന്റെ യുക്തിചിന്ത അവിടെ നിലച്ചു. ഞാൻ മറ്റൊരു പട്ടിക തയ്യാറാക്കി. അത് കേവലം ഊഹങ്ങളാണ്. അതിലേതും ആവാം.

1. സ്ഥലം തുറമുഖമല്ല തുറന്ന തീരമാണ്.
2. ചെറിയ ബോട്ട് - മീൻപിടുത്ത വള്ളമോ, ഉല്ലാസനൗകയോ യന്ത്രബോട്ടോ ആണ്.
3. കിഴക്കൻ തീരത്തെ ക്രോമെറിനും ഡോവറിനും ഇടയിലെവിടെ നിന്നോ ആയിരിക്കും.

എനിക്കത് വിചിത്രമായി തോന്നി. കാബിനറ്റ് മന്ത്രി, ഫീൽഡ് മാർഷൽ, രണ്ട് ഉന്നത സർക്കാർ ഉദ്യോഗസ്ഥർ പിന്നെ ഒരു ഫ്രഞ്ച് ജനറലും. അവർക്കിടയിലിരുന്നാണ് മരണപ്പെട്ടുപോയ ഒരുവന്റെ ഡയറിയിലെ നിഗൂഢതകൾ ഞാൻ അഴിച്ചെടുക്കാൻ നോക്കുന്നത്. അതാകട്ടെ ഞങ്ങളുടെ ജീവിതമോ മരണമോ എന്ന ചോദ്യവും.

സർ. വാൾട്ടർ എത്തി. ഇപ്പോൾ മാക്ഗില്ലിവറിയും എത്തിച്ചേർന്നു. ഞാൻ സർ. വാൾട്ടറോടു പറഞ്ഞിരുന്ന ആ മൂന്നു മനുഷ്യരെ ശ്രദ്ധിക്കാൻ എല്ലാ തുറമുഖങ്ങളിലും റെയിൽവേ സ്റ്റേഷനുകളിലും നിർദ്ദേശമെത്തിച്ചു.

“എനിക്ക് അതിൽനിന്നും മനസ്സിലാക്കാനായത് ഇതാണ്. തീരത്തേക്ക് നീളുന്ന നിരവധി പടികെട്ടുകളുള്ള ഒരു സ്ഥലം നാം കണ്ടെത്തണം. അതിലൊന്നിന് മുപ്പത്തൊമ്പത് പടവുകളുണ്ടാവും. വാഷിനും ചാനലിനും ഇടയിൽ വരുന്ന തുറന്ന ഒരു കടൽത്തീരമായിരിക്കണം ആ സ്ഥലം. അവിടെ വലിയ പാറക്കൂട്ടങ്ങളുണ്ടാവും. അവിടെയാണ് നാളെ രാത്രി പത്തു പതിനേഴിന് പൂർണ്ണ വേലിയേറ്റമുണ്ടാവുക.”

ഞാൻ പറഞ്ഞു.

അതിനുശേഷമാണ് പെട്ടെന്ന് ഒരു ആശയം ഉദിച്ചത്.

“കിഴക്കൻ തീരപ്രദേശം ശരിയായി അറിയാവുന്ന കോസ്റ്റുഗാർഡ് ഇൻസ്പെക്ടറോ അതുപോലെയുള്ള ആരെങ്കിലുമോ ഉണ്ടോ?”

അങ്ങനെയൊരാളുണ്ടെന്നും അയാൾ കാപ്ഹാമിലാണു താമസമെന്നും വിറ്റേക്കർ പറഞ്ഞു. അദ്ദേഹം അപ്പോൾത്തന്നെ കാറുമെടുത്ത് അയാളെ കൂട്ടാൻ പുറപ്പെട്ടപ്പോൾ ബാക്കിയുണ്ടായിരുന്ന ഞങ്ങൾ ഞങ്ങളുടെ തലയിൽ ഉദിച്ച ഓരോ ആശയങ്ങൾ പറഞ്ഞുകൊണ്ടിരുന്നു. ഞാൻ

ഒരു പൈപ്പിനു തീകൊടുത്ത് കഴിഞ്ഞ കാര്യങ്ങളെ ഒരിക്കൽക്കൂടി ഓർത്തെടുക്കാൻ നോക്കുമ്പോൾ എന്റെ തലച്ചോറാകെ ക്ഷീണിതമായി.

പുലർച്ചെ ഒരുമണിയോടടുത്ത് കോസ്റ്റ്ഗാർഡ് എത്തി. നാവിക ഉദ്യോഗസ്ഥന്റെ മുഖമുള്ള ഒരു വൃദ്ധനായിരുന്നു അയാൾ. അവിടെയുണ്ടായിരുന്നവർക്കെല്ലാം അയാളോട് ബഹുമാനം തോന്നി. അയാളെ ചോദ്യം ചെയ്യുന്നതിന് യുദ്ധകാര്യമന്ത്രിക്ക് വിട്ടുകൊടുത്തു. എന്നാൽ ഞാൻ സംസാരിക്കട്ടെ എന്നദ്ദേഹം വിചാരിക്കുന്നതായി തോന്നി.

"കിഴക്കൻ തീരപ്രദേശത്ത് എത്ര പാറക്കൂട്ടങ്ങൾ ഉണ്ടെന്നും അവ എവിടെയാണെന്നും തീരത്തേക്ക് ഇറങ്ങിനില്ക്കുന്ന പടവുകളുള്ള സ്ഥലങ്ങളെപ്പറ്റി അറിയാമെങ്കിൽ ഞങ്ങളോടു പറയുക."

അയാൾ അല്പനേരം ചിന്തിച്ചു.

"ഏതു തരത്തിലുള്ള പടവുകളാണു സർ, താങ്കൾ ഉദ്ദേശിച്ചത്. പാറക്കൂട്ടങ്ങളുള്ള തീരപ്രദേശത്തുകൂടെ കടന്നുപോകുന്ന ധാരാളം റോഡുകളുണ്ട്. അതിൽ മിക്കറോഡുകളിലും പാറകളിലേക്ക് രണ്ടോ മൂന്നോ പടവുകളുണ്ട്. സാധാരണ കാണപ്പെടുന്ന ധാരാളം പടവുകളുള്ള പടിക്കെട്ടുകളാണോ?"

സർ ആർതർ എന്നെ നോക്കി.

"അതെ സാധാരണ പടിക്കെട്ടുകൾ."

ഞാൻ പറഞ്ഞു.

അയാൾ രണ്ടോ മൂന്നോ മിനിറ്റെടുത്തു.

"അങ്ങനെയേതെങ്കിലും കണ്ടതായി ഓർക്കുന്നില്ല. നില്ക്കൂ ഒരു സെക്കന്റ്. നോർഫോക്കിൽ അതായത് ബ്രേറ്റിൽസ്ഹാമിൽ - ഗോൾഫ് കോഴ്സിനടുത്ത് ഒന്നുണ്ട്. കാണാതായ പന്ത് എടുക്കാനായി ചിലപ്പോൾ അവർ അവിടെയുള്ള രണ്ടു പടിക്കെട്ടുകൾ ഉപയോഗിക്കാറുണ്ട്."

"അതല്ല"

ഞാൻ പറഞ്ഞു.

"പിന്നെ അവിടെ ധാരാളം ആസൂത്രിത കെട്ടിട സമുച്ചയങ്ങളുമുണ്ട്, അതാണ് നിങ്ങൾ ഉദ്ദേശിക്കുന്നതെങ്കിൽ എല്ലാ തീരപ്രദേശ റിസോർട്ടുകളിലും അത്തരം പടവുകളുണ്ട്."

ഞാൻ അതല്ലെന്ന് തലകുലുക്കി.

"അതു കുറെക്കൂടി ഒഴിഞ്ഞ സ്ഥലമായിരിക്കും."

"സുഹൃത്തുക്കളെ. എനിക്ക് മറ്റ് സ്ഥലങ്ങളെപ്പറ്റി അറിയില്ല. തീർച്ചയായും അവിടെ റഫിൽ...."

"എന്താണത്?"

"ബ്രാഡ് ഗേറ്റിനടുത്ത് കെന്റ് നദിയിൽ വലിയൊരു ചുണ്ണാമ്പുകുന്നും അതിനുമുകളിൽ ധാരാളം വസതികളുമുണ്ട്. ആ വീടുകളിൽ പലതിനും കടൽത്തീരത്തേക്ക് ഇറങ്ങിപ്പോകുന്ന പടിക്കെട്ടുകളുമുണ്ട്. അത് വളരെ വിലപ്പിടിപ്പുള്ള വസതികളാണ്. ആ പടിക്കെട്ടുകൾ അവിടെ പാർക്കുന്നവർ മാത്രം സ്വന്തമായി മാത്രം ഉപയോഗിക്കുന്നവയാണ്."

ഞാൻ വേലിയേറ്റപ്പട്ടികയെടുത്തു നോക്കി ബ്രാഡ് ഗേറ്റ് കണ്ടുപിടിച്ചു. അവിടെ വേലിയേറ്റം രാത്രി പത്ത് ഇരുപത്തിയേഴിനാണ്. ജൂൺ 15 ന്.

"അവസാനം നമുക്ക് ചിലതിന്റെ മണമടിക്കുന്നുണ്ട്."

ഞാൻ ആവേശപൂർവ്വം പറഞ്ഞു.

"എങ്ങനെയാണ് റഫിലെ വേലിയേറ്റ സമയം അറിയുക?

"അതെനിക്ക് അറിയാം സർ. മുമ്പ് അവിടെ മാസത്തിലൊരുവട്ടം ഒരു വീട് വാടകയ്ക്ക് എടുത്ത് തങ്ങിയശേഷം രാത്രി ആഴക്കടൽ മത്സ്യബന്ധനത്തിന് പോകുമായിരുന്നു. അവിടെ വേലിയേറ്റം ബ്രാഡ് ഗേറ്റിനും പത്തുമിനിറ്റ് മുന്നേയെത്തും."

ഞാൻ ബുക്കടച്ചുവച്ച് മറ്റുള്ളവരെ നോക്കി.

"അത്തരമൊരു പടിക്കെട്ടിന് മുപ്പത്തൊമ്പത് പടവുകളുണ്ട്. നാം നിഗൂഢത നീക്കിക്കഴിഞ്ഞു. എനിക്ക് അങ്ങയുടെ കാറൊന്നു തരണം സർ. വാൾട്ടർ. പിന്നെയാ റോഡ് മാപ്പും. മിസ്റ്റർ. മാക്ഗില്ലിവ്റേക്ക് പത്തുമിനിറ്റ് മാറ്റിവയ്ക്കാനാകുമെങ്കിൽ നമുക്ക് രണ്ടുപേർക്കും നാളത്തെ കാര്യങ്ങൾക്കായി ചിലത് തയ്യാറാക്കാമായിരുന്നു."

കാര്യങ്ങൾ ഇങ്ങനെ ഞാൻ ഏറ്റെടുത്തത് പരിഹാസ്യമാണ്. എന്നാൽ മറ്റുള്ളവർക്ക് അതിൽ പ്രശ്നമുള്ളതായി തോന്നിയില്ല. എന്തായാലും ഈ കളിയിൽ ഞാൻ തുടക്കം മുതലേ ഉള്ളവനാണല്ലോ. മാത്രമല്ല ഇത്തരം കഠിനമായ ദൗത്യങ്ങൾ ഏറ്റെടുത്ത പരിചയവും എനിക്കുണ്ട്. ഇവർക്കാകട്ടെ അതിൽ ഇടപെടാതിരിക്കാനുള്ള കൗശലവും.

ജനറൽ റോയെറായിരുന്നു ദൗത്യം എന്നെ ഏല്പിച്ചത്.

"ഞാനീ ദൗത്യം മിസ്റ്റർ ഹാനിയെ ഏല്പിക്കുന്നു." എന്നാണദ്ദേഹം പറഞ്ഞത്.

മൂന്നര മണിയായപ്പോൾ ഞാൻ ചന്ദ്രികയിൽ മുങ്ങിനില്ക്കുന്ന കെന്റ് നദീതീരത്തിലൂടെ കാറോടിക്കുകയായിരുന്നു. മായ്ഗില്ലിവ്റേയുടെ ആ വിദഗ്ദ്ധനായ മനുഷ്യൻ എന്നരികിലിരിക്കുന്നുമുണ്ട്.

എല്ലാം കടലിൽ ചെന്നുചേരുന്നു

ജൂൺ മാസത്തിലെ ഇളം ചുവപ്പാർന്ന നീല പ്രഭാതത്തിൽ ഞാനിതാ ബ്രാഡ് ഗേറ്റിലെ ഗ്രിഫിൻ ഹോട്ടലിനു മുന്നിൽ കൂടിക്കിടക്കുന്ന പൊങ്ങുമണിയുടെ വലിപ്പത്തിലുള്ള മണൽക്കൂമ്പാരത്തിന്മേൽനിന്നു കൊണ്ട് പ്രസന്നമായ കടലിലൂടെ ദീപക്കപ്പലിനെ നോക്കിനില്ക്കുന്നു. തെക്കുമാറി ഏകദേശം രണ്ടു മൈലിനപ്പുറം തീരത്തോടടുത്ത് ചെറിയൊരു യുദ്ധക്കപ്പൽ നങ്കൂരമിട്ടിട്ടുണ്ട്. മാക്ഗില്ലിവ്റേ ഒപ്പം അയച്ച സ്കാഫി എന്ന മനുഷ്യൻ നാവികസേനയിൽ ഉണ്ടായിരുന്ന ആളായതിനാൽ എനിക്ക് ആ കപ്പലിന്റെയും അതിന്റെയും കമാന്ററുടെയും പേര് പറഞ്ഞുതന്നു. അപ്പോൾത്തന്നെ ഞാനത് സർ വാൾട്ടർക്ക് ടെലഗ്രാമായി അയച്ചുകൊടുത്തു.

പ്രാതലിനുശേഷം സ്കാഫി റഫിലെ പടിക്കെട്ടിലേക്കുള്ള കവാടത്തിന്റെ താക്കോൽ, സൂക്ഷിപ്പുകാരനിൽനിന്നും, വാങ്ങിവന്നു. മണൽപ്പരപ്പിലൂടെ അയാൾക്കൊപ്പം നടന്ന് ഞാൻ പാറക്കൂട്ടങ്ങളുടെ വിടവുകളിലൊന്നിലിരുന്നു. അപ്പോഴേക്കും സ്കാഫി അവിടെയുള്ള രണ്ടു ഡസൻ പടിക്കെട്ടുകൾ പരിശോധിക്കാനായി പോയിക്കഴിഞ്ഞിരുന്നു. മറ്റാരെങ്കിലും എന്നെ കാണാതിരിക്കാൻ ഞാൻ ശ്രദ്ധിച്ചു. ആ സമയം അവിടമാകെ വിജനമായിരുന്നു. ഏതാനും കടൽക്കാക്കകളെയല്ലാതെ മറ്റൊന്നിനെയും എനിക്കു കാണുവാനായില്ല.

അയാൾക്ക് തന്റെ പരിശോധന പൂർത്തിയാക്കാൻ ഒരു മണിക്കൂറിലേറെ സമയം വേണ്ടിവന്നു. ഞാൻ നോക്കുമ്പോൾ കൈയിൽ ഉയർത്തിപ്പിടിച്ച ഒരു കടലാസുതുണ്ടുമായി അയാൾ എനിക്കുനേരെ നടന്നടുക്കുകയാണ്. എന്റെ ഹൃദയം പട പടാ മിടിക്കാൻ തുടങ്ങി. എന്റെ ഊഹങ്ങൾ ശരിവയ്ക്കപ്പെടുന്നത് അതിനെ ആശ്രയിച്ചായിരിക്കും.

വിവിധ പടിക്കെട്ടുകളിലെ പടവുകളുടെ എണ്ണം അയാൾ ഉച്ചത്തിൽ വിളിച്ചു പറയുന്നുണ്ടായിരുന്നു. മുപ്പത്തിനാല്, മുപ്പത്തഞ്ച്, മുപ്പത്തൊമ്പത്, നാല്പത്തിരണ്ട്, നാല്പത്തിയേഴ്, അമ്പത്തിരണ്ട്. അതും വിളിച്ചു പറഞ്ഞ് അയാൾ പാറക്കൂട്ടങ്ങളുടെ ഉയരം കുറഞ്ഞ ഭാഗത്തേക്ക് അടുക്കുന്നു. ഞാൻ എഴുന്നേറ്റുനിന്ന് കൂകിവിളിക്കാൻ തുനിഞ്ഞു.

ഞങ്ങൾ അതിവേഗം പട്ടണത്തിലേക്ക് മടങ്ങി മാക്ഗില്ലിവ്റേക്ക് ടെലഗ്രാമയച്ചു. ആറു പേരെ അയച്ചുതരാനും അവരെ വിവിധ ഹോട്ടലുകളിലായി വിന്യസിക്കാനും ഞാൻ ആവശ്യപ്പെട്ടു. സ്കാഫി മുപ്പത്തൊമ്പത് പടവുകളുടെ മുകളിലുള്ള വീട് നോക്കാൻ പോയി.

ഒരേ സമയം എന്നെ കുഴയ്ക്കുകയും സമാശ്വസിപ്പിക്കുകയും ചെയ്ത വാർത്തയായുമാണ് സ്കാഫി മടങ്ങിയെത്തിയത്. ട്രാഫാൽഗർ ലോഡ്ജ് എന്നാണ് ആ കെട്ടിടം അറിയപ്പെടുന്നത്. അപ്പിൾടോൺ എന്നൊരു വയോധികനാണ് അതിന്റെ ഉടമ. അയാൾ പഴയൊരു ഓഹരി ബ്രോക്കർ ആയിരുന്നതായാണ് വീടു സൂക്ഷിപ്പുകാരൻ പറഞ്ഞത്. മുമ്പൊക്കെ അപ്പിൾടോൺ വേനൽക്കാലത്താണ് അവിടെ പതിവായി വന്നിരുന്നതെങ്കിൽ ഇപ്പോൾ പൂർണ്ണ സമയ താമസക്കാരനാണ്. ഒരാഴ്ചയിലെ മിക്ക ദിവസങ്ങളിലും അവിടെത്തന്നെ കാണും. അയാളെപ്പറ്റി പരിമിതമായ വിവരങ്ങളേ സ്കാഫിക്ക് ശേഖരിക്കാനായുള്ളൂ. അയാൾ ഒരു മാന്യനാണെന്നും പ്രതിമാസ ബില്ലുകൾ കൃത്യസമയത്ത് ഒടുക്കിയിരുന്നെന്നും ആളുകളെ കൈയയച്ച് സഹായിച്ചിരുന്നെന്നും കൂടി സ്കാഫി മനസ്സിലാക്കി. അതിനുശേഷം തയ്യൽ മെഷീനുകളുടെ ഏജന്റാണെന്ന വ്യാജേന അയാൾ പിൻവശത്തെ വാതിലിലൂടെ അകത്തേക്കു കയറി. ആകെ മൂന്ന് ജോലിക്കാരാണവിടെയുണ്ടായിരുന്നത്. ഒരു കുശിനിക്കാരി, പാർലറിൽ സഹായിക്കുന്ന മറ്റൊരുവൾ വീട്ടുജോലിക്കാരി. കുശിനിക്കാരി ഒരു പരദൂഷണക്കാരിയായിരുന്നില്ല. അവർ അതിവേഗം അയാൾക്കുനേരെ വാതിലടച്ചു. അവൾക്ക് ഒന്നും അറിയില്ലെന്ന കാര്യം സ്കാഫിക്ക് ഉറപ്പാണ്. അടുത്ത വീട് ഒരു പുതിയ കെട്ടിടമാണ്. അവിടെയിരുന്നാൽ കൂടുതൽ നിരീക്ഷിക്കാനാകും. അതിനടുത്തുള്ള വില്ലകൾ വാടകയ്ക്കു കൊടുത്തിരിക്കുകയാണ്. ആ വില്ലകളുടെ മുന്നിലുള്ള പൂന്തോട്ടത്തിൽ കാട്ടുപുല്ലുകൾ വളർന്നിരുന്നു.

സ്കാഫിയുടെ ടെലസ്കോപ്പ് കടം വാങ്ങി ഉച്ചഭക്ഷണത്തിനു മുന്നേ ഞാൻ 'റഫി' നടുത്തേക്ക് നടക്കാൻ പോയി. വില്ലകളുടെ പിൻവശത്തു കൂടെയായിരുന്നു ഞാൻ നടന്നത്. അവിടെ ഗോൾഫ് മൈതാനത്തിന്റെ ഒരറ്റത്ത് ഞാൻ നല്ലൊരു നിരീക്ഷണ സ്ഥലം കണ്ടെത്തി. അവിടെയിരുന്നു നോക്കിയാൽ പുൽമേടുമുതൽ പാറക്കൂട്ടങ്ങൾവരെ കാണാം. ഇടവിട്ടിടവിട്ട് സ്ഥാപിച്ചിട്ടുള്ള ഇരിപ്പിടങ്ങളും ചതുരാകൃതിയിലുള്ള ചെറിയ വളപ്പുകളും നിരനിരയായി നട്ടിട്ടുള്ള കുറ്റിച്ചെടികളും പടിക്കെട്ടുകൾ കടൽത്തീരം തൊടുന്നിടം വരെയും കാണപ്പെട്ടു. അവിടെനിന്നു നോക്കിയാൽ ട്രാഫാൽഗർ ലോഡ്ജും ചുവന്ന ഇഷ്ടികകൾകൊണ്ടു പണിത വിശാലമായ വരാന്തകളുള്ള വില്ലകളും അതിന്റെ പുറകുവശത്തെ

ടെന്നീസ് കോർട്ടും മുൻവശത്തുള്ള സമുദ്രതീരോദ്യാനവും അതിൽ വിടർന്നുനില്ക്കുന്ന മാർഗരെറ്റ് പുഷ്പങ്ങളും ശേഷിച്ച ജെറേനിയം ചെടികളും സ്പഷ്ടമായി കാണാം. ധ്വജസ്തംഭത്തിൽ വലിയൊരു യൂണിയൻ ജാക്ക് പാറുന്നുണ്ടായിരുന്നു.

ഒരാൾ വീട്ടിൽ നിന്നിറങ്ങി പാറക്കൂട്ടങ്ങൾക്കരികിലേക്ക് മെല്ലെ നടന്നുനീങ്ങുന്നതായി ഞാൻ നിരീക്ഷിച്ചു. അയാളിലേക്ക് എന്റെ കാഴ്ച കേന്ദ്രീകരിച്ചപ്പോൾ അതൊരു വൃദ്ധനാണെന്നും വെള്ള പാന്റും നീല ജാക്കറ്റും വയ്ക്കോൽ തൊപ്പിയും ധരിച്ചിരിക്കുന്നുവെന്നും മനസ്സിലായി. അയാൾ ഒരു ദൂരദർശിനിയും വർത്തമാനപ്പത്രവും കൈയിൽ കരുതിയിരുന്നു. അയാൾ അവിടെയുണ്ടായിരുന്ന കസേരകളിലൊന്നിലിരുന്ന് വായിക്കാൻ തുടങ്ങി. ഇടയ്ക്കിടയ്ക്ക് അയാൾ പേപ്പർ താഴെവച്ച് ദൂരദർശിനി കൈയിലെടുത്ത് കടലിനെ നിരീക്ഷിക്കും. അവിടെ നങ്കൂരമിട്ടിരിക്കുന്ന യുദ്ധക്കപ്പലിലേക്കാണ് അയാൾ ഏറെയും നോക്കിയിരുന്നത്. അയാൾ ഉച്ചഭക്ഷണത്തിനായി വീട്ടിലേക്കുനടന്നുപോകുംവരെ അരമണിക്കൂറോളം ഞാൻ അയാളെ നിരീക്ഷിച്ചു. എന്നിട്ടു ഞാൻ ഉച്ചഭക്ഷണത്തിനായി ഹോട്ടലിലേക്കുപോയി.

എനിക്ക് വേണ്ടത്ര ആത്മവിശ്വാസം തോന്നിയില്ല. അന്തസ്സുറ്റ പാർപ്പിട സമുച്ചയം ഞാനിവിടെ പ്രതീക്ഷിച്ചതുമില്ല. ഭീതിദമായ ചതുപ്പുനിലത്തിലെ ആ വസതിയിൽ ഞാൻ കണ്ട കഷണ്ടിക്കാരനായ പുരാവസ്തു ഗവേഷകനാവാം ആ വൃദ്ധൻ. അല്ലാതെയുമാവാം. പ്രാന്തപ്രദേശങ്ങളിലെ എല്ലാ വിനോദ-വിശ്രമ കേന്ദ്രങ്ങളിലും ഇത്തരം സംതൃപ്തപക്ഷികളെ നമുക്ക് കാണാൻ കഴിയും. നിങ്ങൾ പൂർണ്ണമായും നിരുപദ്രവിയായ ഒരുവനെയാണ് അന്വേഷിക്കുന്നതെങ്കിൽ ഇതിൽ ഉറച്ചുനില്ക്കാവുന്നതാണ്.

ഉച്ചഭക്ഷണം കഴിഞ്ഞ് ഹോട്ടൽ പോർട്ടിക്കോവിൽ ഇരിക്കുമ്പോൾ ഞാൻ ആഗ്രഹിച്ചിരുന്നതും നഷ്ടപ്പെടാൻ ഭയപ്പെടുന്നതുമായ ഒന്നിനെ കണ്ടു. തെക്കുനിന്നും വന്ന ഒരു ചെറിയ നൗക എത്തി റഫിനെതിരായി നങ്കൂരമിട്ടു. ഏകദേശം നൂറ്റമ്പതു ടണ്ണോളം ഭാരമുണ്ടാവുമതിന്. വെള്ള കൊടിക്കൂറ അത് ഏതു നാവിക വിഭാഗത്തിന്റേതാണെന്ന് സൂചന നല്കി. അങ്ങനെ ഞാനും സ്കാഫിയും തുറമുഖത്തിലേക്കു നടന്ന് സായാഹ്ന മത്സ്യബന്ധനത്തിനായി ഒരു ബോട്ട് വാടകയ്ക്കെടുത്തു.

വളരെ ഊഷ്മളവും സമാധാനപരവുമായ ഒരു സായാഹ്നമായിരുന്നു അത്. ഏകദേശം ഇരുപതു പൗണ്ടോളം മത്സ്യം പിടിച്ചശേഷം ഞങ്ങൾ നൃത്തംവയ്ക്കുന്ന നീലക്കടലിൽ ചുറ്റിക്കറങ്ങി കൂടുതൽ കാഴ്ചകൾ കണ്ടു. റഫിലെ വെള്ളപ്പാറക്കൂട്ടങ്ങൾക്കു മുകളിലൂടെ വില്ലകളുടെ പച്ചയും ചുവപ്പും പ്രത്യേകിച്ച് ട്രാഫാൽഗർ ലോഡ്ജിലെ വലിയ ധ്വജസ്തംഭവും കണ്ടു. നാലുമണിയോടെ മീൻപിടുത്തം മതിയാക്കിയശേഷം ചെറിയ നൗകയ്ക്കരികിലേക്ക് തുഴയാൻ ഞാൻ ബോട്ടുകാരനോടു പറഞ്ഞു. ഏതു സമയത്തും പറന്നു പോകാൻ തയ്യാറായിക്കിടക്കുന്ന ക്ഷീണിതയായ ഒരു വെളുത്ത കടൽപക്ഷിയെ അതോർമ്മിപ്പിച്ചു. അതിന്റെ നിർമ്മിതിയിൽ

നിന്നും അതൊരു അതിവേഗ നൗകയാണെന്നും ശക്തമായ എഞ്ചിനാണതിന്റേതെന്നും സ്കാഫി പറഞ്ഞു.

നൗകയുടെ പേര് 'അരിയാഡ്നി'യെന്നാണെന്ന് ആ നൗകയെ പോളിഷ് ചെയ്തുകൊണ്ടിരുന്ന ജീവനക്കാരുടെ തൊപ്പികളിൽനിന്നും മനസ്സിലായി. അതിലൊരുവനോടു സംസാരിച്ചപ്പോൾ അയാൾ മൃദുവായി എസ്സെക്സ് മൊഴിയിൽ സംസാരിച്ചു. അതിലുണ്ടായിരുന്ന മറ്റൊരുവൻ സംശയരഹിതമായും ഇംഗ്ലീഷിലാണ് സംസാരിച്ചത്. ഞങ്ങളുടെ ബോട്ടുകാരൻ അവരുമായി കാലാവസ്ഥയെച്ചൊല്ലി തർക്കിച്ചു. നൗകയുടെ വലതുഭാഗത്തുള്ള വളവിനരികിൽ ഞങ്ങൾ പങ്കായം ചലിപ്പിക്കാതെ ഏറെ നേരം കിടന്നു.

അതിനുശേഷം നൗകയിലെ ജോലിക്കാർ ഞങ്ങളെ കണക്കിലെടുക്കാതെ പണിതുടർന്നു. അവരുടെ ഓഫീസർ അവിടേക്കെത്തി. അയാൾ ഏറെ വെടിപ്പുള്ള ഒരുവനായി കാണപ്പെട്ടു. അയാൾ ഒരു യുവാവായിരുന്നു. മത്സ്യബന്ധനത്തെപ്പറ്റി ഒന്നോ രണ്ടോ ചോദ്യങ്ങൾ അയാൾ ചോദിച്ചു. നല്ല ഇംഗ്ലീഷിലായിരുന്നു ചോദ്യങ്ങൾ. ഒരു സംശയത്തിനുമയാൾ ഇട നല്കിയില്ല. പറ്റെവെട്ടിയ മുടിയും കോളറിലെ വെട്ടും ടൈയും ഇംഗ്ലണ്ടിൽനിന്നുമുള്ളതായിരുന്നില്ല.

അത് എന്റെ ധാരണകളെ ഉറപ്പിക്കുന്നതായി തോന്നി. എന്നാൽ ബ്രാഡ്ഗേറ്റിലേക്കു തുഴയുമ്പോൾ എന്റെയുള്ളിൽ രൂപപ്പെട്ട ചില സന്ദേഹങ്ങൾ തള്ളിക്കളയാനുമാകില്ല. എന്നെ കുഴക്കിക്കൊണ്ടിരുന്ന കാര്യം സ്കടറിൽനിന്നും ഞാൻ ഈ സ്ഥലത്തെപ്പറ്റി മനസ്സിലാക്കിയിട്ടുണ്ടെന്ന് എന്റെ ശത്രുക്കൾക്ക് അറിയാമോ എന്ന കാര്യമായിരുന്നു. ഈ സ്ഥലത്തെപ്പറ്റി സ്കടറിന് അറിയാമെന്ന് സൂചന ലഭിച്ചിട്ടുണ്ടെങ്കിൽ അവർ പദ്ധതിയാകെ മാറ്റുമായിരുന്നില്ലേ? എല്ലാം ആശ്രയിച്ചിരിക്കുന്നത് അപകടസാദ്ധ്യതയുള്ള കാര്യങ്ങൾ സധൈര്യം ഏറ്റെടുത്തു വിജയിപ്പിക്കാനുള്ള അവരുടെ കഴിവിനെയാണ്. സ്കടറുടെ അറിവിനെപ്പറ്റി അവർക്കെത്ര മാത്രം അറിയാമെന്നതാണ് പ്രധാനപ്പെട്ട ചോദ്യം. ഒരു ദൗത്യം ഏറ്റെടുത്താൽ അതിൽ ഉറച്ചുനില്ക്കുന്ന ജർമ്മൻ രീതിയെപ്പറ്റി ഇന്നലെ ഞാൻ ആത്മവിശ്വാസത്തോടെയാണു പറഞ്ഞതെങ്കിൽ ഞാൻ അവരുടെ പിന്നാലെയുണ്ടെന്നു മനസ്സിലാക്കിയിട്ടും അവരതു കണക്കിലെടുക്കുന്നില്ലെങ്കിൽ അവർ വിഡ്ഢികളായിരിക്കണം. കഴിഞ്ഞ രാത്രി ഞാൻ കണ്ട മനുഷ്യനെ ഞാൻ തിരിച്ചറിഞ്ഞു എന്ന് അയാൾ മനസ്സിലാക്കിയിരുന്നോ? അയാൾ എന്നെ തിരിച്ചറിഞ്ഞിട്ടുണ്ടാവില്ല എന്ന ചിന്തയിൽ ഞാൻ പിടിച്ചുതൂങ്ങി. കഴിഞ്ഞ രാത്രിയിലേതുപോലെ പ്രയാസകരമായ ഒന്ന് എന്റെയീ ദൗത്യത്തിനിടയിൽ ഉണ്ടായിട്ടില്ല. ഞാൻ ഉള്ളാലെ ആഹ്ലാദിക്കുന്ന എന്റെ കണക്കുകൂട്ടലുകൾ വിജയം കാണുമോ?

നങ്കൂരമിട്ടിരുന്ന യുദ്ധക്കപ്പലിന്റെ കമാന്ററെ ഞാൻ ഹോട്ടലിൽ കണ്ടു. സ്കാഫി അയാൾക്ക് എന്നെ പരിചയപ്പെടുത്തി. ഞങ്ങൾ ഒന്നോ രണ്ടോ വാക്കുകൾ കൈമാറി. അതിനുശേഷം ട്രാഫാൽഗർ ലോഡ്ജിനെ നിരീക്ഷി

ക്കാൻ ഒന്നോ രണ്ടോ മണിക്കൂറുകൾ ചെലവിട്ടാലോ എന്ന ചിന്ത എന്റെയുള്ളിൽ നാമ്പിട്ടു.

ഒഴിഞ്ഞുകിടന്ന ഒരു വീടിന്റെ പൂന്തോട്ടത്തിൽ കണ്ട കൂടുതൽ ഉയർന്ന ഒരു കുന്നിൽ ഞാനൊരു സ്ഥലം കണ്ടെത്തി. അവിടെ നിന്നാൽ ടെന്നീസ് കോർട്ട് കൂടുതൽ വ്യക്തമായി കാണാം. രണ്ടുപേർ അവിടെ ടെന്നിസ് കളിക്കുന്നുണ്ട്. ഞാൻ മുമ്പ് കണ്ട വൃദ്ധനായിരുന്നു അതിലൊരാൾ. മറ്റെയാൾ ഒരു യുവാവാണ്. ഏതോ ക്ലബ്ബിന്റെ വിചിത്ര വർണ്ണത്തിലുള്ള, ജേഴ്സി അയാൾ ധരിച്ചിരുന്നു. കൂടുതൽ വിയർക്കാനായി കഠിനമായി യത്നിക്കുന്ന നഗരവാസികളെപ്പോലെ അവർ തീവ്രതയോടെ കളിച്ചു. ഇത്ര നിഷ്കളങ്കമായ ഒരു കാഴ്ച നിങ്ങൾക്കു വേറെ കാണാനാവില്ല. അവർ ആർത്തുവിളിക്കുകയും ഉറക്കെ ചിരിക്കുകയും ഇടയ്ക്കിടയ്ക്ക് പരിചാരിക ഒരു തളികയിൽ കൊണ്ടുവച്ച രണ്ടു മൊന്തകളിൽനിന്നും വെള്ളം കുടിക്കാനായി കളി നിർത്തിവയ്ക്കുകയും ചെയ്യുന്നുണ്ടായിരുന്നു. ഞാനെന്റെ കണ്ണുകൾ തിരുമ്മി. ഈ ലോകത്തെ ഏറ്റവും വലിയ വിഡ്ഢിയല്ലേ ഞാനെന്ന് ഞാൻ സ്വയം ചോദിച്ചു. നിഗൂഢതയും കടുത്ത അന്ധകാരവും പൊതിഞ്ഞു നില്ക്കുകയാണ് എന്നെ ചതുപ്പുനിലങ്ങളിൽ വേട്ടയാടിയവരിൽ പ്രത്യേകിച്ചും ആ പുരാവസ്തു ഗവേഷകനിൽ. വിമാനമുപയോഗിച്ചും മോട്ടോർ കാറിലും അവരെന്നെ പിന്തുടർന്നു. സ്കടറെ കുത്തി വീഴ്ത്തിയവരുമായി ഇവരെ ബന്ധിപ്പിക്കാൻ എളുപ്പമാണ്. അതുപോലെതന്നെയാണ് ലോകസമാധാനം തകർക്കാനുള്ള അവരുടെ ഗൂഢനീക്കങ്ങളും എന്നാലിതാ രണ്ടു നിഷ്കളങ്കരായ രണ്ടു പൗരന്മാർ ഇവിടെ നിരുപദ്രവമായി വ്യായാമം ചെയ്യുന്നു. അവരിനി അകത്തേക്കുപോയി വിരസമായ അത്താഴം കഴിക്കും. അവിടെയിരുന്നവർ ഓഹരി കമ്പോളത്തെപ്പറ്റിയും ക്രിക്കറ്റ് സ്കോറിനെപ്പറ്റിയും വാചാലരാകും. എന്നിട്ടവർ അവരുടെ സ്വദശമായ സർ ബിട്ടണെപ്പറ്റിയുള്ള കൊച്ചുവർത്തമാനങ്ങൾ കൈമാറും. കഴുകന്മാരെയും പ്രാപ്പിടിയന്മാരെയും പരുന്തുകളെയും കുരുക്കാനുള്ള വല നെയ്തുവരുമ്പോഴാണ് രണ്ടു തടിച്ചുകൊഴുത്ത വാനമ്പാടികൾ അതിലേക്ക് പറന്നടുക്കുന്നത്.

ഇപ്പോൾ മൂന്നാമതൊരുവൻ എത്തി. ഗോൾഫ് കളിക്കുള്ള പൊക്കണങ്ങൾ മുതുകിൽ തൂക്കിയാണ് വരവ്. അയാൾ ടെന്നിസ് തകിടിയിലൂടെ ഉലാത്തി. കളിച്ചുകൊണ്ടിരുന്നവർ ആഹ്ലാദത്തോടെ അയാളെ വരവേറ്റു. അവർ അയാളെ കളിയാക്കുന്നുണ്ടായിരുന്നു. കഠോരമായ ഇംഗ്ലീഷിലായിരുന്നു അത്. അതിനുശേഷം കളിച്ചുകൊണ്ടിരുന്നവരിൽ വണ്ണം കൂടിയയാൾ തൂവാലകൊണ്ട് നെറ്റി തുടച്ചുകൊണ്ട് താൻ കുളിക്കാൻ പോകുകയാണെന്ന് പ്രഖ്യാപിച്ചു.

അയാൾ പറഞ്ഞ ഓരോ വാക്കും ഞാൻ കേട്ടു.

"പതയിൽ ഒന്നു മുങ്ങിക്കിടക്കണം. അതെന്റെ ഭാരവും അവശതയും കുറയ്ക്കും, ബോബ്. ഞാൻ നിങ്ങളെ കൊണ്ടുപോയി ഗോൾഫ് കളിപ്പിക്കാം."

പറഞ്ഞ ഇംഗ്ലീഷല്ലാതെ മറ്റൊന്നും നിങ്ങൾക്കതിൽനിന്നും വായിച്ചെടുക്കാനാവില്ല.

അവരെല്ലാം വീട്ടിനുള്ളിലേക്കു പോയപ്പോൾ വിഡ്ഢിയാക്കപ്പെട്ട പോലെ എനിക്കുതോന്നി. ഈ മനുഷ്യർ വെറുതെ അഭിനയിക്കുകയായിരുന്നെങ്കിൽ അതിനുള്ള പ്രേക്ഷകർ എവിടെ? ഞാനിങ്ങനെ അവരെ വീക്ഷിക്കുകയാണെന്ന കാര്യം അവർക്ക് അറിയുകയില്ലല്ലോ! ആ മൂന്നു മനുഷ്യരെയും സഹൃദരായ നാട്ടിൻപുറത്തുകാരായല്ലാതെ കാണാനാകില്ല. കളികളിലേർപ്പെടുന്ന വെറും സാധാരണ മനുഷ്യർ. സഹിക്കാൻ പറ്റാത്തവിധം സാധാരണക്കാരായ നാട്ടിൻ പുറത്തുകാരെന്നു വേണമെങ്കില വരെ വിളിച്ചോളൂ. പക്ഷേ, അങ്ങേയറ്റത്തെ നിർദ്ദോഷികളാണവർ.

***

എന്നാലും അവർ മൂന്നുപേർ അവിടെയുണ്ട്. ഒരാൾ വൃദ്ധൻ. ഒരുത്തൻ തടിയൻ. മറ്റേയാൾ മെലിഞ്ഞ് കറുത്തിട്ടും. അവരുടെ വീട് സ്കടറുടെ കുറിപ്പുകളിലെവിടെയോ മുഴങ്ങുംപോലെ. അരമൈലകലെ ചെറിയ നൗക. അതിനുള്ളിൽ ചുരുങ്ങിയപക്ഷം ഒരു ജർമ്മൻ ഓഫീസർ. കരോലൈഡ്സ് മരിച്ചുകിടക്കുന്നതും യൂറോപ്പാകെ ഭൂമികുലുക്കം പോലെ വിറകൊള്ളുന്നതും ഞാൻ ലണ്ടനിൽ വിട്ടുപോന്ന, ആകാംക്ഷാപൂർവ്വം നിമിഷങ്ങൾ എണ്ണുന്ന, ഏതാനും മനുഷ്യരും എന്റെ മനസ്സിലേക്ക് ഓടിയെത്തി. എന്തോ എവിടെയോ ഭയാനകമായി പതിയിരുപ്പുണ്ടെന്ന കാര്യം തീർച്ചയാണ്. 'ബ്ലാക്ക് സ്റ്റോൺ' വിജയിച്ചു. ഈ ജൂൺമാസ രാവിനെയും അതിജീവിക്കാനായാൽ അത് വിജയം കൊയ്യും.

എന്റെ മുന്നിൽ ഒരൊറ്റക്കാര്യം മാത്രം. ഒരു സന്ദേഹവുമില്ലാത്ത പോലെ മുമ്പോട്ടുപോവുക. ഞാനെന്നെത്തന്നെ വിഡ്ഢിയാക്കുകയാണെങ്കിൽ അതങ്ങ് സുന്ദരമായി നടക്കട്ടെ. ജീവിതത്തിലൊരിക്കൽപ്പോലും ഇത്ര വൈമുഖ്യത്തോടെ ഞാനൊരു ദൗത്യത്തിൽ ചെന്നുപെട്ടിട്ടില്ല. ആ ഉല്ലാസപ്രിയരായ മനുഷ്യരുടെ വീടിനുള്ളിൽ കടന്നുചെന്ന് അവരുടെ കളിനിർത്താൻ പറയുന്നതിൽ ഭേദം നിറ ശക്തമായി നില്ക്കുന്നവരുടെ മുന്നിലേക്ക് കടന്നുചെല്ലുകയോ കളിത്തോക്കുമായി സിംഹത്തെ നേരിടുകയോ ചെയ്യുകയാണ്. അവർ എപ്രകാരമായിരിക്കും എന്നെ പരിഹസിക്കുക! റൊഡേഷ്യയിലെ പീറ്റർ പൈനാറെ എനിക്ക് പെട്ടെന്ന് ഓർമ്മ വന്നു. ഇതിനുമുമ്പ് ഒരിടത്ത് ഞാൻ പീറ്ററെ ഉദ്ധരിച്ചിരുന്നു. ചാരപ്രവൃത്തി ചെയ്യുന്നതിൽ അഗ്രഗണ്യനായിരുന്നു അയാൾ. സമൂഹത്തിനു മുന്നിൽ ബഹുമാന്യനായിത്തീരുന്നതിനു മുമ്പ് അയാൾ ഒരു നിയമ നിഷേധിയും പൊലീസിനാൽ അന്വേഷിക്കപ്പെടുന്നവനുമായിരുന്നു. ഒളിവിൽ കഴിയുന്നതിൽ അയാൾക്ക് ചില സിദ്ധാന്തങ്ങളുള്ളത് എന്നെ അതിശയിപ്പിച്ചിരുന്നു. വളരെ ഉറപ്പുള്ള വിരലടയാളങ്ങൾ ഒഴിവാക്കിയാൽ ഭൗതികലക്ഷണങ്ങൾക്കൊന്നും ഒളിവിൽ കഴിയുന്ന ഒരു മിടുക്കുള്ളവനു മുന്നിൽ തെളിവാക്കാൻ കഴിയുകയില്ല. മുടി ഡൈ ചെയ്യുക, കൃത്രിമത്താടി വയ്ക്കുക

തുടങ്ങിയ ബാലിശമായ പ്രവൃത്തികളെ അയാൾ പരിഹസിച്ചുതള്ളി.

പരിഗണിക്കാവുന്ന ഒരേ ഒരു കാര്യം 'അന്തരീക്ഷ'മാണെന്ന് പീറ്റർ പറയുമായിരുന്നു. ഒരുവൻ ആദ്യമായി നിരീക്ഷിക്കപ്പെട്ട അന്തരീക്ഷത്തിൽനിന്നും തികച്ചും വിഭിന്നമായ പരിസരങ്ങളിൽ ഇത് വളരെ പ്രധാനമാണ് - കാണപ്പെടുകയാണെങ്കിൽ അയാൾ ഒരിക്കലും അതിനു പുറത്തേക്ക് ഒരിക്കലും കടന്നിട്ടില്ല എന്നവിധത്തിൽ അങ്ങേയറ്റം സ്വാഭാവികമായി പെരുമാറാൻ നോക്കും. ലോകത്തെ ഏറ്റവും വിദഗ്ദ്ധനായ കുറ്റാന്വേഷകൻ പോലും ഒന്നു സംശയിച്ചുപോകും. ഒരിക്കൽ ഒരു കറുത്ത കോട്ട് കടംവാങ്ങി ഒരു പള്ളിക്കുള്ളിൽ കയറി അയാളെ അന്വേഷിക്കുന്നവനിൽ നിന്നുതന്നെ കീർത്തന പുസ്തകം വാങ്ങിയ സംഭവം പീറ്ററൊരിക്കൽ പറഞ്ഞിരുന്നു. ഒരു തോക്കുമായി പൊതുസ്ഥലത്ത് നില്ക്കുന്നവനെയാണയാൾ ആദ്യം കാണുന്നത്. മറിച്ച് സാധാരണമായ ഒരു സാഹചര്യത്തിലാണ് ആദ്യം കാണപ്പെട്ടിരുന്നതെങ്കിൽ വേഗം തിരിച്ചറിയുമായിരുന്നു.

പീറ്ററുമായുള്ള സംസാരത്തിന്റെ ഓർമ്മ ആ ദിവസം എനിക്ക് ആദ്യത്തെ യഥാർത്ഥ മനഃസുഖം പകർന്നു. പീറ്റർ കൗശലക്കാരനായ പക്ഷിയാണ്. ഞാൻ പിന്തുടരുന്നവരാകട്ടെ കൈയെത്തും ദൂരത്ത് പക്ഷിക്കൂട്ടിലും. അവർ പീറ്റർ പറഞ്ഞ കളികളിലാണോ ഏർപ്പെട്ടിരിക്കുന്നത്? ഒരു വിഡ്ഢി എപ്പോഴും വ്യത്യസ്തമായി കാണപ്പെടാൻ ശ്രമിച്ചുകൊണ്ടിരിക്കും. എന്നാൽ ബുദ്ധിമാൻ അയാൾ എങ്ങനെയോ അങ്ങനെ തന്നെ കാണപ്പെടുന്നതോടൊപ്പം തന്നെ വ്യത്യസ്തനുമായിരിക്കും.

പിന്നെയുണ്ട് എന്നെ സ്വാധീനിച്ച പീറ്ററുടെ പ്രമാണങ്ങൾ. റോഡുപണിക്കാരനായി വേഷം കെട്ടിയ സമയത്ത് അത് എനിക്ക് ഏറെ സഹായകരമായിരുന്നു. നിങ്ങൾ ഒരു വേഷം അഭിനയിക്കുകയാണെങ്കിൽ സ്വയം തൃപ്തിവരാതെ അതിലേക്കു കടക്കരുത്. ടെന്നീസ് പോലാണത്. ചിലർക്ക് അഭിനയിക്കേണ്ടിവരില്ല. അവർ സ്വാഭാവികതയോടെ മറ്റേ ജീവിതത്തിലേക്ക് പ്രവേശിക്കും. അത് സ്വാഭാവികമായും സംഭവിക്കുന്നതാണ്. വിഡ്ഢിത്തമാണെന്നു തോന്നുമെങ്കിലും പീറ്ററുടെ അഭിപ്രായത്തിൽ അതാണ് ലോകത്തെ പ്രധാനപ്പെട്ട കുറ്റവാളികളുടെയെല്ലാം വിജയരഹസ്യം.

സമയം രാത്രി എട്ടിനോടടുത്തു. സ്കാഫിയെക്കണ്ട് നിർദ്ദേശങ്ങൾ നല്കാനായി ഞാൻ തിരികെപോയി. സ്കാഫിയുടെ ആളുകളെ എവിടെയെല്ലാം വിന്യസിക്കണമെന്ന് നിർദ്ദേശിച്ചശേഷം ഭക്ഷണത്തിനായി നില്ക്കാതെ ഞാൻ നടക്കാനിറങ്ങി. വിജനമായ ഗോൾഫ് മൈതാനത്തിലും പാറക്കൂട്ടങ്ങൾ കഴിഞ്ഞ് അല്പം വടക്കോട്ടും വില്ലകൾക്കപ്പുറത്തേക്കും ഞാൻ നടന്നു. ടെന്നീസ് കളി കഴിഞ്ഞും കടൽത്തീരത്തുനിന്നും മടങ്ങുന്ന പലരും മഫ്ളർ ധരിച്ചിരുന്നു. പുതിയതായി പണിത ചെറിയ റോഡിലൂടെയാണവർ നടന്നുപോയിരുന്നത്. വയർലസ് സ്റ്റേഷനിൽനിന്നും മടങ്ങുന്ന കോസ്റ്റ് ഗാർഡും ഏതാനും കഴുതകളും കോമാളി വേഷക്കാരും

അവരവരുടെ വാസസ്ഥലങ്ങളിലേക്കു മടങ്ങുന്നുണ്ടായിരുന്നു. നീലക്കടലിൽ രാത്രിയുടെ പുതപ്പു വീണുകിടന്നു. 'അരിയാഡ്നി'യിൽനിന്നും കിഴക്കുമാറി കിടക്കുന്ന യുദ്ധക്കപ്പലിൽനിന്നു മഞ്ഞു പ്രകാശവും മണൽക്കൂമ്പാരത്തിനപ്പുറത്ത് ദൃശ്യമാകുന്ന തെയ്മ്സിലേക്കു പോകുന്ന കപ്പലുകളുടെ പ്രകാശപൂരവും കാണാം. സർവ്വ സാധാരണവും സമാധാന പൂർണ്ണവുമായ ആ കാഴ്ച എന്നെ ഉന്മേഷവാനാക്കി. ഒമ്പതര മണിയായതോടെ ട്രാഫൽഗാർ ലോഡ്ജിലേക്കു നടക്കാൻ ഞാൻ തീരുമാനിച്ചു.

പോകുന്നവഴിയിൽ ഒരു പരിചാരിക കൊണ്ടുപോകുന്ന ചുണയൻ വേട്ടപ്പട്ടിയെ കണ്ടപ്പോൾ ഒരുതരം സുരക്ഷിതത്വം തോന്നി. റൊഡേഷ്യയിൽ എനിക്കൊപ്പം ഉണ്ടായിരുന്ന നായയെ ഞാൻ ഓർത്തുപോയി. പാലി കുന്നുകളിൽ അവനെയുംകൊണ്ട് വേട്ടയ്ക്കുപോയ സംഭവം ഓർമ്മയിലെത്തി. ഒരു കൃഷ്ണമൃഗത്തിനു പിന്നാലെയായിരുന്നു ഞങ്ങൾ. ഇരുവരുടെയും കണ്ണുകളെ വെട്ടിച്ച് അത് അപ്രത്യക്ഷമായി. കാഴ്ചയാണ് വേട്ടപ്പട്ടിയെ നയിക്കുന്നത്. എന്റെ കാഴ്ചയും മോശമല്ല. എന്നിട്ടുമത് കടന്നുകളഞ്ഞു. എങ്ങനെയാണത് തടിതപ്പിയതെന്ന് പിന്നീടെനിക്ക് മനസ്സിലായി. ചെറിയ ആ കുന്നിലെ നരച്ച പാറക്കൂട്ടത്തിൽ നില്ക്കുമ്പോൾ കാർമേഘം കൂടിയ ആകാശത്തിലെ കാക്കയെപ്പോലെയേ ദൃശ്യമാവൂ. അതിന് ഓടിപ്പോകേണ്ടിവന്നില്ല. ചെയ്യേണ്ടിവന്നത് ഇത്രമാത്രം അനങ്ങാതെ നില്ക്കുക, പശ്ചാത്തലത്തിൽ അലിഞ്ഞുചേരുക. ഈ ഓർമ്മകൾ എന്റെ തലച്ചോറിൽ പ്രവർത്തിച്ചു. ആ അനുഭവം ഇപ്പോഴത്തെ അവസ്ഥയിലേക്ക് പരിവർത്തിപ്പിക്കാമെന്ന് മനസ്സുപറഞ്ഞു. ബ്ലാക്ക് സ്റ്റോണിന് ഓടിപ്പോകേണ്ടതില്ല. ഭൂപ്രകൃതിയിലേക്ക് ലയിച്ചുചേർന്നാൽ മതിയാവും. ഞാൻ ശരിയായ വഴിയിലൂടെയാണ് സഞ്ചരിക്കുന്നത്. ഒരിക്കലും മറക്കാത്തവിധത്തിൽ ഞാനതു മനസ്സിലുറപ്പിച്ചു. അവസാനവാക്ക് പീറ്റർ പൈനാറിന്റേതു തന്നെയാകട്ടെ.

സ്കാഫിയുടെ ആൾക്കാരെ ഇതിനകം വിന്യസിച്ചിട്ടുണ്ടാവണം. എന്നാൽ ഒരു മനുഷ്യജീവിയെയും എങ്ങും കാണാനില്ല. ഏവർക്കും നിരീക്ഷിക്കാവുന്ന വിധത്തിൽ ഒരു ചന്തപോലെയാണ് ആ വീട്. ആ വീടിനെ മൂന്നടിയോളം വരുന്ന പാളംകൊണ്ട് പാറക്കൂട്ടത്തിലേക്കുള്ള റോഡിൽ നിന്നും വേർതിരിച്ചിരുന്നു. വീടിനകത്തുനിന്നും പുറത്തുവരുന്ന ശബ്ദത്തിൽനിന്നും അവർ അത്താഴം കഴിക്കുകയാണെന്ന് മനസ്സിലായി. എല്ലാം പരസ്യവും തുറന്നതുമായിരുന്നു. ലോകത്തെ ഏറ്റവും വലിയ വിഡ്ഢിയെപ്പോലെ ഞാൻ ഗേറ്റ് തുറന്ന് അകത്തുകടന്ന് ബെൽ മുഴക്കി.

***

ലോകത്തിലെ പരുക്കൻ പ്രദേശങ്ങളിലൂടെ സഞ്ചരിച്ചിട്ടുള്ള എന്നെപ്പോലൊരാൾക്ക് രണ്ടു വർഗ്ഗങ്ങളിൽപ്പെട്ട മനുഷ്യരുമായി വേഗത്തിൽ പൊരുത്തപ്പെടാനാകും. ഉയർന്നവർഗ്ഗവും താണവർഗ്ഗവും. അവർക്ക് അയാളെയും അയാൾക്ക് അവരെയും എളുപ്പത്തിൽ മനസ്സിലാകും. ഞാൻ

സാധാരണക്കാർക്കൊപ്പവും തെരുവുതെണ്ടികൾക്കൊപ്പവും റോഡു പണിക്കാർക്കൊപ്പവും കഴിഞ്ഞിട്ടുണ്ട്. അതുപോലെ സർ വാൾട്ടറെയും ഇന്നലെ രാത്രി സന്ധിച്ച തരം മനുഷ്യരെയും പോലുള്ളവരുമായും എളുപ്പത്തിൽ ചേരാനാവും. എന്തുകൊണ്ടാണ് അങ്ങനെയെന്ന് എനിക്ക് വിശദീകരിക്കാനാവില്ല. എന്നാൽ എനിക്ക് ഒരിക്കലും മനസ്സിലാക്കാൻ കഴിയാത്തത് നഗരപ്രാന്തങ്ങളിലെ വില്ലകളിൽ പാർക്കുന്ന സുരക്ഷിതരും സംതൃപ്തരുമായ മഹത്തായ ഇടത്തരക്കാരുടെ ലോകമാണ്. അവർ കാര്യങ്ങളെ സമീപിക്കുന്നത് എപ്രകാരമെന്ന് അയാൾക്ക് അറിയില്ല. അവരുടെ സമ്പ്രദായങ്ങൾ മനസ്സിലാവില്ല. ആഫ്രിക്കയിലെ കറുത്ത മലമ്പാമ്പിനെപ്പോലെ അവരോട് അകല്ച്ച തോന്നും. നന്നായി അലങ്കരിച്ച സ്വീകരണമുറിയുടെ വാതിൽ പരിചാരികവന്ന് തുറക്കുമ്പോൾ എനിക്ക് എന്റെ വാക്കുകൾ നഷ്ടപ്പെട്ടിരുന്നു.

മിസ്റ്റർ അപ്പ്ലെടോൺ അവിടെയുണ്ടോയെന്ന് ചോദിച്ച് ഞാനകത്തേക്കു പ്രവേശിച്ചു. നേരെ ഭക്ഷണമുറിയിലേക്ക് കടന്ന് അവിടെയിരിക്കുന്നവരുടെ അമ്പരന്നുപോയ മുഖങ്ങളിൽനിന്നും ചിലത് തിരിച്ചറിയാനും എന്റെ തോന്നലുകളെ ഉറപ്പിക്കാനുമായിരുന്നു എന്റെ ഉദ്ദേശ്യം. വെടിപ്പുള്ള ഹാൾ എന്നെ ഹഠാദാഘർഷിച്ചു. ഗോൾഫ് കളിയുടെ പൊക്കണങ്ങൾ, ടെന്നീസ് റാക്കറ്റുകൾ, വയ്ക്കോൽ തൊപ്പികൾ, കുറെയേറെ കൈയുറകൾ, ഒരുകൂട്ടം ഊന്നുവടികൾ തുടങ്ങി സാധാരണ ഒരു ബ്രിട്ടീഷ് ഭവനത്തിൽ കാണപ്പെടുന്നതെല്ലാം അവിടെയുണ്ടായിരുന്നു. മടക്കിയടുക്കിവച്ച കുറെ കോട്ടുകൾ ഓക്കുമരത്തിൽ പണിതതും വെള്ളത്തെ പ്രതിരോധിക്കുന്ന പ്രതലത്തോടുകൂടിയതുമായ മേശ, മിടിച്ചുകൊണ്ടിരുന്ന ഒരു മുത്തശ്ശി ഘടികാരം ചുമരുകളിൽ ഉറപ്പിച്ച തേച്ചുമിനുക്കിയ പിച്ചളപ്പാത്രങ്ങൾ ഒരു ബാരോമീറ്റർ പഴയൊരു ക്ലാസിക് പെയിന്റിങ്ങിന്റെ പ്രിന്റ് എന്നിവയും കാണപ്പെട്ടു. ഒരു ആംഗ്ലിക്കൻ പള്ളിയുടെ ഉള്ളുപോലെ യാഥാസ്ഥിതികമായി തോന്നി അവിടത്തെ അന്തരീക്ഷം. പരിചാരിക എന്റെ പേരു ചോദിച്ചപ്പോൾ യാന്ത്രികമായി ഞാനതു പറഞ്ഞു. അവൾ എന്നെ ഹാളിന്റെ വലതുഭാഗത്തുള്ള പുകവലി മുറിയിലേക്ക് കൂട്ടികൊണ്ടുപോയി. ആ മുറിയുടെ കാര്യം പറയാനുമില്ല. ആ മുറിയാകെ പരിശോധിക്കാനുള്ള സമയം എനിക്കു ലഭിച്ചില്ല. എങ്കിലും ഫ്രെയിമിട്ട ചില ഗ്രൂപ്പ് ഫോട്ടോകൾ ഞെരിപ്പോടിനോടു ചേർന്ന തിണ്ണമേൽ അടുക്കിവച്ചിരിക്കുന്നു. ഏതോ ഇംഗ്ലീഷ് പബ്ലിക് സ്കൂളിന്റെയോ കോളേജിന്റെയോ ആകണമത്. ഒറ്റ നോട്ടമേ സാദ്ധ്യമായുള്ളൂ. എനിക്ക് പരിചാരികയ്ക്കു പുറകേ പോകേണ്ടിവന്നു. അപ്പോഴേക്കും ഞാൻ വൈകിപ്പോയിരുന്നു. അവൾ ഭക്ഷണമുറിയിൽ പ്രവേശിച്ചുകഴിഞ്ഞു. അവളുടെ യജമാനന്റെ മുന്നിൽ എന്റെ പേര് അവൾ അറിയിച്ചു. അവിടെയിരുന്ന മൂവർ സംഘം എപ്രകാരമാണ് എന്നെ വീക്ഷിച്ചതെന്ന് നിരീക്ഷിക്കാൻ എനിക്ക് സമയം കിട്ടിയില്ല.

ഞാനാ മുറിയിൽ കടന്നയുടൻ തീൻ മേശയുടെ തലയ്ക്കലിരുന്ന

വൃദ്ധൻ എന്നെ സ്വീകരിക്കാൻ എഴുന്നേറ്റു. അയാൾ നിശാവസ്ത്രമാണ് ധരിച്ചിരുന്നത്. ചെറിയ ഒരു കോട്ടും കറുത്ത ടൈയും – അടുത്തതായി എന്റെ മനസ്സിൽ പതിഞ്ഞിരുന്ന ആ വണ്ണമുള്ള മനുഷ്യർ. മൂന്നാമൻ നീല കോട്ടിൽ സ്കൂൾ യൂണിഫോമിലേതുപോലെ വെള്ള കോളർ പിടിപ്പിച്ച ഒരു ഇരുനിറമുള്ള മനുഷ്യൻ.

വൃദ്ധന്റെ പെരുമാറ്റം അങ്ങേയറ്റം മാന്യമായിരുന്നു.

"മിസ്റ്റർ ഹാനി?"

അയാൾ അത്ര താല്പര്യമില്ലാതെ പറഞ്ഞു. എന്നിട്ട് ഇങ്ങനെ പറഞ്ഞു.

"എന്നെയാണോ കാണേണ്ടത്?. ചങ്ങാതിമാരെ ഒരുനിമിഷം. ഞാൻ പിന്നീട് വന്നു ചേർന്നുകൊള്ളാം. ഞങ്ങൾ പുകവലി മുറിയിലേക്ക് പോകുകയാണ്."

എനിക്ക് തെല്ലുപോലും ആത്മവിശ്വാസമുണ്ടായിരുന്നില്ലെങ്കിലും ഞാനാ കളി കളിക്കാൻ നിർബ്ബന്ധിതനായിരുന്നു. ഞാൻ അവിടെ ഒരു കസേര വലിച്ചിട്ട് അതിലിരുന്നു.

"നമ്മൾ ഇതിനുമുമ്പ് കണ്ടിട്ടുണ്ടെന്നു തോന്നുന്നു. എന്റെ ഇടപാടുകളെന്തെന്ന് താങ്കൾക്ക് അറിയാമല്ലോ?"

ഞാൻ തുടങ്ങിവച്ചു.

ആ മുറിയിൽ മങ്ങിയ വെളിച്ചമേ ഉണ്ടായിരുന്നുള്ളൂ. എന്നിട്ടും നിഗൂഢതകൾ സൃഷ്ടിക്കുന്നതിൽ പങ്കുവഹിച്ചു. ആ മുഖങ്ങൾ എനിക്ക് തിരിച്ചറിയാനാകും.

"ചിലപ്പോൾ. ചിലപ്പോൾ... എനിക്കത്ര ഓർമ്മ പോര. പറയൂ. എന്താണു താങ്കളുടെ ദൗത്യം? വാസ്തവത്തിൽ എനിക്കറിയില്ല. അതെന്താണെന്ന്."

ഞാൻ പറയുന്നത് പമ്പര വിഡ്ഢിത്തങ്ങളാണെന്ന് എനിക്കറിയാമെങ്കിലും ഞാൻ പറഞ്ഞു.

"അപ്പോൾ ശരി. കളികൾ അവസാനിക്കുകയാണ്. നിങ്ങൾ മൂന്നു പേരെയും അറസ്റ്റ് ചെയ്യാനുള്ള വാറണ്ടുമായാണ് ഞാൻ വന്നിരിക്കുന്നത്."

യഥാർത്ഥത്തിൽ സ്തംഭിച്ചുപോയ ഒരുവനെപ്പോലെ അയാൾ ചോദിച്ചു.

"അറസ്റ്റോ? ദൈവമേ, എന്തിന്റെ പേരിൽ?"

"കഴിഞ്ഞ മാസം 23-ാം തീയതി ലണ്ടനിൽവച്ച്
ഫ്രാങ്ക്ളിൻ സ്കഡറെ കൊന്നതിന്റെ പേരിൽ."

"ഞാനിതിനു മുമ്പ് ആ പേര് കേട്ടിട്ടേയില്ല."

വൃദ്ധൻ പരിഭ്രാന്തിയോടെ പറഞ്ഞു.

അവരിലൊരാൾ സംസാരിക്കാൻ തുടങ്ങി.

"ആ പോർട്ട്ലാന്റ് പ്ലേസ് കൊലപാതകമാണോ? ഞാനതിനെപ്പറ്റി വായിച്ചിട്ടുണ്ട്. ദൈവമേ, താങ്കൾക്ക് ഭ്രാന്താണോ, സർ! എവിടെനിന്നുമാണ് താങ്കൾ വരുന്നത്?"

"സ്കോട്ട്ലാന്റ് യാർഡ്"

ഞാൻ പറഞ്ഞു.

ഒരുനിമിഷം അവിടെ നിശ്ശബ്ദത പരന്നു. ആ വൃദ്ധൻ തന്റെ പാത്രത്തിലേക്ക് മിഴിച്ചു നോക്കി ഏതോ ഒരു കുരുവിൽ ഞെരടിക്കൊണ്ടിരുന്നു. നിരപരാധിയുടെ മാതൃകാ അത്ഭുതംകൂറൽപോലെ.

അപ്പോൾ ആ വണ്ണമുള്ള മനുഷ്യൻ സംസാരിക്കാൻ തുടങ്ങി. വാക്കുകൾക്കു വേണ്ടി പരതുന്ന ഒരുവനെപ്പോലെ അയാൾ വിക്കി.

"പരിഭ്രാന്തി വേണ്ട അമ്മാവാ. ഇത് എന്തോ തെറ്റിദ്ധാരണയുടെ പുറത്താണ്. ചിലപ്പോഴൊക്കെ അങ്ങനെ സംഭവിക്കാറുണ്ട്. നമുക്കത് എളുപ്പത്തിൽ പരിഹരിക്കാവുന്നതേയുള്ളൂ. നമ്മുടെ നിരപരാധിത്വം തെളിയിക്കുക അത്ര പ്രയാസകരമല്ല. മേയ് 23 ന് ഞാൻ രാജ്യത്തുണ്ടായിരുന്നില്ല. ബോമ്പാകട്ടെ ആശുപത്രിയിലും. നിങ്ങൾ ലണ്ടനിലും. നിങ്ങൾക്ക് അവിടെ എന്തു ചെയ്യുകയായിരുന്നുവെന്ന് നിങ്ങൾക്ക് തീർച്ചയായും വിശദീകരിക്കാനാകും."

"ശരിയാണ്, പെഴ്സി. അത് എളുപ്പമാണ്. 23-ാം തീയതി! അത് അഗതയുടെ വിവാഹപ്പിറ്റേന്നാണ്. അന്ന് ഞാൻ എന്തുചെയ്യുകയായിരുന്നു എന്നു നോക്കട്ടെ. അന്നു ഞാൻ വോക്കിങ്ങിൽ നിന്നുമെത്തി ചാർലി സൈമൺ കുടുംബവുമായി ക്ലബ്ബിൽനിന്നും ഉച്ചഭക്ഷണം കഴിച്ചു. സമുദ്രവിഭവങ്ങൾ വില്ക്കുന്ന ഹോട്ടലിൽനിന്നും അത്താഴവും. ഇപ്പോൾ ശരിക്കും ഓർക്കുന്നു. അവിടത്തെ ഭക്ഷണം എനിക്കു പിടിച്ചില്ല. അടുത്ത ദിവസം രാവിലെ എനിക്ക് സുഖമില്ലാതെയായി. അതെല്ലാം മറന്നേക്കൂ. ഇതാ തെളിവായി ഞാനവിടന്നു വാങ്ങിയ ചുരുട്ടുപെട്ടി."

അയാൾ മേശമേലിരുന്നു ചുരുട്ടുപെട്ടി ചൂണ്ടിക്കാട്ടി പ്രകടമായ പരിഭ്രാന്തിയോടെ ചിരിച്ചു.

"അങ്ങേയ്ക്കു തെറ്റിപ്പോയതാകാനാണിട, സർ. ഏതൊരു ഇംഗ്ലീഷുകാരനെയുംപോലെ നിയമത്തെ സഹായിക്കാനാണ് ഞങ്ങളും ശ്രമിക്കുന്നത്. സ്കോട്ട്ലാന്റ് യാർഡ് വിഡ്ഢിയാക്കപ്പെടാൻ ഞങ്ങൾ ആഗ്രഹിക്കുന്നുമില്ല. അങ്ങനെയല്ലേ, അമ്മാവാ"

യുവാവ് പറഞ്ഞു.

"തീർച്ചയായും, ബോബ്. തീർച്ചയായും നമ്മൾ അധികാരികളെ സഹായിക്കും. എന്നാൽ ഇതല്പം കടന്നകൈ ആയിപ്പോയി. എനിക്കൊട്ടും മനസ്സിലാകുന്നില്ല."

വൃദ്ധൻ തന്റെ ശബ്ദം വീണ്ടെടുത്തപോലെ തോന്നി.

"ഇതറിഞ്ഞാൽ നെല്ലി ചിരിച്ചു മരിക്കും. അങ്ങേയ്ക്ക് ഒരിക്കലും ഒന്നും സംഭവിക്കുകയില്ലെന്നതിനാൽ മുഷിഞ്ഞ് ചത്തുപോകുമെന്നാണല്ലോ അവൾ പറയാറ്. ഇപ്പോഴിതാ ശക്തമായ ഒന്നു കിട്ടിയിരിക്കുന്നു."

ഇതു പറഞ്ഞ് വണ്ണമുള്ള യുവാവ് ചിരിക്കാൻ തുടങ്ങി.

"ദൈവമേ. ക്ലബ്ബിൽ പറഞ്ഞുചിരിക്കാൻ ഇതായൊരു കഥ. എനിക്ക് താങ്കളോട് ദേഷ്യം തോന്നേണ്ടതാണ്. എന്റെ നിരപരാധിത്വത്തിന്റെ

പേരിൽ. എന്നാൽ അത് അല്പം നല്ല തമാശകൂടി നല്കുന്നുണ്ട്. എന്നെ പേടിപ്പിച്ചുകളഞ്ഞതിന് ഞാൻ താങ്കൾക്ക് ഏറക്കുറെ മാപ്പു നല്കുന്നു. നിങ്ങൾ മ്ലാനവദനനായി കാണുന്നു. ഉറക്കമെണീറ്റ് ആളുകളെ കൊല്ലുന്നവനാണ് ഞാനെന്ന് ഞാൻ തന്നെ പേടിച്ചുപോയി."

ഇത് അഭിനയമാകില്ല. സത്യസന്ധമായിരിക്കും. എന്റെ ഹൃദയം മിടിക്കാൻ തുടങ്ങി. മാപ്പു പറഞ്ഞ് എത്രയും വേഗം പുറത്തുകടക്കാനാണ് തോന്നിയത്. എന്നാൽ മറ്റുള്ളവർക്ക് ചിരിക്കാനിട നല്കിയേക്കുമെങ്കിലും അത് തുടരാൻ തന്നെയാണ് ഞാൻ ഉറപ്പിച്ചത്. അത്താഴമേശയിലെ മെഴുകുതിരിവെട്ടത്തിൽ ഒന്നും വ്യക്തമാകാത്തതിനാൽ ഞാനെഴുന്നേറ്റു ചെന്ന് വൈദ്യുത ദീപങ്ങൾ തെളിയിച്ചു. പെട്ടെന്നുള്ള വെളിച്ച പ്രവാഹത്തിൽ അവർ കണ്ണുകൾ ചിമ്മി. ഞാൻ ആ മൂന്നു മുഖങ്ങളേയും പരിശോധിച്ച് അങ്ങനെ നിന്നു.

എനിക്ക് ഒരു തുമ്പും ലഭിച്ചില്ല. ഒരാൾ വൃദ്ധൻ. കഷണ്ടിക്കാരൻ. മറ്റൊരുവൻ വണ്ണമുള്ളവൻ. മറ്റേയാൾ ഇരുണ്ട് മെലിഞ്ഞവൻ. സ്കോട്ട്ലന്റിൽ എന്നെ വേട്ടയാടിയവർ ഇവരല്ലെന്ന് സ്ഥാപിക്കാനുള്ള ഒന്നും ലഭിച്ചില്ല. അതുപോലെ അവരാണെന്നു തെളിയിക്കാനും ലഭിച്ചില്ല, ഒന്നും. റോഡുപണിക്കാരനായിരുന്നപ്പോൾ എന്തിനാണ് ഞാൻ രണ്ടു ജോഡി കണ്ണുകളിലേക്ക് തുറിച്ചുനോക്കിയതെന്നോ നെഡ് ഐൻസ്ലിയായിരുന്നപ്പോൾ മറ്റ് രണ്ട് ജോഡി കണ്ണുകളിലേക്ക് തുറിച്ചുനോക്കിയതെന്നോ സാധാരണഗതിയിൽ നല്ല ഓർമ്മശക്തിയും നിരീക്ഷണ പാടവവുമുള്ള എനിക്ക് വിവേചിച്ചറിയാനായില്ല എന്ന കാര്യം എനിക്ക് വിശദീകരിക്കാനായില്ല. അവർ എന്താണോ പറഞ്ഞത് അതുതന്നെയാണവർ എന്നു തോന്നി. വളരെ പ്രസന്നമായ അത്താഴമുറിയായിരുന്നു അത്. ചുമരുകളിൽ കൊത്തുപണി ചെയ്തിട്ടുണ്ട്. നെരിപ്പോട് തിട്ടയ്ക്കരികിൽ ആ വൃദ്ധയുടെ ചിത്രം കണ്ടു. ഈ ചിത്രങ്ങളെയും ചതുപ്പുനിലത്തിലെ ചാരന്മാരെയും തമ്മിൽ ബന്ധപ്പെടുത്താൻ എന്താണുള്ളത്? വെള്ളികൊണ്ടുള്ള ഒരു സിഗരറ്റുപെട്ടി എന്റെയരികിൽ കണ്ടു. പെഴ്സീവൽ അപ്പിട്ടോണിന്റേതാണത്. സെന്റ് ബീഡ് ക്ലബ്ബിൽനിന്നും ഗോൾഫ് കളിക്ക് ലഭിച്ച സമ്മാനമാണത്. ആ വീട്ടിൽനിന്നും പുറത്തു കടക്കാതിരിക്കാൻ പീറ്റർ പൈനാറിനെ മുറുകെ പിടിക്കേണ്ടതുണ്ട്.

"താങ്കളുടെ പരിശോധന കഴിഞ്ഞോ സർ, ഈ അസംബന്ധം വഴിയിൽവിട്ട് താങ്കൾ താങ്കളുടെ ചുമതലയുമായി മുന്നോട്ടു പോകുമെന്ന് ഞാൻ പ്രതീക്ഷിക്കട്ടെ. ഞാൻ പരാതിപ്പെടാനൊന്നും പോകുന്നില്ല. എന്നാൽ മാന്യന്മാർക്ക് ഇതെത്ര വിഷമകരമാണെന്ന് താങ്കൾ അറിയണം." വൃദ്ധൻ വളരെ സൗമ്യനായി പറഞ്ഞു.

ഞാൻ വെറുതെ തലയാട്ടി.

"ദൈവമേ ഇതെത്ര കഠിനം."

യുവാവ് തന്നോടെന്നപോലെ പറഞ്ഞു.

"താങ്കൾ ഞങ്ങളെ പൊലീസ് സ്റ്റേഷനിലേക്ക് കൊണ്ടുപോവുക

യാണോ? അതാണിതിൽനിന്നും പുറത്തു കടക്കാനുള്ള എളുപ്പവഴി. എന്നാൽ പ്രാദേശിക സ്റ്റേഷന്റെ അനുമതിയുണ്ടാവില്ല. താങ്കളുടെ പക്കലുള്ള വാറണ്ട് കാണണമെന്നുണ്ട് എനിക്ക്. എന്നാലത് താങ്കളെ അധിക്ഷേപിക്കാനായല്ല. താങ്കൾ താങ്കളുടെ ചുമതല നിറവേറ്റുന്നു എന്നു മാത്രം. ഇത് അങ്ങേയറ്റം അപമാനകരമാണെന്ന് താങ്കൾ സമ്മതിക്കണം. ഞങ്ങൾ എന്താണിനി ചെയ്യേണ്ടത്."

വണ്ണമുള്ള യുവാവ് ചോദിച്ചു.

എന്റെ ആൾക്കാരെ വിളിച്ചുവരുത്തി ഇവരെ അറസ്റ്റ് ചെയ്യുക. അല്ലെങ്കിൽ മാപ്പുപറഞ്ഞ് പുറത്തുകടക്കുക. ഇതല്ലാതെ എന്താണു ചെയ്യാനാവുക? ആ സ്ഥലത്ത് നിലനില്ക്കുന്ന മാസ്മരികതയും അതിലലിഞ്ഞു ചേർന്ന നിഷ്കളങ്കതയും എനിക്ക് അനുഭവപ്പെട്ടു. വെറും നിഷ്കളങ്കതയല്ലത്. തുറന്നുപറഞ്ഞാൽ ആ മൂന്നു മുഖങ്ങളിലുമുള്ള സത്യസന്ധമായ അന്ധാളിപ്പ്.

"എന്റെ പീറ്റർ പൈനാർ" ഞാൻ ഉള്ളാലെ വിളിച്ചുപോയി. എന്റെ വിഡ്ഢിത്തത്തിന് മാപ്പു ചോദിക്കാൻ വന്നതാണ്.

"മിസ്റ്റർ ഹാനി കാര്യങ്ങളിൽ ഒരു തീർപ്പിലെത്തുംവരെ നമുക്ക് ബ്രിഡ്ജ് കളിക്കാമെന്നു തോന്നുന്നു. ഞങ്ങൾ കളിക്കാനായി ഒരു നാലാമനെ കാത്തിരിക്കുകയായിരുന്നു. താങ്കൾ കളിക്കുമോ, സർ."

ഒരു ക്ലബ്ബിൽ നിന്നും ലഭിച്ച സാധാരണ ക്ഷണം പോലെ ഞാനതിനെ കരുതി. മൊത്തം കാര്യങ്ങൾ എന്നെ മാസ്മരികമാക്കി. ഞങ്ങൾ ചീട്ടുകളി മേശ ഒരുക്കിയിട്ടുള്ള പുകവലി മുറിയിലേക്കു പോയി. കുടിക്കാനും വലിക്കാനുമുള്ളവ അവർ വാഗ്ദാനം ചെയ്തു. ഒരു സ്വപ്നത്തിലെന്നപോലെ ഞാൻ എന്റെ സ്ഥാനത്തിരുന്നു. ജനാല തുറന്നു കിടന്നിരുന്നു. പാറക്കൂട്ടങ്ങൾക്കപ്പുറത്തുനിന്നും ചന്ദ്രിക പരന്നൊഴുകുന്നു. കടലിൽനിന്നും മഞ്ഞ വെളിച്ചത്തിന്റെ മഹാ വേലിയറ്റം കാണാം. എന്റെ തലച്ചോറിലും ചന്ദ്രൻ പ്രകാശിക്കാൻ തുടങ്ങി. മൂവരും സാധാരണ നിലയിലായിക്കഴിഞ്ഞിരുന്നു. അവർ നിർത്താതെ സംസാരിക്കാൻ തുടങ്ങി. ഗോൾഫ് ക്ലബ്ബുകളിൽനിന്നും സാധാരണ ഉയരാറുള്ള ശബ്ദ കോലാഹലം പോലെ. കളിയിൽ ശ്രദ്ധ പതിപ്പിക്കാനാകാതെ ഞാനിരുന്നു. എന്റെ കണ്ണുകൾ അപ്പോഴും പരിസരം നിരീക്ഷിച്ചുകൊണ്ടിരിക്കുകയായിരുന്നു.

മെലിഞ്ഞ ഇരുണ്ട നിറക്കാരനായിരുന്നു എന്റെ പങ്കാളി. സാധാരണ ബ്രിഡ്ജർ കളിയിൽ എനിക്ക് നല്ല നോട്ടമുള്ളതാണ്. എന്നാൽ ആ രാത്രി ഞാൻ കളിയിൽ തികച്ചും ദൗർഭാഗ്യവാനായിരുന്നു. എന്നെ സന്ദേഹത്തിലാക്കാൻ കഴിഞ്ഞു എന്നവർ മനസ്സിലാക്കുകയും കൂടുതൽ കൂടുതൽ സാധാരണനില കൈവരിക്കുകയും ചെയ്തുകൊണ്ടിരുന്നു. ഞാൻ അവരുടെ മുഖങ്ങളിൽത്തന്നെ നോക്കിയിരുന്നെങ്കിലും അത് ഒന്നും പിടിതന്നില്ല.

അവർ വ്യത്യസ്തരായി കാണപ്പെടുകയല്ല വ്യത്യസ്തർ തന്നെയാണ്. പീറ്ററുടെ വാക്കുകളിൽ അഭയം തേടി.

***

അപ്പോൾ എന്തോ ഒന്ന് എന്നെ ഉണർത്തി. വൃദ്ധൻ ചീട്ടു താഴെയിട്ട് ചുരുട്ടിന് തീകൊടുക്കാനാഞ്ഞു. അയാൾ കസേരയിൽ ഒരു നിമിഷം ചാരിയിരുന്ന് കാൽമുട്ടുകളിൽ വിരൽകൊണ്ട് താളംപിടിച്ച് മെല്ലെയാണത് എടുത്തത്.

ആ നിമിഷമാണ് ഓർമ്മയിൽ തെളിഞ്ഞുവന്നത്. ചതുപ്പുനിലത്തിലെ വസതിയിൽ ഞാനയാൾക്കു മുന്നിൽ നില്ക്കുന്നു. എന്റെ ഇരുചെവികളിലും അയാളുടെ ഭൃത്യന്മാർ പിസ്റ്റൾ ചൂണ്ടിയിരിക്കുന്നു. ഒരു മാത്ര മാത്രമാണാ ചിത്രം മനസ്സിൽ കടന്നുവന്നത്. ആയിരത്തിലൊന്നനുപാതത്തിൽ. അപ്പോഴും എന്റെ കണ്ണുകൾ വീട്ടിലായിരുന്നു. നിമിഷാർദ്ധം കൊണ്ടാ കാഴ്ച മറഞ്ഞു. എന്നാൽ ഞാനതു മറന്നില്ല. പെട്ടെന്ന് അന്തരീക്ഷം സ്പഷ്ടമായി. എന്റെ തലച്ചോറിൽനിന്നും ചില നിഴലുകൾ മാഞ്ഞുപോവുകയും പൂർണ്ണമായ തിരിച്ചറിവിന്റെ തെളിമയിൽ ഞാനവരെ നോക്കിയിരിക്കുകയും ചെയ്തു.

ചുമരിലെ ക്ലോക്ക് പത്തടിച്ചു. എന്റെ കൺമുന്നിൽവച്ച് ആ മുഖങ്ങൾ മാറിവരുന്നതും രഹസ്യങ്ങൾ വെളിപ്പെടുത്തുന്നതും ഞാനറിഞ്ഞു. ഈ യുവാവാണ് കൊലയാളി. ഇതുവരെ തമാശ നിഴലിച്ചിരുന്ന ആ മുഖത്ത് ക്രൂരതയും കാരുണ്യരാഹിത്യവും വെളിപ്പെട്ടു. അയാളുടെ കത്തിയാണ് സ്കടറെ കുത്തി നിലത്തിട്ടത്. അയാളെപ്പോലൊരുവനാണ് കരോലൈഡ്സിനു നേരെ വെടിയുണ്ട പായിച്ചതും.

ആ വണ്ണമുള്ള യുവാവിന്റെ രൂപം മാഞ്ഞു പോവുന്നതായും വേറൊന്നു രൂപപ്പെടുന്നതായും തോന്നി. അവിടെ മുഖമേ ഉണ്ടായിരുന്നില്ല. ഇഷ്ടംപോലെ മാറ്റി ധരിക്കാവുന്ന മുഖംമൂടികൾ മാത്രം. അയാൾ നല്ലൊരു നടനായിരിക്കണം. കഴിഞ്ഞ രാത്രിയിൽ അലോയ പ്രഭുവായി എത്തിയതും ഇയാളായിരിക്കണം. ചിലപ്പോൾ അല്ലാതെയുമിരിക്കാം. അത് ഞാൻ കാര്യമാക്കുന്നില്ല. ആദ്യം സ്കടറെ കണ്ടെത്തി അടയാളപ്പെടുത്തിയതും ഇയാളാവണം. അയാൾക്ക് വിക്കുള്ളതായി സ്കടർ പറഞ്ഞിരുന്നു. വിക്ക് ഒരാളിൽ ഭീകരത പടർത്തുന്നത് ഞാൻ സങ്കല്പിച്ചു നോക്കി.

വൃദ്ധനായിരുന്നു ആ സംഘത്തിന്റെ തലവൻ. അയാൾ കൂർമ്മബുദ്ധിക്കാരനാണ്. മഞ്ഞുകട്ട പോലെ മരവിച്ച മനസ്സും കൃത്യതയുള്ള നീക്കങ്ങളും അയാളെ അപകടകാരിയാക്കുന്നു. ആവികൊണ്ടു പ്രവർത്തിക്കുന്ന കുടം പോലെ നിഷ്ഠുരനാണയാൾ. ഇപ്പോഴാണെന്റെ കണ്ണുകൾ ശരിക്കും തുറന്നത്. ഈ ഉദാരമനസ്കത മുമ്പെപ്പോഴാണ് കണ്ടിരുന്നതെന്ന് ഞാൻ അതിശയിച്ചു. അയാളുടെ കീഴ്ത്താടി ഉരുക്കുപോലെ മരവിച്ചിരിക്കുന്നതും കണ്ണുകൾ അമാനുഷികമായി തിളങ്ങുന്നതും കണ്ടു. അത് ചില പക്ഷികളുടെ കണ്ണിനെ ഓർമ്മിച്ചു. ഞാൻ കളി തുടർന്നു. എന്നാൽ കളിക്കുന്ന ഓരോനിമിഷവും എന്റെ ഹൃദയത്തിൽ വെറുപ്പു വന്നു നിറഞ്ഞു. അത് എന്റെ ഹൃദയത്തെ മുക്കിക്കളഞ്ഞതിനാൽ എനിക്ക് എന്റെ പങ്കാളിയോട് സംസാരിക്കാൻ പോലുമായില്ല. അല്പം നേരത്തേക്കൂടി മാത്രമേ എനിക്ക് അവരുടെ കൂട്ടത്തിൽ കഴിയാനാകുള്ളൂ.

"അയ്യോ! ബോബ്. സമയമെത്രയായെന്ന് അറിയാമോ. ട്രെയിൻ പിടിക്കേണ്ടേ. ബോബിന് ഇന്നു രാത്രി നഗരത്തിലേക്കു പോകണം."

വൃദ്ധൻ അതുപറഞ്ഞ് എന്നെ നോക്കി.

അത് പെരും നുണയായിരുന്നു.

ഞാൻ ക്ലോക്കിലേക്കു നോക്കി. മണി പത്തുകഴിഞ്ഞ് പത്തു മിനിറ്റായിരിക്കുന്നു.

"താങ്കൾ യാത്ര മാറ്റിക്കുന്നതാണു നല്ലത്."

"നാശം. ഞാൻ കരുതി താങ്കൾ അതെല്ലാമുപേക്ഷിച്ചെന്ന്. ഞാൻ പോകും. നിങ്ങൾക്ക് എന്റെ മേൽവിലാസം തരാം. ജാമ്യം വേണമെങ്കിൽ അതും തരാം." യുവാവ് പറഞ്ഞു.

"ഇല്ല. നിങ്ങൾ ഇവിടെ നില്ക്കണം."

കളി മാറിയെന്ന് അവർ തിരിച്ചറിഞ്ഞുവെന്നു ഞാൻ മനസ്സിലാക്കി. ഞാൻ വിഡ്ഢിത്തം കാണിക്കുകയാണെന്ന് എന്നെ ബോദ്ധ്യപ്പെടുത്തുക മാത്രമായിരുന്നു അവരുടെ മുമ്പിലുള്ള ഏകവഴി. അതു പരാജയപ്പെട്ടു.

വൃദ്ധൻ വീണ്ടും സംസാരിക്കാൻ തുടങ്ങി.

"ഞാൻ എന്റെ അനന്തിരവന് ജാമ്യമെടുക്കാം. അതുപോരേ മിസ്റ്റർ ഹാനി?"

ആ സംസാരത്തിന്റെ ഒഴുക്ക് എവിടെയോ മുറിയുന്നതായി ഞാൻ മനസ്സിലാക്കി.

ഞാൻ നോക്കിയിരിക്കുമ്പോൾ അയാളുടെ കണ്ണുകൾ കഴുകന്റെ കണ്ണുകൾപോലെ അടച്ചു തുറന്നു. അതെന്റെ മനസ്സിൽ ഭീതിയോടെ അടയാളപ്പെടുത്തപ്പെട്ടിരിക്കുന്നു.

ഞാനെന്റെ വിസിൽ എടുത്ത് ഊതി.

ആ നിമിഷംതന്നെ പ്രകാശം നിലച്ചു. രണ്ടു കരങ്ങൾ എന്റെ വയറിൽ ശക്തിയായി ചുറ്റിപ്പിടിച്ചു. പോക്കറ്റിൽ പിസ്റ്റൾ ഉണ്ടാകുമെന്നവർ കരുതിയിരിക്കണം.

"ഫ്രാൻസ് വേഗത്തിൽ. നൗകയിലേക്ക്... നൗകയിലേക്ക്." ഒരു ശബ്ദം മുഴങ്ങി. ജർമ്മൻ ഭാഷയിൽ. അതുകേട്ടതും എന്റെ ആൾക്കാർ രണ്ടുപേർ പുൽത്തകിടിയിൽ പ്രത്യക്ഷമാകുന്നത് തെളിഞ്ഞ നിലാവായതിനാൽ എനിക്കു കാണാം.

ചെറുപ്പക്കാരൻ ജനലിലേക്കു കുതിച്ചു. ആരെങ്കിലും തൊടുന്നതിനുമുമ്പേ അയാൾ ജനാലവഴി ചാടി ഉയരം കുറഞ്ഞ വേലി കടന്ന് അപ്രത്യക്ഷനായി. ഞാൻ ആ വൃദ്ധനെ പൂണ്ടടക്കം പിടിച്ചു. അപ്പോഴേക്കും ആ മുറിനിറയെ ആളുകൾ വന്നു നിറഞ്ഞപോലെ തോന്നി. വണ്ണമുള്ളവനെ ഞാൻ കണ്ടെങ്കിലും എന്റെ ശ്രദ്ധ മുഴുവനും ഫ്രാൻസ് ഓടി റോഡിലെത്തുന്നതിലും തീരത്തേക്കു നീളുന്ന പടവുകൾ ഇറങ്ങുന്നതിലുമായിരുന്നു. ഒരാൾ പുറകെ ഓടി. എന്നാൽ അയാളെ പിടികൂടാനായില്ല. ആ ചാരന്റെ പുറകിൽ പടവുകളിലേക്കുള്ള കവാടം അടഞ്ഞു. ഞാൻ ഇപ്പോഴും ആ വൃദ്ധന്റെ കഴുത്തിൽ പിടിമുറുക്കിയിരിക്കുകയാണ്.

അത്രയും സമയംകൊണ്ട് ഒരാൾക്ക് ഓടി സമുദ്രത്തിലേക്കുള്ള പടവു വരെ എത്താം.

പെട്ടെന്ന് ആ വൃദ്ധൻ എന്റെ പിടിയിൽനിന്നും കുതറിമാറി ചുമരിലേക്കു ചെന്നുവീണു. ഏതോ ലിവർ പൊക്കുന്നതിന്റെ ശബ്ദം ഞാൻ കേട്ടു. ദൂരെനിന്നും ചെറിയൊരു മുരൾച്ച അടുത്തടുത്തു വരുന്നതായി അനുഭവപ്പെട്ടു. ഭൂമിക്കടിയിൽ നിന്നുമാണതിന്റെ വരവ്. ജനലിലൂടെ നോക്കുമ്പോൾ പടിക്കെട്ടിന്റെ പ്രധാന തൂണിൽനിന്നും പൊടിപടലങ്ങൾ മേഘങ്ങൾപോലെ ഉയർന്നുപൊങ്ങുന്നുണ്ടായിരുന്നു.

ആരോ ലൈറ്റിട്ടു.

തീ പാറുന്ന കണ്ണുകളുമായി വൃദ്ധൻ എന്നെ നോക്കിനില്ക്കുന്നു.

"അവൻ സുരക്ഷിതനായി പോയിക്കഴിഞ്ഞു മി. ഹാനി. നിങ്ങൾക്കവനെ തൊടാനായില്ല. അവൻ വിജയിച്ചു."

"ബ്ലാക്ക് സ്റ്റോൺ വിജയകിരീടമണിഞ്ഞിരിക്കുന്നു."

ജർമ്മൻ ഭാഷയിൽ അയാൾ പറയുന്നുണ്ടായിരുന്നു.

ഒരു വിജയത്തിനപ്പുറമുള്ള എന്തോ ഒന്ന് ആ കണ്ണുകളിൽ ഞാൻ കണ്ടു. ഇരതേടുന്ന പക്ഷിയെപ്പോലെയായിരുന്നു മുമ്പ് ആ കണ്ണുകൾ അടഞ്ഞിരുന്നതെങ്കിൽ ഇപ്പോൾ കഴുകന്റെ അഭിമാനം അതിൽ സ്ഫുരിച്ചു. ഒരു വെള്ളക്കാരനായ വംശീയവാദിയുടെ കോപാഗ്നി അതിലൂടെ പ്രവഹിച്ചു. എന്തിനെതിരെയായിരുന്നു എന്റെ പുറപ്പാടെന്നും അത് എത്ര അപകടം നിറഞ്ഞ ഒന്നായിരുന്നെന്നും ആദ്യമായി ഞാൻ തിരിച്ചറിഞ്ഞു. അയാൾ ഒരു ചാരനും അപ്പുറത്തെന്തോ ആയിരുന്നു. അയാളുടേതായ രീതിയിൽ അയാൾ ഒരു 'ദേശസ്നേഹി'യാണ്!

അയാളുടെ കണങ്കൈയിൽ വിലങ്ങ് കിലുങ്ങി. അയാളോടുള്ള എന്റെ അവസാന വാക്കുകൾ ഇങ്ങനെയായിരുന്നു.

"ഫ്രാൻസ് അയാളുടെ വിജയംനേടി. എന്നാൽ 'അരയാഡ്നി' കഴിഞ്ഞ ഒരു മണിക്കൂറായി ഞങ്ങളുടെ കൈകളിലാണ്."

***

ലോകത്തെല്ലാവർക്കും അറിയാവുന്നതുപോലെ മൂന്നാഴ്ചകൾക്കു ശേഷം ഞങ്ങൾ യുദ്ധത്തിനിറങ്ങി. ഞാൻ ആദ്യ ആഴ്ചതന്നെ പട്ടാളത്തിൽ ചേർന്നു. എന്റെ 'മാറ്റബെലെ' അനുഭവങ്ങൾ കണക്കിലെടുത്ത് എനിക്ക് ക്യാപ്റ്റൻ പദവിയും അവർ നല്കി. എന്നാൽ കാക്കി ധാരിയാകുന്നതിനു മുമ്പുതന്നെ എനിക്ക് ചെയ്യാവുന്ന സേവനം ഞാൻ ചെയ്തു കഴിഞ്ഞിരുന്നു എന്നു ഞാൻ കരുതുന്നു.

www.ingramcontent.com/pod-product-compliance
Lightning Source LLC
LaVergne TN
LVHW060124051026
849517LV00007B/2392
* 9 7 8 9 3 9 4 7 5 3 3 7 2 *